NGÔN NGỮ
TẠP CHÍ VĂN HỌC NGHỆ THUẬT
SỐ 18 1/3/2022

NHÓM CHỦ TRƯƠNG:
Luân Hoán - Song Thao - Nguyễn Vy Khanh - Hồ Đình Nghiêm - Lê Hân

CỘNG TÁC TRONG SỐ NÀY:
Ban Mai, Ben Oh, Bùi Dũng, Cái Trọng Ty, Cao Nguyên, Chàng Đông Ry Nguyễn, Châu Yến Loan, Chu Vương Miện, Dacia Maraini, Dan Hoàng, Dung Thị Vân, Duy Du, Dzạ Lữ Kiều, Đặng Hiền, Đặng Tiến (TN), Elena Pucillo Truong, Hiền Nguyễn, Hoài Ziang Duy, Hoàng Nga, Hoàng Quân, Hoàng Xuân Sơn, Hồ Chí Bửu, Hồ Đình Nghiêm, Hùng Nguyễn, Huỳnh Duy Lộc, Huỳnh Liễu Ngạn, Huỳnh Thị Quỳnh Nga, KC Nguyễn, Lâm Băng Phương, Lê Chiều Giang, Lê Hân, Lê Hữu Minh Toán, Lê Na, Lê Văn Hiếu, Loan Nguyễn, Luân Hoán, Luân Lê, Lữ Quỳnh, Lưu Lăng Khách, Lưu Phương, Lương Thiếu Văn, Minh Ngọc, MH Hoài Linh Phương, Ngàn Thương, Ngọc Giao, Ngữ An, Nguyễn An Bình, Nguyễn Châu, Nguyễn Đại Dương, Nguyễn Đình Phượng Uyển, Nguyễn Đức Nam, Nguyễn Đức Tùng, Nguyễn Kiến Thiết, Nguyễn Hải Thảo, Nguyễn Hàn Chung, Nguyễn Lê Hồng Hưng, Nguyễn Minh Nữu, Nguyễn Quốc Hưng, Nguyễn Sao Mai, Nguyễn Sông Trẹm, Nguyễn Thái Dương, Nguyễn Thị Hải Hà, Nguyễn Văn Điều, Nguyễn Văn Gia, Nguyễn Văn Tuấn, Nguyễn Vũ Sinh, Nguyễn Vy Khanh, NP Phan, Phạm Cao Hoàng, Phạm Vũ Thịnh, Phương Tấn, Song Thao, Thái Tú Hạp, Thiên Di, Thục Uyên, Thương Tử Tâm, Thy An, Tôn Nữ Mỹ Hạnh, Trang Thùy, Trần Danh Thùy, Trần Dzạ Lữ, Trần Đình Sơn Cước, Trần Hạ Vi, Trần Hoàng Vy, Trần Quang Châu, Trần Thị Nguyệt Mai, Trần Thoại Nguyên, Trần Vấn Lệ, Triều Hoa Đại, Trung Chính Hồ, Trương Văn Dân, Trương Xuân Mẫn, Võ Phú, Vũ Trọng Quang

BÌA: Uyên Nguyên Trần Triết

DÀN TRANG: Lê Hân

ĐỌC BẢN THẢO: Trần Thị Nguyệt Mai

LIÊN LẠC:
Thư và bài vở mời gởi về:
- Luân Hoán: lebao_hoang@yahoo.com
- Song Thao: tatrungson@hotmail.com

TÒA SOẠN & TRỊ SỰ:
Lê Hân: (408) 722-5626 han.le3359@gmail.com

MỤC LỤC

THƯ TÒA SOẠN

Nhóm chủ trương tạp chí Ngôn Ngữ, vui vẻ gởi đến quí bạn đọc, bạn văn khắp nơi số 18, phát hành vào tháng 3-2022.

Nội dung tạp chí vẫn giữ chủ đề tự do cho mọi sáng tác, thơ, văn, biên khảo, nhận định văn học. Trong thời gian gần đây, tác phẩm ấn hành tại hải ngoại cũng như trong nước, có phần gia tăng. Những bài viết giới thiệu, nhận định sách theo đó cũng nhiều hơn. Ngôn Ngữ đã nhận được một số bài với nội dung này. Chúng tôi đã và sẽ tiếp tục phổ biến. Bên cạnh đó, những câu chuyện trao đổi về sáng tác, được thực hiện qua những phỏng vấn, chúng tôi cũng gởi đến bạn đọc. Tìm hiểu một tác giả cùng tác phẩm mới trình làng của họ, hy vọng cũng tạo hứng thú cho người đọc. Về phần biên khảo, chúng tôi mong tiếp tục nhận những bài viết về văn học nghệ thuật, khoa học, sử địa, danh nhân... Thơ văn chủ yếu vẫn ưu tiên những bài chưa phổ biến ở các diễn đàn khác.

Trong thư tòa soạn kỳ này, chúng tôi đắn đo phổ biến một số kỹ thuật thực hiện bài đánh máy, trước khi chúng tôi nhận được. Xin bạn viết giúp tôi đỡ chỉnh sửa những sơ ý này:

1. Cách bỏ dấu phẩy (,) dấu chấm câu (.) hay dấu (:): Những dấu này trong một bản chữ in luôn **nằm sát** mẫu tự cuối cùng của <u>chữ</u>, xem như đã tròn <u>câu</u>. Không đánh cách một khoảng mới bỏ <u>dấu</u>.

Ví dụ:

Đoạn văn này có nhiều lỗi kỹ thuật:

Cậu hiểu không ? Đó là định nghĩa triết học về bản ngã và dự phóng . Cái hình ảnh của mình về mình bị bóp méo trong lăng kính người khác, nên mình sống không thực lòng ,sống theo cái nhìn của người khác ,nên ông Albert Camus ổng mới nói : Tha nhân là địa ngục (L'enfer, c'est les autres.)

Cần sửa lại như sau:

Cậu hiểu không? Đó là định nghĩa triết học về bản ngã và dự phóng. Cái hình ảnh của mình về mình bị bóp méo trong lăng kính người khác, nên mình sống không thực lòng, sống theo cái nhìn của người khác, nên ông Albert Camus ổng mới nói: Tha nhân là địa ngục (L'enfer, c'est les autres.)

Một truyện ngắn, một bài điểm sách, nếu tất cả dấu ngắt câu đều phải sửa. Chúng tôi thực sự không thể chọn đi, dù nội dung xuất sắc. Cũng vì lẽ này, Ngôn Ngữ 18, buộc lòng phải tạm gác lại vài bài, nhờ tác giả chỉnh sửa và gởi lại cho kỳ tới.

2. Ghi tên tác giả với chữ hoa (capital letter) và tựa bài viết với chữ thường, ví dụ:

HỒ ĐÌNH NGHIÊM
Cục Kẹo Bồ Hòn

3. Đề bài viết các bạn nên đơn giản, và không trình bày trước. Vì tờ báo có sự thống nhất trong phần trang trí.

Kính quí chúc tất cả chúng ta luôn giàu có sức khỏe.

Luân Hoán
3-2022

HỒ ĐÌNH NGHIÊM
Cục Kẹo Bồ Hòn

1.

- Cô đưa tay ra. Nam tả nữ hữu, bàn tay phải ấy.

Mộng nghe lời. Như số đông, Mộng thuận tay phải, thử nắm bút tay trái chữ viết xuống xấu tệ nét run như gà bới. Con dao gọt hoa quả cũng vậy, láng cháng sẽ khiến cho mấy ngón ở tay phải đổ máu. Mộng không rõ cớ sao vận mệnh con người lại chỉ định riêng lối: Con trai nằm ở bàn tay trái mà ẩn khuất lại bày ra trên bàn tay phải của con gái, đàn bà, phụ nữ. Có gì khác nhau giữa trái, phải?

Thầy bói là một gã trung niên, dĩ nhiên hai con mắt còn lành lặn, long lanh soi mói là đằng khác. Nếu mù, gã đã chẳng hành nghề việc xem chỉ tay. Tay gã nóng khi mân mê trăn trở bàn tay Mộng, cầm lên đưa gần mắt rồi đặt lại xuống bàn. Bàn nhỏ, trải tấm khăn đỏ chỉ bày ra một bộ bài tây có 52 lá cơ rô chuồn bích đã chất chồng dồn xếp lại nguyên trạng. Không hiểu do đâu Mộng mọc lên cái ý nghĩ, rằng nếu chia bài ra sát phạt xì-lát, cát-tê, xì-phé, xập xám chướng... ắt Mộng sẽ sớm cháy túi trước gã thầy bói. Đứng ngoài mép bàn là cái ly đựng gạo dùng để cắm nhang, nãy giờ cây nhang thắp từ phút trước đang cháy ngún gần hết chiều dài nó mang, cà kê dê ngỗng gì thì cũng sẽ đến hồi chung cuộc.

- Cô sở hữu một bàn tay đẹp, dầy dặn, tròn đầy, nói chung là tốt tướng. Bao đường chỉ chằng chéo đều rõ ràng minh bạch. Đường giao cắt này đâm lên gò vệ nữ cho tôi thấy số cô luôn gặp may mắn mặc dù đường tình duyên thường bị đứt đoạn. Quá khứ, cô từng chịu hai lần đổ vỡ, nếu tôi đoán không lầm; nhưng chẳng sao cả bởi hậu vận của cô rất tốt. Sau này cô sẽ có lắm con, tạm gọi là vượng phu ích tử.

Cũng bằng tay phải, Mộng dùng nó để trao những tờ giấy bạc đến tay người không đủ tài sức huyền nhiệm để nhìn thấy bao bí mật của Mộng. Từng đi chùa cúng vong, nữ thí chủ Mộng luôn thành tâm nguyện cầu đặt tiền vào thùng phước sương nhưng Mộng chẳng mấy tin vào sự độ trì chứng giám của các vị thần linh khuất mặt. Mộng cũng nghi ngờ việc gieo ác thì gặp quả báo nhãn tiền, đứa giết người không gớm tay vẫn sống hùng sống mạnh và chúng đã là một bộ phận không nhỏ nhởn nhơ giữa cuộc sống này. Chúng vào chùa thắp nhang và tâm hồn nghe thanh thản khi nghe câu "vất đao xuống có thể thành Phật". Chưa thấy biến chuyển thì lại nắm đao lên, tay vấy máu chỉ là bởi hoàn cảnh buộc phải thế. Không có cách chọn lựa.

Mộng đi ra, chẳng gửi tiếng chào đến gã thầy bói. Người đàn ông ngồi vắt chân chữ ngũ trên chiếc xe máy liền sửa thế, khởi động máy nổ chạy lại gần:

- Thấy sao? Người ta đồn thổi có đúng với tài nghệ không?

- Thì có cái đúng có cái sai. Điều mà em không thích là ổng mân mê sờ soạng bàn tay em quá lâu, không chịu buông tha. Xem chỉ tay thôi mà! Làm gì như kiểu muốn bào mòn da tay người ta luôn vậy đó!

Người đàn ông thôi hỏi han. Ông quành xe trở lại thành phố.

2.

Đến một lúc nào đó, rồi hắn cũng có được vợ. Vợ biểu hắn thề nguyền một dạ không đổi chuyện yêu thương. Hắn thề, kiểu như nói láo cho bà vật. Kiểu nói sai thì trời đánh thánh đâm, kiểu phụ tình thì ra đường bị xe cán dẹp lép như con tép. Vợ dán kín môi hắn bằng một nụ hôn mê man, cướp mất dưỡng khí, hài lòng không ưa nghe thêm viễn cảnh bi thương nào khác.

Vợ cấn thai, chuyển bụng. Ì ạch lặc lè vô thấu nhà thương máu chảy luông tuồng giữa hai chân. Cửa mình ù lì không chịu mở rộng thêm, đỏ mặt tía tai bặm môi nín thở rặn hụt hơi vẫn cứ trơ trơ mắt thị. Họ quyết định ngăn tiếng rên la nọ bằng cách mổ bụng hòng cứu hài nhi tím tái bèo nhèo khỏi chết ngạt. Đứa bé cao số đó không phải là con hắn. Mất đến mấy phút mới khóc oe oe chào cuộc đời buồn nhiều hơn vui. Cha mày họ gì thế hử? Mày mang cùng họ với tao thì có ô kê không nè? Địt mẹ mày nhé. Má mày chết đi sống lại vì mày đấy, ông tướng ạ!

Sau này nghe vợ kể, thật thà khai báo rằng tuổi thơ cô chẳng mấy khi được ấm êm, sở dĩ bố mẹ cô mãi cơm không lành canh chẳng ngọt đơn giản là vì cô không phải con ruột của bố, mẹ cô âm thầm đi làm cuộc cách mạng bản thân dấm dúi với một gã làm chung trong cơ quan.

Hắn dắt bố vợ ra quán rượu khi trong túi dư bạc thừa tiền. Đồng bệnh tương lân sương sương giải sầu rượu vào mà lời không ra. Hai mặt trời cùng thắp đỏ chẳng màng thế sự vây quanh kể cả những ánh mắt nhìn đểu, tì tì cứ ly này sang ly khác. Vô đi bố, hồi nào cho chó ăn chè mới hạ hồi phân giải. Mầy nói phải, chuyện gì cũng còn có đó, bởi chăng hai ta nào phải là Tào Tháo để đởm lược lộng ngôn: Thà ta phụ người còn hơn để người phụ ta!

Bên ngoài quán nhậu bình dân chạng vạng lần khân liếm tới bậc thềm u muội, nhọ mặt người trông nhau không rõ hình tướng thoạt gần thoạt xa. Bố vợ hắn hất mặt lên ngọn đèn đường vừa cháy đỏ:

- Quái, chúng đang bận việc gì mà chẳng bỏ thời giờ chạy ra réo chúng ta về xơi cơm nhỉ? Chúng đi lâu thì mình sốt cả ruột mà đến phiên mình giận lẫy bỏ ra ngoài này thì chúng cứ mặc xác. Mẹ nó chứ, mấy thằng láng giềng vai u thịt bắp khiến mình đâm mất thế giá hẳn. Này, mày có thông hiểu câu ngạn ngữ "ngựa quen đường cũ" là gì không?

Thấy thằng con rể ngậm câm, ông bố lè nhè vào khoảng trống: Thằng Mạnh Tử bên Tàu từng nói mà chẳng ai nghe "yêu thì xác nhận rằng yêu, không yêu thì cứ nói thẳng là không yêu, như thế mới đích thực là yêu".

3.

- Buông em ra cho em về kẻo muộn mất.

- Vì hoạ sĩ, có thể anh hơi bị méo mó, ngay phút đầu anh nhìn nhận ra ngay là em có đôi bàn tay quá đẹp.

- Anh không phải là người đầu tiên đâu nhé, em từng nghe gã thầy bói mân mê ca tụng.

- Bao giờ thì em chịu khoả thân làm người mẫu?

- Hồi nào anh minh hoạ trình bày bìa và hoàn tất bốn cái phụ bản cho tập thơ em rồi hẵng tính.

Người đàn bà nhìn ra song cửa vừa mở hé, xong lại đảo mắt tới chiếc áo mưa móc gần cửa chính, thì thầm:

"Xa nhau gió ít lạnh nhiều
Lửa đêm tàn chậm mưa chiều đổ nhanh".

- Chắc không phải thơ em làm. Hoài Khanh hả?

- Không, của Trần Huyền Trân. Hai câu này mới là của Hoài Khanh:

"Mai kia đốm lửa tan rồi
Về trong gió bụi nhớ thời vong lưu".

- Liệu tập thơ em in ra có người tìm mua không?

- Nào có hề gì. Đôi lúc niềm vui đâu có ai ban cho, phải tự mình tìm kiếm lấy. Tranh anh góp chung với thi tập em khổ công làm, kỷ niệm ấy không khiến anh vui sao?

- Vui, đáng yêu, đáng nhớ. Nhưng em phải lường trước một chuyện, đó là thứ niềm vui quá lộ liễu, sợ thọ chẳng được lâu.

- Vì sao?

- Vì ác khẩu, vì tiếng ong ve. Vì sự thật vốn là sắc xám.

- Lỗ Tấn nói, phải không?

- Không. Mệnh đề sau là của ông André Gide. Hạnh phúc có khi là một kho báu, chúng ta nên đào chôn thu cất nó ở nơi thật kín đáo. Lạy bà tôi ở bụi này thì niềm vui của đôi ta bị soán đoạt mất. Trước khi chúng giũ áo đoạn lìa ta, anh muốn hối hả vẽ cho em một bức khoả thân là vì vậy. Một người có đôi bàn tay đẹp, người đó hẳn còn phát tiết tinh hoa ra ở những khu vực khác.

- "Vũ vô kiềm toả năng lưu khách" nhưng cơn mưa đang trút nước ngoài kia e xúi em nán lại bên anh dài lâu. Bóng tối nhiều thế kia thì làm sao anh vẽ được?

- Khéo lo! Anh có ba cây đèn đặt ở chỗ đáng đặt nhằm làm tương phản sắc độ giữa ánh sáng và bóng tối. Em nằm nghiêng thân trên giường, tấm chăn mỏng đắp ơ hờ từ mông xuống giữa hai đùi...

Câu nói không đi hết đường vì người nói vừa nhìn ra tấm thân trắng đục màu sữa từ tốn leo lên giường. Không riêng đôi bàn tay suôn dài, toàn bộ nhúm tóc người mẫu cũng thuộc dạng đẹp ngất ngây.

Nằm đây ủ mộng cho tròn
Chăn đơn gối lệch hao mòn màu xưa.

Người tự nhận là hoạ sĩ đọc lên câu thơ của tác giả Lệ Mộng đang trần như nhộng. Một con ngài cựa mình thành bướm, một con ve sầu lột vỏ thoát xác, hoá thân nào cũng khiến gã xúc động. Không bấn loạn phút ban đầu, nghệ thuật tạo hình làm sao hiện hữu?

4.

- Má bận công chuyện, má giao con trách nhiệm xuống thu tiền nhà. Khoai Lang nói sau khi gõ cửa. Chú có đó không?

Cửa mở, đủ rộng để đứa con trai chừng mười hai tuổi lách thân vào. Bà Tám từng vui miệng giới thiệu "cục cưng" cho kẻ đến mướn thuê phòng: Thời mang thai nó gặp khó khăn nên tui chỉ biết ăn khoai, âu cũng nên vin vào tay chân cứng cáp nó mà nhớ lại thời hột gạo phải cắn làm đôi. Cứng cáp dường nào thì chưa có cơ hội chứng minh, nhưng mặt mày thằng Khoai Lang coi bộ lanh lợi, sẵn sàng đại diện cho bà Tám làm hậu phương vững chắc để đối phó những việc linh tinh, ví như đi đòi nợ.

- Mùi gì khó ngửi vậy chú?

- Ờ, mùi sơn, mùi dầu cá, mùi xăng rửa cọ, mùi bột màu.

Khoai Lang nhìn những tấm tranh treo chật vách. Tĩnh vật, phong cảnh, người ngợm, xanh xanh đỏ đỏ làm hấp lực dẫn dắt đôi chân Khoai Lang đi thăm thú nhìn ngang liếc dọc.

- Chú là hoạ sĩ à? Đơn thân trong phòng luôn khoá cửa, không ra ngoài tìm công ăn việc làm, chẳng có ai lại mua tranh, chú sống bằng cách gì?

- Hỏi má xem, có bao giờ chú thiếu tiền nhà đâu, bất quá chỉ trả muộn một đôi hôm. Uy tín quá đi chứ.

- Má nói chú thiệt lạ đời, lủi thủi mình ên như một chiếc bóng. Má thích chú ở chỗ đó, không tùng tam tụ tứ, không nhậu nhẹt, không ti-vi, không dàn máy nhạc, suốt ngày nghe êm ru bà rù. Í, ngay cả bếp lò cũng hổng thấy, chú ăn uống kiểu gì đây?

- Khoai Lang nhiều chuyện ghê nơi. Nghe câu này chưa? "Quân tử thực bất cầu no". Má cũng có khi làm quân tử, cứ nhai khoai lang riết. Hề hề, chú ra đầu đường ăn cơm bụi, hoặc kẹt quá thì thổi harmonica cũng ô kê.

- Thổi harmonica là sao?

- Là gặm khúc bánh mì, chút tương ớt chút xì dầu là đủ để phát tiếng hít hà. Không biết hồi đó má của Khoai Lang có hít hà khi cắn lựu đạn?

- Cớ gì mà kêu là cắn lựu đạn? Sao chú ưa đổ tiếng ác cho má vậy?

- Thì hình dáng mấy củ khoai hổng giống quả cà na lựu đạn sao? Nè, tiền đây, Khoai Lang đếm lại giùm cái, chừng nào đủ số viết cho chú cái biên nhận. Mình cá mè một lứa, xếp chung là dạng người lắm tình cảm, nhưng tình cảm cũng phải có giấy xác nhận giữa đôi đàng cho thêm phần vững chắc khỏi sanh hậu sự lôi thôi.

5.

Bà Tám phân bua cùng bà con lối xóm: Tui ra ngoài chợ, đến khi về mới hay cớ sự. Nghe thằng Khoai Lang kể có hai ông một già một trẻ chạy xe máy vô sân đập cửa phòng trọ rồi vây lại hỏi chuyện anh hoạ sĩ. Ông trẻ gọi ông già bằng bố, mặt ông nào ông nấy đỏ lừ xem chừng khí thế hung hăng ngó rất căng. Rồi sao nữa mày?

Khoai Lang tiếp lời: Họ to tiếng với nhau, hai người khách không mời đòi bồi thường thiệt hại tới mười triệu đồng. Ông trẻ tuổi đội nón bảo vệ nên không thấy sừng mọc ở đâu cả, mặc dù ổng nói bị vợ cắm sừng trên đầu. Ổng chỉ mặt chú hoạ sĩ nói thẳng chả là tác giả giọt máu vô thừa nhận khiến ổng tự nhiên hành xác phải nuôi con mọn. Mười triệu là giá mềm, nếu nhắm hổng đủ sở hụi để thanh toán thì ổng chở cục thịt ngu ngoe tới giục vô phòng, đến khi ấy mới biết thế nào là lễ độ. Nhắm mình ên nuôi con mọn có ổn không, bỏ thằng tía chạy làng?

Chòm xóm hết ngó bà Tám tới nghía thằng Khoai Lang, có cô gái đại diện đám "dư luận viên" chõ mỏ vô: Hai má con này ghiền phim nhiều tập của Hàn quốc Trung quốc hay sao á, ưa lê thê trên từng cây số chả biết ngã ngũ như nào!

Khoai Lang lớn tiếng: Trong khi hai người trung niên lời qua tiếng lại thì ông già chạy tuốt vô phòng lôi từ đâu ra bức tranh vẽ một bà ở truồng nằm hở hang bức xúc. Ông già la: Tang chứng vật chứng rõ ràng, mày vẽ xuất thần quá mà, nhìn là biết con Mộng ngay. Riêng mình nó chứ còn ai trồng khoai đất này? Ổng hỏi người con rể: Mày làm chồng nó vậy chớ có khi nao đã nhìn rõ ngọn ngành thông thoáng như thế này chưa? Mang về nhà mà treo mà thưởng ngoạn kẻo phí của giời con ạ! Chúng ta sẽ gọi xe ba gác để khuân hết toàn bộ tranh ảnh đồi truy kia làm vật thế chân, gia hạn trong hai hôm phải kiếm ra mười triệu chúng ta mới trả lại thành quả công sức lao động của nó.

Giọng cô gái hồi nãy lại cất lên: Chuyện nhạt như nước ốc, chưa thấy có cảnh đánh ghen nào mà hiền lành đến thế, chí ít ở hiện trường phải dây chút máu đổ thịt rơi chớ. Tiếng một cậu thanh niên chận ngang: Người ta đàn ông với nhau thì xử sự phải theo cách của nam nhi chi chí, hồi nào có mặt đàn bà xía vô mới làm cho rách việc ra, xé áo lột quần cắt tóc tung nắm ớt bột vào mặt rồi la chết con đĩ mẹ mày chưa, đồ đi giựt chồng thiên hạ. Bà chị thấy tui nói có đúng không?

6.

Thìn học trên tôi một lớp. Ra trường trước tôi một năm. Thìn thích giang hồ, xuôi nam, rộng cẳng đi đây đó để mở rộng tầm nhìn, học hỏi. Tóm lại, ngoài chất nghệ sĩ phong sương lăn lóc gió bụi, Thìn còn cao tay nghề hơn đám bạn cũ mãi loay hoay tìm đủ mọi cách mưu sinh, cuồng chân không thoát khỏi địa phận chôn nhau cắt rốn, sống thấp hèn chẳng đơm nổi một mộng ước nào, an phận thủ thường, sợ sóng gió.

Bữa ấy mưa đổ mù trời, tưởng đi mất đất bất ngờ Thìn năm xưa hiện về tìm đúng nhà hỏi thăm tôi, hình hài ướt như chuột lột. Thìn cho hay làm chuyến tàu quy cố hương vừa từ nhà ga bắt xe ôm về. Thìn có bà chị ruột định cư ở Mỹ, mượn tên và địa chỉ tôi để đón nhận một món tiền "cứu đói" từ phương xa lá lành đùm lá rách. Chậm lắm là ngày mai. Thìn nói: Tôi hết đường binh, đành réo người cật ruột xa xôi hơn cả một đại dương sóng lớn.

Tôi cùng Thìn đội mưa đi tìm một quán vắng kiếm thức dằn bụng. Tuy không uống bia rượu, Thìn đổ dốc ra hết những chén đắng. Đại loại Thìn đang là đứa trốn chạy tai ương, chưa tìm ra một giải pháp vẹn toàn hòng tìm nhặt chút an ổn, vật chất lẫn tinh thần. Quá tàn tệ! Thìn chấm câu. Tôi tìm cho Thìn một nhà nghỉ giá bèo đặng ngủ qua đêm, một giấc tiều tuỵ. Rồi tạm chia tay, tin vào số đô-la đầy hứa hẹn, thứ ánh sáng thắp lung linh nằm cuối đường hầm.

Hôm sau, khoảng mười giờ sáng có người đến gõ cửa, gọi tên tôi. Đưa giấy tờ chứng minh để ký nhận một phong thư hào sảng nhét đủ trong đó 500 Mỹ kim. Tôi chạy tới nhà nghỉ, dừng xe ngang phố đèn đỏ để kịp thấy bắt mắt tranh minh hoạ ngoài bìa một tập thơ của tác giả mang tên lạ: Lệ Mộng. Thìn là người hoạ sĩ trình bày bìa cho thi tập "Đổ Cạn Tin Yêu". Tôi bỏ ra 85.000 và cầm lên săm soi nét vẽ tài hoa của Thìn. Nói theo kiểu thường tình: Hiểu ở mặt nào đó Lệ Mộng và Thìn chính là đồng tác giả, là bố mẹ đẻ ra đứa con tinh thần gần 200 trang mong manh èo uột.

Chúng tôi ngồi uống cà phê trước sân ga. Ở đó, không mấy lâu tai sẽ nghe vang vọng những hồi còi khi tàu chuyển bánh. Trời quang mây tạnh, Thìn nheo mắt nhìn màu nắng rơi từng đốm trên chùm lá me: Tôi lại xuôi nam, số tiền 500 đô này tôi sẽ trao tận tay nhà thơ, tôi không muốn người ta nghĩ xấu về tôi. Ít ra tôi cũng là một người cha đàng hoàng, dẫu không danh chính ngôn thuận.

Tay bắt mà mặt không mừng. Nhà ga muôn đời là sân khấu xúi người ta đóng tuồng xa nhau. Đợi bóng Thìn khuất lấp biệt dạng, tôi mở tập thơ ra:

Đừng bắt em trở dáng nằm
Ngoài kia sương lạnh trăng rằm bỏ đi.

Thơ của Lệ Mộng. Thơ của người đàn bà ngoại tình lén đi ăn nằm với bạn tôi, thằng hoạ sĩ nghèo. Nghèo mà ham!

Tàu Thống Nhất rùng rùng chuyển động. Không một bàn tay vẫy cho kẻ quay lưng, không một khăn tay vầy vò vừa chặm xong nước mắt, bởi đời sống này đã quen thuộc, đã chai mặt với những biệt ly.

Hồ Đình Nghiêm

NGUYỄN THỊ HẢI HÀ
DA VÀNG TRÊN XỨ TUYẾT*

Có lẽ không có mùa nào ẩn chứa sự mâu thuẫn trong bản chất của nó hơn mùa Đông. Mùa đông là mùa biểu hiện rõ rệt sự sống và cái chết. Mùa đông cũng là bài ca ngợi hình ảnh của sự ấm cúng và giá băng.

Nước Mỹ rộng lớn nên mùa Đông Texas và Florida ấm áp hơn so với các tiểu bang miền Bắc và Đông Bắc. Tôi ở New Jersey, miền Đông Bắc của nước Mỹ không phải là nơi lạnh nhất so với các tiểu bang giáp ranh với Canada. Tuy nhiên, New Jersey mùa đông cũng có khá nhiều tuyết. Bài này lấy tựa đề là da vàng trên xứ tuyết, nói cho oai, chứ xứ tuyết của tôi là New Jersey. Người da vàng, là tôi, đã sống ở vùng này chừng bốn mươi năm. Mùa Đông ở xứ tuyết có gì vui? Người ở xứ lạnh làm gì để giải trí cho hết mùa Đông? Ở trong nhà bạn có thể làm nhiều thứ, nấu ăn, làm bánh, hát karaoke, đan áo, móc nón, đọc sách, hay viết văn. Ở ngoài trời, nếu bạn khỏe mạnh, có máu thể thao bạn có nhiều thú vui hơn. Thí dụ như đi trượt tuyết, đi câu, và đi săn. Riêng tôi, thú vui mùa đông của tôi là đi bộ trong rừng, hay đi dọc theo bìa rừng. Những nơi tôi đi bộ là Watchung Reservation, và con đường trail tên kênh đào Delaware và Raritan. Đường trail này nằm giữa, gần như song song với con kênh đào D&R và con sông Millstone.

Mùa Đông thường được xem là biểu tượng của tuổi già. Những người đến tuổi chuẩn bị tinh thần đi vào miên viễn. Người ta xem tuổi già cũng như mùa đông, buồn nhiều hơn vui. Trời mùa đông xám xịt, mặt đất đầy tuyết băng, gió buốt xương, cây cỏ trơ trụi nhìn đâu cũng chỉ thấy một màu nâu đậm nhạt. Thiếu ánh sáng, nhiều người thường hay mắc chứng bệnh trầm cảm. Tuy vậy, tôi mạn phép thưa với bạn đọc về cái đẹp và niềm vui trong mùa đông. Mùa đông cũng là lúc chúng ta có thể dự trữ năng lượng, chữa bệnh tâm hồn, bồi đắp khả năng trí tuệ, và tu dưỡng tinh thần.

Theo lịch, mùa đông bắt đầu được mấy ngày là đến lễ Giáng sinh. Mùa đông đẹp nhất và vui nhất là lúc này. Tôi yêu những ngọn đèn trắng và trong suốt, gắn trên cây như những vì sao lóng lánh. Đèn treo trên cây vào lễ Giáng sinh luôn làm tôi nghĩ đến hàng ngàn con đom đóm đậu trên những cây bần, cây mắm, hay dừa nước trong đêm mùa hè ở quê nhà. Cả hai hình ảnh đều đẹp.

Ai cũng mơ có tuyết rơi vào đêm Giáng sinh, nền tuyết trắng tăng thêm phần rạng rỡ của mùa lễ hội. Nếu chúng ta có thể gom tất cả niềm vui được quà của Santa Claus, gà tây nướng, bánh kẹo, và không khí nhộn nhịp của lễ Giáng sinh làm thành một cái bánh, thì tuyết rơi trong ngày lễ Giáng Sinh sẽ là lớp kem trên mặt bánh được tô điểm bằng trái cherry đỏ chói và ngọt lịm.

Một nhà thơ thời Đường đã viết "đông ngâm bạch tuyết thi" để nhấn mạnh cái đẹp của tuyết trắng tạo hứng khởi cho ngàn ngàn thi sĩ làm thơ ca tụng tuyết. Những hình ảnh đẹp là tuyết rơi lất phất như những đóa hoa, bay như những con chim tuyết dưới ánh đèn, sự tương phản màu sắc của con chim cardinal (hồng y tước) màu đỏ rực đậu trên những nhánh cây đầy tuyết. Khó diễn tả thấu đáo bằng câu văn, bạn phải nhìn thấy tận mắt, hay ít nhất là xem phim hay xem ảnh, cái đẹp của nắng chiếu rạng rỡ trên nền tuyết trắng có ánh xanh trong chiều sâu của tuyết, và đẹp hơn nữa, lung linh như huyền thoại, là ánh trăng trên tuyết, có màu của xanh nhạt và xám nhạt chỉ họa sĩ hay nhiếp ảnh gia có tài mới ghi nhận được.

Cái đẹp của mùa đông thì như vậy, nhưng ẩn chứa trong vẻ đẹp này là sự khắc nghiệt của nhiệt độ thấp. Cái lạnh có thể dẫn đến cái chết. Mới vài tháng trước đây, tiểu bang Texas thường thường mỗi năm chỉ có vài ngày lạnh, bỗng dưng trời lạnh dưới không độ, thêm vào đó bị mất điện khiến người dân không dùng được máy sưởi ấm gây nên thiệt hại nhân mạng. Lạnh bao nhiêu thì người ta có thể chết? Không cần nhiệt độ thấp lắm đâu. Chỉ cần khoảng năm mươi độ F. (khoảng 10 độ C.) mà thiếu quần áo ấm, và kéo dài nhiều giờ là người ta có thể chết dễ dàng. Trên đường đi bộ mùa đông, thỉnh thoảng tôi gặp xác nai, có khi là nai con, chết trên đường. Mùa đông, tuyết che phủ hết cây cỏ, nên thú vật rất đói. Không biết nó chết vì lạnh hay vì đói, hay cả hai. Nai hiền lành và đẹp. Cái chết của nai con cũng giống như cái chết của trẻ em, khi cuộc đời còn rất dài trước mặt, khiến chúng ta thương cảm hơn. Có lần bầy nai bất chợt nhìn thấy tôi đến gần sợ quá chạy lung tung và có con bị ngã xuống nước. Mặt nước chưa đông cứng nên con nai chới với muốn lên bờ cũng khó vì băng trơn, mà ở dưới nước thì lạnh quá. Quẫy lộn một hồi nó lên được bờ bên kia. Tôi thấy hú hồn giùm nó.

Giữa mùa đông, sau khi mặt kênh đóng băng. Tuyết mới rơi phủ trên mặt băng một lớp mỏng mềm và xốp. Mới nhìn người ta tưởng như không có sự sống. Tuy vậy sự sống hiện ra bằng những dấu chân sinh vật. Dấu chân ngỗng trời Canada giống như ba đoạn thẳng chụm lại, phác họa hình mũi tên. Có những dấu chân nhỏ và mềm mại, chụm lại như đóa hoa nho nhỏ, giống dấu chân mèo hoang thường đến ăn sau nhà tôi, khiến tôi tự hỏi con vật gì có dấu chân như thế. Mèo hoang chăng? Nó đi thật xa, cả cây số hay hơn, trên mặt kênh. Mèo hoang đi tìm thức ăn xa đến như vậy sao? Có những dấu chân to hơn, giống như chân chó, nhưng có móng nhọn cào trên băng. Có phải đó là dấu chân của cáo? Tôi nhìn thấy dấu hiệu của nhiều con thú đùa giỡn trên băng. Những vết trũng đã đông lại, có khoảng cách đều đặn, khiến tôi tưởng tượng loài thỏ đã nhảy tung tăng, in cái mông của nó lên mặt băng còn ướt, từ bờ kênh bên này sang bên kia. Những vết trượt dài trên mặt băng phải chăng của rái cá? Nai thích chạy cả bầy trên mặt băng, tiếng chân nai nghe như tiếng vó ngựa lộp cộp. Chạy thật xa, chúng quay lại nhìn tôi, như thách thức, có giỏi thì đuổi theo chúng tôi xem nào. Những vết chân nai rất dễ nhận ra. Không phải chỉ ở dấu chân trên băng tuyết của loài vật bạn mới nhìn ra vẫn còn sự sống. Ngay cả rừng cây tưởng chừng đã chết khô, quan sát kỹ một chút bạn sẽ thấy còn khá nhiều cây xanh, những loại cây vạn niên thanh có thể sống qua mùa đông như tùng, trắc bá diệp, cây holly lá có gai nhọn xanh mướt và bóng loáng với những chùm trái đỏ mọng, đẹp ngời ngời mỗi khi bị phủ lên một lớp tuyết mỏng.

Tôi thường được hỏi: Ở đó (là chỗ tôi ở) lạnh không, lạnh cỡ nào? Trời lạnh như vậy đi ra ngoài làm gì, ở nhà trùm mền cho ấm. Đi bộ mùa đông ngoài mục đích vận động cho cơ thể khỏe mạnh, còn có thể là môn giải trí rất thú vị. Bạn chỉ cần giữ cho người thật ấm. Điều này không khó. Mặc áo khoác bên ngoài và nhiều lớp bên trong. Không phải mặc áo dày giữ được hơi ấm lâu cho cơ thể mà là mặc nhiều lớp mỏng để khi nóng có thể cởi bớt ra. Bạn nhớ đội mũ, đeo găng, mang giày không thấm nước. Đặc biệt mùa Covid tôi thấy đeo khẩu trang giúp cho mặt và mũi ấm hơn. Những người đi săn mùa đông, hay câu cá trên mặt băng, ít vận động lại ở ngoài trời lâu, có thể dùng những gói hóa chất tỏa nhiệt. Bóp nhẹ cái gói nhỏ, bên ngoài là plastic, để cho hóa chất bên trong xúc tác với nhau tạo thành chất tỏa nhiệt. Bạn có thể để gói hóa chất này trong túi, găng tay, hay vớ để sưởi. Cẩn thận đừng làm vỡ bao bên ngoài, hóa chất có thể làm bạn bị phỏng. Với người đi bộ chỉ vài giờ đồng hồ như tôi, không cần đến gói hóa chất này. Khi trời lạnh thấp hơn độ đông của nước đá (32 độ F. hay 0 độ C.) tôi mặc thêm một quần dài mỏng bên trong quần jean. Chỉ cần đi độ mười hay mười lăm phút là bạn sẽ thấy người trở nên ấm áp dễ chịu.

Thật khó giải thích cho người sống ở miền nóng về cái lạnh của xứ tuyết. Tôi có thể nói hãy tưởng tượng bạn đang đứng ở trong một cái tủ lạnh khổng lồ nhưng tôi không biết sự so sánh này có đúng không. Bởi vì tôi chưa bao giờ đứng trong cái tủ lạnh khổng lồ cả. Trong một cuốn phim nào đó, tôi quên mất tên, có mấy đứa trẻ chừng bảy hay tám tuổi, rất nghịch ngợm nên bị phạt đứng chung quanh cột cờ giữa mùa đông. Một đứa chơi cắc cớ, thách thằng bạn kia thè lưỡi liếm cột cờ bằng kim loại. Thằng bé dại dột làm theo lời thách thức, nước bọt đóng băng rất nhanh nên lưỡi của nó bị dính vào cột cờ. Thằng bé trong phim khóc quá trời đất. Ngày còn trẻ phải ra một cây cầu quay gần cửa biển để làm việc. Gió mùa đông làm những bắp thịt mặt của tôi tê cóng lại đến độ không thể nói chuyện, và nước mũi chảy ròng ròng cũng không biết. Trong quyển Xứ Tuyết của Yasunari Kawabata, một nhân vật đã nhận xét là ông ta không thật sự biết trời lạnh đến cỡ nào cho đến khi trên đường ra khỏi nhà ga xe lửa bàn tay của ông ta chạm vào mái tóc của người phụ nữ đồng hành. Có lẽ lúc ấy cái lạnh mới thấm vào da.

Điều thú vị là trời càng lạnh càng làm bạn liên tưởng đến sự ấm áp. Người mình có câu đất lạnh tình nồng. Mùa đông còn gì thú vị hơn ngồi gần lò sưởi, nhấm nháp chút rượu wine, ủ trong tay ly trà hay ca cao nóng, xem phim, nghe nhạc, đọc sách, hay nghe kể chuyện. Và lắng nghe tiếng hoa tuyết phất phơ trong gió, nhẹ nhàng đáp xuống mặt đất như những gót hài của vũ công ba lê. Tuyết đẹp nhất là lúc bạn đứng trong nhà ngắm tuyết. Hơi nước và tuyết biến thành những tinh thể hình dáng rất đẹp. Khổ nhất là bạn phải dọn tuyết trên đường dẫn vào nhà xe, lề đường trước nhà, trên mui xe kiếng xe, trước khi đi làm. Có nhiều thành phố bạn sẽ bị phạt nếu lái xe trên đường mà không dọn sạch tuyết trên xe, vì tuyết rơi có thể gây tai nạn cho người chung quanh. Tôi thích cảm giác ấm áp khi đứng trong nhà nhìn qua cửa sổ thấy ống khói nhà láng giềng bốc lên những làn khói trắng. Tôi tưởng tượng mùi củi cháy rất thơm từ làn khói ấy. Nắng mùa đông rất tuyệt vời. Bạn sẽ cảm thấy sự ấm áp lan tỏa trên da nguồn nhiệt là từ ánh mặt trời rất khác với hơi nóng ngột ngạt bốc từ mặt đường của mùa hè.

Nếu hoa đẹp nhất vào mùa xuân, thì cây đẹp nhất vào mùa đông. Tôi yêu vẻ đẹp đầy cá tính của cây khi lá đã rụng hết. Không có cây nào giống cây nào. Mỗi cây một vẻ. Nhìn cây tôi liên tưởng đến người. Có cây hình dáng mềm mại, có cây mang nét khắc khổ. Mùa xuân và mùa hè nhìn một cây trụi lá, chúng ta nghĩ rằng cây này đã chết. Mùa đông, tôi không thấy cây nào chết cả. Khi những cành xương xấu nổi bật trên nền trời tôi nghĩ cây ngủ qua mùa đông. Chỉ cần vài ngày nắng ấm, chuyển mùa, là cây lại ùn ùn dâng sức sống, mầm lá sẽ trồi lên. Chúng ta thường chỉ nhìn thấy cái khô cằn xương xấu của cây trụi lá trong mùa đông, như "cành xương tháng Chín" của Du Tử Lê, hay "đôi nhánh khô gầy xương mỏng manh" của Xuân Diệu. Thoreau, triết gia yêu thích thiên nhiên, đã viết một bài thơ trong nhật ký, nói về hai cây sồi mọc song song giữa cánh đồng, chịu đựng hết mùa đông này sang mùa đông khác. Dù ngọn của cây có mọc cách xa nhau, nhưng dưới đất rễ của hai cây quấn quít với nhau. Khắn khít như tình bạn của loài người. Trong bài thơ Winter Trees (Cây Mùa Đông) Sylvia Plath so sánh những vòng tròn khi thân cây bị cắt ngang với những chiếc nhẫn cưới. Bà cho rằng cây tốt đẹp hơn phụ nữ vì cây không phá thai hay dữ dằn. William Carlos Williams trong một bài thơ cùng tên với bài thơ của Sylvia Plath so sánh cây thay lá từng mùa cũng giống như người ta thay quần áo hằng ngày.

Chúng ta có thể nhận ra sự sống trong rừng cây mùa đông không chỉ bằng hình ảnh mà còn qua âm thanh nữa. Lắng tai một chút bạn sẽ nghe thấy tiếng chim đủ loại. Tiếng chim gõ kiến như một tràng tiếng mõ vang dội trong rừng. Loại chim này có cái đầu rất cứng mới có thể chịu được sự chấn động của những nhát bổ vào thân cây như búa tạ đập vào đinh. Thỉnh thoảng một đôi chim màu sắc sống động bay sà xuống chỗ tuyết tan thành nước cúi đầu và ngửa cổ nuốt lấy nuốt để những giọt nước cho nguôi cơn khát lâu ngày rồi bay vụt lên như những luồng ánh sáng đầy màu sắc. Tiếng vịt mallard đầu xanh và wood duck với những vân màu sắc rực rỡ kêu inh ỏi giữa giòng sông Millstone nước chảy xiết. Tiếng ngỗng trời Canada bay thành đội hình có khi xuôi nam nhưng thường khi chỉ bay từ cái hồ này sang cái hồ khác, cánh đồng này sang cánh đồng khác bởi vì loại ngỗng này từ lâu đã nhận New Jersey làm quê hương. Một hình ảnh rất đáng yêu của mùa đông là nhìn thấy đàn ngỗng Canada ngủ một chân trên cánh đồng cỏ đầy tuyết. Loài chim khôn ngoan này ngủ trên bờ để tránh bị chôn chân trên mặt nước đóng băng khi trời lạnh quá nhanh, mặt hồ đông cứng và có thể gây ra cái chết cho chúng. Trong không gian yên tĩnh của mùa đông, tiếng chim ríu rít vui tươi như thể loài chim không biết lạnh.

Không phải ai cũng chịu đựng được cái lạnh mùa Đông. Âm thanh mùa đông trong thơ Basho là tiếng rạn nứt của lu nước trong đêm lạnh quá không ngủ được và làm sưng mặt của người bị gió rét.

Cold night
The sound of water jar
cracking on this icy night
as I lie awake[1]

Đêm rét
Tiếng nước đông trong lu
rạn nứt, vang trong đêm băng giá
khi tôi không ngủ được[2]

a wintry gust -
cheeks painfully swollen,
the face of a man

gió đông thổi giật ngược
má đau đớn sưng vù
khuôn mặt người bị rét[2]

---

[1] Collected in Basho and His Interpreters, edited by Makoto Ueda. Stanford: Stanford University Press, 1991.
[2] Nguyễn Thị Hải Hà dịch từ bản tiếng Anh

Tôi có tìm, nhưng không gặp, bài Đường thi nào ca ngợi sự thú vị của mùa Đông ngoại trừ câu thơ "Đông ngâm Bạch Tuyết thi." Có thơ nhưng tôi không gặp vì tôi tìm chưa đủ lâu, và không có đủ sách. Những bài thơ tôi gặp, thường là một bức tranh đẹp, nhưng toát lên nỗi buồn cô quạnh của mùa đông.

Một trong những hoạt động, có thể xem là giải trí trong mùa đông, của người sống ở miền lạnh là câu cá. Câu cá mùa đông còn để duy trì nguồn lương thực, hay sự sinh tồn của gia đình. Khi mặt nước hồ hoàn toàn đóng băng, và đủ dày để có thể chịu được sức nặng của người đi trên tuyết, người ta khoét lỗ trên mặt băng và thả câu. Trên sông, nước chảy nên dù có tuyết, mặt nước cũng không đông hoàn toàn nên người ta có thể ngồi thuyền đi câu. Liễu Tông Nguyên có bài thơ:

Giang Tuyết
Thiên sơn điểu phi tuyệt,
Vạn kính nhân tung diệt.
Cô chu toa lạp ông
Độc điếu hàn giang tuyết
Sông Đầy Tuyết
Nghìn non chim hết vẫy vùng,
Vắng tanh muôn nẻo tuyệt không dấu người.
Áo tơi, nón lá, ông chài,
Con thuyền giữa tuyết ngồi hoài buông câu.
(bản dịch Trần Trọng Kim)

Bài thơ tỏa ra sự ấm áp giữa mùa đông tôi tìm thấy là đoạn thơ cuối của bài thơ viết bằng tiếng Sankrit của Vidyakara, được Daniel H. H. Ingals dịch ra tiếng Anh.
[...]
The peasant and his wife
sleep in a grass hut at the corner of the field
with coverlet and pillow made of barley straw,
The frost avoids their slumbers,
a boundary being drawn to its advance
by the warmth emitted from the wife's plump breasts.[3]
Vidyakara

---

[3] "Winter – A Spiritual Biography of the season" edited by Gary Schmidt & Susan M. Felch. p. 116

Người Tây phương có vẻ chịu cái lạnh giỏi hơn người Á châu. Trong truyện "Through the Looking Glass," (Qua Ống Kính Viễn Vọng) nhà văn Lewis Carroll đã cho chúng ta thấy cái nhìn thân thiện về mùa đông qua nhân vật Alice, cô bé phiêu lưu lạc vào xứ thần tiên.

"Tôi tự hỏi phải chăng tuyết yêu cây và đồng ruộng đến độ nó hôn chúng thật đằm thắm? Phủ trùm lên chúng bằng một cái mền lông ngỗng trắng; rồi nói: "Ngủ ngoan nhé cưng, ngủ cho đến khi mùa hè trở lại."

Tôi nghe nói rằng đi bộ là một cách thiền, hay thiền hành. Tôi chưa tu thiền bao giờ. Đi bộ giữa mùa đông tôi thường bắt đầu bằng cách hít vào thật sâu, nín vài giây, rồi thở ra thật chậm, thật dài. Tôi thở như thế cho đến khi tôi vì chú ý đến cái gì đó mà quên thở. Đến chừng nhớ lại thì hít thở sâu tiếp tục. Mùa đông, khiến mình nhớ và quí các mùa Xuân, Hạ, và Thu hơn. Nhìn thấy sự đói lạnh và chết chóc của muôn thú giúp mình trân trọng sự sống nhiều hơn. Có thể bạn sẽ chạnh buồn khi nhìn thấy sự chết chóc trong mùa đông, nhưng nghĩ cho cùng, không có sự mất mát nào là vĩnh viễn, vì nó sẽ tái sinh qua hình thức khác. Xác nai có thể là thức ăn cho những loài động vật ăn thịt khác. Phần còn lại sẽ biến thành phân bón nuôi dưỡng cây cho mùa sau. Tôi yêu những ngày có thể nằm nhà xem phim và đọc sách. Mùa đông, thay vì nhìn nó như sự tàn rụi của đời người, chúng ta có thể xem nó như thời gian tịnh dưỡng của tâm hồn.

Nguyễn Thị Hải Hà
viết xong ngày 11 tháng Hai 2022.

**Có thể có người đã dùng tựa đề này. Nếu có, tôi xin cáo lỗi với tác giả ấy.*

SONG THAO
Gà Trống Thiến

Các món ăn chơi ngày tết đã được định hình trong câu đối dân gian: *Thịt mỡ, dưa hành, câu đối đỏ / Cây nêu, tràng pháo, bánh chưng xanh.* Tuyệt không thấy nói tới gà trống thiến. Nhiều người sẽ thắc mắc: gà trống thiến thì ăn nhậu chi tới tết. Có ăn nhậu! Cúng tết nhất định phải có con gà luộc đủ cả đầu đuôi nằm trên bàn thờ. Gà là gà, gà nào chẳng được, chúng ta thường nghĩ vậy. Đó là chúng ta thuộc trường phái "qua-la-rơ-măng". Người chu đáo không nghĩ như vậy. Gà cúng tết phải là gà trống, mà lại là gà trống thiến mới vừa lòng.

Phong tục Việt Nam dùng gà cúng trong đêm giao thừa bởi vì gà là biểu tượng của mặt trời, báo hiệu cho sự bắt đầu của một ngày mới. Giao thừa là khúc chuyển mùa, báo hiệu cho một năm mới, lại càng cần tới gà. Gà được chọn để cúng trong thời khắc tinh khôi bắt đầu một năm với ước mong mang lại an vui, may mắn, thịnh vượng, phát tài phát lộc phải là gà trống choai choai, không khuyết tật, mào đỏ, mỏ vàng, chân vàng và quan trọng nhất là vẫn còn tinh khiết, chưa đạp mái. Gà trống nào mà không đạp mái. Sáng sáng, chàng gân cổ lên gáy. Đàn gà xổ chuồng. Anh gà trống đứng ở cửa chuồng. Gà mái đi qua đều bị ịn một cái. Vậy nên muốn có gà trống tinh khiết để cúng, phải dùng tới gà trống thiến, còn gọi là gà thái giám. Anh này chỉ biết ăn no ngủ kỹ, chuyện trống mái bị lơ đi nên trọng lượng tăng vùn vụt, nặng gấp ba bốn lần gà thường. Thịt gà trống thường dai, không ngon. Nhưng thịt gà trống thiến lại mềm, ngọt, da dày và giòn. Thịt gà trống thiến khi luộc lên sẽ có màu vàng óng rất đẹp, đủ bắt mắt khi ngự trên bàn thờ. Người bị gà trống thiến mê hoặc đầu tiên chính là ông thầy cúng. *Chập chập thôi lại cheng cheng / Con gà trống thiến để riêng cho thầy.*

Thiến gà là cắt bỏ đi hai tinh hoàn của gà. Tinh hoàn của gà khác người. Người thì phô bày thành đùm lồ lộ, gà nằm ẩn trong bụng. Vậy nên thiến gà phải biết hai hòn ngọc nằm ở chỗ nào. Có hai cách thiến gà: thiến móc, còn gọi là thiến bụng và thiến sườn. Để sửa soạn thiến, gà không được cho ăn khoảng từ 6 tới 12 tiếng trước đó. Sau khi thiến, không cho gà ăn no trong 24 tiếng.

Thiến móc hay thiến bụng phổ thông hơn nhưng bất tiện hơn. Gà thường bị chảy máu nhiều và vết thương dễ nhiễm trùng. Người ta sẽ dùng ngón tay trỏ hay giữa chọc thủng màng bụng, lần nhẹ ngón tay theo sống lưng lên phía trước để tìm dịch hoàn nằm hai bên xương sống. Dịch hoàn có hình giống như quả trứng, trơn và nhẵn, kích thước bằng đầu ngón tay. Khi đã chạm vào cái mà chúng ta nghi là dịch hoàn, phải kiểm chứng lại bằng cách chuyển ngón tay sang phía đối xứng bên kia xương sống. Nếu hai bên giống nhau thì đúng là dịch hoàn. Người thiến sẽ lách nhẹ và cong ngón tay như cái móc cho dịch hoàn nằm vào giữa. Miết mạnh ngón tay để bảo đảm dịch hoàn nằm đầy đủ, không sót, rồi lựa thế kéo ra ngoài. Lối thiến bụng này có nhược điểm là gà bị chảy máu nhiều, mất sức. Tỷ lệ sống khỏe mạnh của gà sau đó chỉ đạt khoảng 70%. Ngày nay người ta chuộng lối thiến sườn hơn.

Lối thiến sườn chính xác hơn, thực hiện an toàn hơn và dễ sát trùng hơn. Tuy nhiên nhược điểm của lối thiến này là gà sẽ chịu đau nhiều hơn. Gà đau chứ người đâu có đau nên người ta không *care*. Đất nước ta không có các loại hội bảo vệ thú vật nên gà đau kệ gà, chẳng có ai lên tiếng bênh vực. Thiệt tội!

Muốn thiến sườn, người ta đặt cho gà nằm nghiêng về bên phải, đầu ngả về bên trái. Người phụ thiến, ngồi sau lưng… thiến gia, giữ chặt chú gà trong tiến trình trở thành thái giám. Người thiến sẽ nắn tìm vào giữa đốt xương sườn thứ nhất và thứ hai từ phao câu tính lên. Khi đã xác nhận vị trí, phần lông che sẽ được nhổ đi. Dao, panh, xiên, kim chỉ dùng vào việc mổ và chỗ mổ sẽ được sát trùng kỹ lưỡng bằng cồn 90 độ. Rạch một đường dài từ 3 tới 4 phân xuống phía bụng, cách xương sống khoảng 1 phân giữa sườn thứ nhất và thứ hai. Dùng panh căng vết mổ rộng ra khoảng từ 2 đến 3 phân. Dùng đèn pin soi vào chỗ này sẽ thấy dịch hoàn màu trắng hồng nằm sát xương sống. Dùng chỉ làm thòng lọng cho dịch hoàn chui vào, dùng xiên đâm vào dịch hoàn và kéo thòng lọng cho đứt cuống dịch hoàn rồi kéo ra ngoài. Làm lại y chang với dịch hoàn thứ hai. Khâu vết thương và sát trùng.

Thiến gà cần quen tay và nhanh nhẹn nên người nuôi gà trống thiến thường lọng cọng nếu tự thiến lấy. Bởi vậy mới có nghề thiến gà. Ông Lý A Nhì, ngụ tại Định Quán là một tay thiến gà có tiếng. Ông phải mất hơn một năm theo học tay nghề mới vững. Chỉ cần khoảng ba phút là ông có thể biến một chú gà trống ngây ngô thành thái giám. Nhưng ngày nay người ta ít cầu kỳ trong chuyện ăn nên chỉ cần gà trống thiến trong các dịp lễ tết và cúng giỗ khiến nghề của ông Nhì không có nhiều khách hàng. Mỗi tháng ông chỉ ra tay hai lần vào ngày mùng 1 và ngày rằm tại chợ Phú Vinh. Mỗi ngày ông xử được từ 30 đến 50 chú gà. Nếu có người mời tới nhà ông cũng lê cái thân 70 tuổi, có năm chục năm hành nghề, tới thiến gà tại gia. Thân chủ chính của ông là các người thiểu số Tày, Nùng và người Hoa tại Đồng Nai.

Cũng tại Định Quán còn có nhiều gia đình chuyên nuôi gà trống thiến để bán ra thị trường. Như gia đình ông Triệu Hóa Xinh. Ông tiết lộ: "Tôi nuôi đàn gà từ 700 đến 1 ngàn con. Mỗi lứa gà tôi chỉ chọn được vài chục gà trống tơ to khỏe để thiến. Giá một con gà trống thiến gấp ba giá một con gà thường nên nuôi gà trống thiến có lợi nhuận cao hơn". Đồng bào thiểu số thường đãi tiệc bằng gà trống thiến. Món gà trống thiến ngon nhất chỉ giản dị là món luộc. Gà thiến luộc vừa chín tới, chặt miếng to, chấm với nước tương và địa liền. Địa liền là một thứ gia vị của núi rừng. Phong tục đãi khách của người Hoa tại địa phương không bao giờ thiếu món gà trống thiến luộc. Đó là giá trị và hương vị của sự thân tình".

Gà trống thiến là đặc sản từ Nam ra Bắc. Trong Nam có gia đình ông Triệu Hóa Xinh thì ngoài Bắc có gia đình ông Triệu Xuân Thức ở Ba Vì. Giống gà ông Thức chọn nuôi là gà mía. Gà được cho nở vào tháng giêng, thiến gà vào tháng tư hay tháng năm âm lịch vào lúc thời tiết ấm áp, có lúa chiêm, khiến gà lớn nhanh và ít bệnh. Nuôi gà mía là thú vui của ông già 72 tuổi này. Ông chỉ cần lấy đủ vốn chứ không sinh sống bằng gà mía thiến. Khi đã thu lại đủ vốn, số gà còn lại ông để ăn hoặc cho con cái, biếu họ hàng, làng xóm. Gà mía thiến lông mượt mà óng ả, mào ngắn vì không còn tính dục, chân vàng có hàng chỉ đỏ ở hai bên. Gà được nuôi thả, chỉ ăn bắp, thóc và rau xanh, nặng từ 3 tới 4 ký. Thịt gà mía thiến rất thơm, da giòn, ít mỡ dưới da, có vị ngọt, đậm đà, dai mềm.

Ông Thức chỉ bán gà đủ một năm tuổi, đạt tiêu chuẩn. Ông giải thích tiêu chuẩn của ông là: mặt gà như gà mái, đầu nhỏ như đầu chim công, lông mao phủ kín thân, lông vũ dài và óng ánh ngũ sắc, cựa nơi chân phải dài đủ từ 3 đến 4 phân. Gà mía trong trang trại của ông Thức thường được mua để biểu tết. Ông Thức chia sẻ kinh nghiệm: "Nuôi gà mía thiến biểu tết phải theo chế độ dinh dưỡng sao cho gà giữ được thể trạng và mào phải đúng chuẩn. Muốn vậy, người chăn nuôi phải chịu khó, cần cù và am hiểu kỹ thuật nuôi. Kỹ thuật này gồm theo dõi thường xuyên biểu hiện của đàn gà, cho ăn uống đủ chất, tiêm phòng theo định kỳ, khử trùng thường xuyên trong chuồng và xung quanh chuồng. Ngoài ra phải cho gà "ăn chín, uống sôi" theo đó những thực phẩm như bắp, thóc phải được đun nấu để loại bỏ các chất tồn dư, giúp gà dễ tiêu hóa, hấp thụ. Nước uống phải nấu sôi, giữ thiệt sạch và để nơi chỗ cao ráo".

Nếu ông Triệu Xuân Thức nuôi gà mía thiến như một thú vui thì ông Nguyễn Quốc Quân, người Đường Lâm, Sơn Tây, nuôi gà mía thiến như một truyền thống gia đình. Ông cho biết: "Tính đến đời con tôi thì nhà tôi đã có truyền thống ba đời nuôi gà trống thiến. Ông cụ thân sinh ra tôi là Trưởng Bạ nhưng cũng là một tay thiến gà và nuôi gà có tiếng trong vùng. Ông cụ có thể thiến được gà khi gà mới hơn một tháng tuổi. Mỗi con gà thiến đều được ông chăm nuôi như chăm trẻ nhỏ.Vì vậy chất lượng và ấn tượng về từng miếng thịt gà trống thiến còn theo tôi đến tận bây giờ. Đó cũng là lý do để tôi tiếp tục nuôi gà trống thiến cũng như truyền lại nghề cho các con tôi. Có thể nói, gia đình tôi nuôi gà trống thiến không chỉ đơn thuần để làm kinh tế mà còn là gìn giữ một nét đẹp văn hóa, một nghề vô cùng đặc biệt của ông cha chúng tôi để lại". Con ông Quân, anh Nguyễn Huy Ba, đã bỏ nghề phóng viên để quay về trang trại của cha hầu có thể để toàn thời gian phát triển thương hiệu "Gà Mía Sơn Tây", một sản vật tiến vua, một niềm tự hào của người dân Đường Lâm.

Gà trống thiến tiến vua? Thời nay đâu còn vua chúa chi mà tiến. Nhưng anh Nguyễn Huy Ba không nói sảng mà chỉ nói không rõ. Vua anh muốn đề cập tới là hai vị vua nguyên quán tại làng Đường Lâm, thăng hà đã lâu, tiến có nghĩa là cúng. Đó là vua Phùng Hưng, qua đời năm 791, và vua Ngô Quyền, qua đời năm 898. Hai ngày giỗ của hai vị vua là mồng 8 tháng giêng giỗ vua Phùng Hưng và 14 tháng 8 giỗ vua Ngô Quyền. Theo lệ làng, gia đình nào năm đó quang quẻ, khỏe mạnh, không có bụi (không có tang trong vòng 3 năm), con cái phương trưởng, gia đình hạnh phúc thì gia chủ được cử ra làm chủ tế ở hội đình. Đó là một vinh dự lớn nên người nào được chỉ định phải thiến gà từ tháng 3 hoặc tháng 4 năm trước để kịp tháng giêng năm sau làm mâm xôi, con gà ra đình làm lễ. Mâm cỗ của chủ tế để ở gian chính, còn cỗ của 9 xóm trong làng bày xung quanh.

Gà trống thiến nhảy lên những mâm cúng uy nghi. Cúng vua, cúng tết. Có khi nào gà thái giám bay xuống chốn dân gian chăng? Có, nơi món phở gà. Nhà báo Phan Nghị cho biết ngay từ đầu những năm 1950, tại Hà Nội đã có xe phở gà ngon nổi tiếng tại đường Huyền Trân Công Chúa. Người bán phở gánh này tên Chí. Phan Nghị viết: "Con đường mang tên vị công chúa nhà Trần bé bằng cái lỗ mũi, với cái vỉa hè rộng hơn một mét, khách ăn kẻ đứng người ngồi húp xì xụp". Năm 1954, nhà văn Nguyễn Tuân theo đoàn quân trở về tiếp quản Hà Nội, vội vàng tới ăn coi phở gà ra làm sao. Ăn xong ông đã khen là "tuyệt phở". Không biết Phan Nghị nhớ đúng không? Nguyễn Tuân là người sành phở. Phở của ông phải là phở bò chín, bò tái ông cũng chê. Trong tùy bút nổi tiếng "Phở", ông viết: *Lại còn phở gà. Muốn đổi cái hương vị chính thống của phở bò, ăn một vài lần phở gà trong đời mình cũng không sao. Nhưng có một hàng bán phở gà ở Hà Nội mà nhiều người thủ đô không bằng lòng chút nào. Y bán vào buổi sớm, người xúm lại kêu ăn gạt đi không hết. Cái người bán hàng khinh khỉnh như một quý tộc đó, cũng đã khéo chọn một góc phố mang tên một bà chúa mà dọn hàng! Nói của đáng tội, gà ở đấy trông ngon mắt thật. Đã có những bạn lưu dung khen ông hàng là nhất nghệ tinh nhất thân vinh, và khen tay ông lách vào con gà béo vàng như tay một bác sĩ khoa mổ xẻ thuộc làu từng khớp xương thớ thịt. Cái đầu gà, cái cẳng giò gầy, cái cổ, xương mỏ ác, ông hàng thản nhiên vứt nó xuống một cái thùng, không phải để vứt đi, nhưng chắc là đã có những bợm rượu khu phố ăn giá sẵn từ trước rồi để chốc nữa đem ra nhấm nháp. Thực ra, khi mà có người ăn bát phở gà không tiếc tiền dám gọi đến cái thứ phở từ một ngàn năm trăm đồng một bát, thì bát phở ấy cũng khó mà không ngon được. Hãy đứng ở đấy một buổi sớm mà xem người ta ăn phở gà. Sốt ruột đáo để. Người ăn mề gà, người ăn đùi, ăn thịt đen chứ không ăn thịt trắng nó chua, ăn lá mỡ, phao câu, ăn đầu cánh. Miếng ăn ở đây đích thị là một miếng nhục, nhục theo cái nghĩa một miếng thịt ngon hợp khẩu vị, và cũng đi theo cái nghĩa nhục nhằn túi bụi".*

Tháng 7 năm 1954, phở đã theo bước chân dân di cư vào Sài Gòn và chẳng mấy chốc đã nhập được vào các món ngon miền Nam. Lúc đầu chỉ có phở bò nhưng rồi phở cũng lân la tới gà. Những ngày mới mẻ nơi thành phố đang tập làm quen đó, tôi đạp xe qua đường Hiền Vương, nhìn những chú gà béo ngậy treo lủng lẳng trong những quầy kính cũng quyến rũ như những tảng thịt bò dính nạm vè.

Thập niên 1960, Sài Gòn bỗng xuất hiện phở gà trống thiến. Giới thanh niên sinh viên nhộn nhạo. Dân sành điệu rủ nhau về đường Phan Đình Phùng, gần chợ Vườn Chuối, nơi duy nhất có phở gà trống thiến. Nhà báo Phan Nghị ghi lại: *"Phở gà trống thiến xuất hiện ở Saigon vào những năm 60, ở phía chợ Vườn Chuối – tuy chưa được liệt vào loại tuyệt phở, nhưng cũng được khách ẩm thực đặc biệt chiếu cố. Phở ngon là một lẽ: thịt gà trống thiến thơm và mềm như gà mái tơ, nước phở trong hợp với khẩu vị của những người kén ăn, nhưng cũng còn một lẽ khác: người ta vừa ăn, vừa ngắm cái vẻ thướt tha yêu kiều của con gái ông chủ tiệm, thỉnh thoảng đi ra đi vô, mỉm cười với người này, gật đầu chào người kia, giơ tay 'bông rua' người nọ, tự nhiên như một cô đầm non.*

Đó là nữ ca sĩ Y.V, một giọng ca lả lướt của các phòng trà. Ban ngày, nàng giao thiệp với phao câu, đầu cánh, thịt đùi; ban đêm, chìm đắm trong ánh đèn màu".

Nhà văn Hoàng Hải Thủy, vốn dĩ là một thứ công tử, công tử Hà Đông, dĩ nhiên cũng phải là dân sành điệu. Khi đã định cư tại Mỹ vào thập niên 2000, nhớ về Sài Gòn, ông đã cảm thán: *"Tại đường Phan Đình Phùng với quán phở Con Gà Trống thiến cùng hai kiều nữ con chủ quán, nổi danh tài sắc. Yến Vỹ cùng chị, cả hai để mái tóc bồng rối như minh tinh Brigitte Bardot. Bao thực khách đến chẳng phải phở ngon, nhưng vì Yến Vỹ đẹp lại hát hay. Quán café, nhà hàng phở giai nhân cũng khiến một chàng Cử Văn Khoa phải vào nhà thương điên vì tình si. Sài Gòn 1960 có tiệm phở gà trống thiến nổi danh ở đường Phan Đình Phùng, nữ ca sĩ Yến Vỹ là người đẹp ở tiệm phở này, nói rõ hơn tiệm Phở Gà Trống Thiến Phan Đình Phùng Sài Gòn 1960 là nhà riêng của nữ ca sĩ Yến Vỹ. Bốn mươi mùa thu lá bay... Em ơi... bây giờ em ở đâu? Anh đã già. Nhan sắc anh tàn phai! Nhưng anh vẫn nhớ em trong khi cả và thiên hạ đã quên em. Em và Kim Chi, những nữ ca sĩ đẹp, hát hay thời anh ba mươi tuổi. Dù cho vật đổi, sao dời, trời long, đất ngả nghiêng, chắc em và Kim Chi vẫn còn nguyên xuân sắc: Phải chăng từ độ ấy quan san / Trời đất cùng đau nỗi hợp tan / Riêng có mình ta phai áo lục / Kim Chi, Yến Vỹ vẫn hồng nhan?"*.

Ngày đó, anh sinh viên Văn Khoa là tôi, tuy không bi lụy như anh Cử Văn Khoa được nhắc tới ở trên, cũng đã lai rai tới phở gà trống thiến. Thịt gà trống thiến có thơm và mềm không, tôi phải thú thật là không biết. Cũng như mọi tuổi trẻ thời đó, chúng tôi tới phở gà trống thiến bằng mắt chứ không phải bằng miệng!

Song Thao
02/2022
Website: www.songthao.com

NGUYỄN MINH NỮU
LÀM BÁO Ở WASHINGTON DC

Định cư tại Mỹ năm 1995. Ở tuổi 45, tôi có 5 năm thơ dại sinh trưởng tại Hà Nội, có 20 năm đi học, đi lính và sống với Việt Nam Cộng Hòa, sau 1975 có 20 năm lăn lộn kiếm sống với Việt Nam Cộng Sản, tôi còn bao nhiêu năm để sống với đất nước tự do Hoa Kỳ nữa đây? Đến Mỹ ở lứa tuổi quá lứa cho đi học, những đam mê đọc và viết từ thời thanh niên đã tự giấu mình suốt mấy chục năm, một gia đình nhỏ những đứa con chưa đến tuổi trưởng thành, mọi thứ đều tạm gác lại cho tương lai của lứa đời sau.

Khi định cư tại Hoa Kỳ, niềm mơ ước đầu tiên và lớn nhất của mình là được cầm bút trở lại. Không thể sống toàn thời gian bằng ngòi bút như khao khát, nên tôi tìm kiếm việc làm từ ngành báo chí. Trong vùng, đang có nhiều tờ tuần báo phát hành. Tất cả các tờ báo này đều là tập hợp của các bản tin thời sự, bình luận chính trị và quảng cáo. Trong đó, có bốn tờ báo mạnh, mạnh nghĩa là có nhiều quảng cáo, tờ báo dày và có một phong cách riêng như nhắm vào một thành phần độc giả thí dụ về Phụ Nữ, về Chính Trị, về Xã hội và về một ngành nghề như Nail. Nhưng Văn Chương hoàn toàn vắng bóng trong các tờ báo này. Bước khởi đầu là tôi gọi điện đến xin việc và bị từ chối vì đã đủ người. Sau đó, thấy một quảng cáo cần người đánh máy tiếng Việt, tôi gọi điện đến xin việc và được gọi tới phỏng vấn.

Người tôi gặp là Lê Khiêm. Khiêm còn trẻ, đang là người cung cấp các bản tin cho các báo Việt Ngữ trong vùng. Sau năm 1975, Hiệu trưởng trường trung học Văn Học tại Đà Lạt cũ là Chử Bá Anh định cư tại vùng Hoa Thịnh Đốn. Ông hình thành một cơ quan thông tấn, chuyên nghiên cứu và dịch thuật các bản tin quốc tế liên quan đến Việt Nam từ các hãng thông tấn Mỹ, các tư liệu văn học cũ và các sinh hoạt người Việt khắp nơi trên thế giới, đúc kết thành một bản tin mỗi ngày, cung cấp cho những người có nhu cầu đặt mua, và các tờ báo Việt Ngữ làm tư liệu. Khi ông Chử Bá Anh từ trần, người cộng tác với ông là Lê Khiêm tiếp nối công việc đó.

Lê Khiêm còn trẻ, năng động và nồng nhiệt. Khiêm hỏi tôi có biết đánh chữ tiếng Việt không? Tôi gật đầu, Khiêm đưa tôi một một xấp giấy viết tay, và chỉ cho tôi một cái Computer bỏ trống để làm việc thử. Khoảng hai giờ sau, Khiêm ghé lại nhìn qua những gì tôi đã làm, và mời tôi vào phòng riêng trò chuyện. Khiêm hỏi, thực sự anh muốn gì? Bởi vì nếu anh đến xin việc đánh máy thì em nghĩ là anh không sống được. Tiền lương lao động đơn giản hiện nay thấp nhất là 4,25 đồng một giờ, còn ở đây, em trả tiền theo số trang đánh máy, giá mỗi trang là 1,50 đồng, anh đánh máy suốt hai giờ và chỉ được có ba trang. Cho nên em cho rằng anh muốn một cái gì khác chứ không phải muốn đánh máy chữ kiếm tiền.

Tôi nói tôi vừa định cư tại Mỹ hơn một năm. Trước 75 tôi cầm bút viết văn, có làm việc cho một vài tờ nhật báo ở Saigon, tôi yêu thích làm truyền thông vì phù hợp với khả năng của mình. Tôi nghĩ tôi có thể đọc, có thể viết và có thể trở lại được cái hào hứng sáng tác tôi có. Nhưng không tìm được công việc từ các tờ báo hiện tại ở đây, và tôi tưởng Hãng Tin này sẽ có một công việc cho mình.

Lê Khiêm vui vẻ, cái công việc ngày xưa anh làm là viết báo chứ không phải làm báo, rất gần gũi với việc biên tập và thực hiện một tờ báo chứ không phải là cặm cụi đánh máy ăn tiền. Anh thực sự có muốn tự thực hiện một tờ báo trong vùng này?

- Sao làm được khi mới qua Mỹ, tiền không có và vốn liếng Anh ngữ chưa đầy lá mít.

- Không phải đâu, tiền để thực hiện một tờ báo không nhiều và có thể xoay sở được, Anh Ngữ rất cần nếu đi vào thị trường Hoa Kỳ, làm báo tiếng Việt lại không quan trọng mấy, anh đang có một thứ mà nhiều người làm báo ở đây không có; đó là Đọc, đó là Nhận Định, đó là Phân Tích và Tổng hợp. Nếu anh muốn, em có thể giúp anh.

- Bằng cách nào?

- Em sẽ chỉ cho anh cách trình bày một tờ báo, cách nuôi sống tờ báo, địa điểm in ấn, cách phát hành và cung cấp cho anh bài vở tin tức, nghĩa trọn bộ để có một tờ tuần báo, còn có tìm được quảng cáo hay không là do khả năng giao tiếp của anh, tờ báo có độc giả hay không là do nội dung anh chọn lựa và đưa vào.

Bài toán đầu tiên là với kích thước khổ giấy Taploi, in 2 màu, số lượng 2000 bản, giá phải trả cho nhà in là 450 đồng. Bản tin thì thay vì phải mua 7 bản tin cho một tuần để chọn lựa, mỗi bản tin 50 đồng thì Lê Khiêm nói em sẽ tính anh mỗi tuần 50 đồng thôi. Giá quảng cáo một trang là 50 đồng. Nghĩa là nếu lấy được 20 trang quảng cáo, còn 20 trang đi bài vở thì mỗi tuần sẽ có được số tiền cho công chọn bài vở, layout trình bày, phát hành báo tới các địa điểm kinh doanh. Nhưng quan trọng và thú vị là được làm công việc phù hợp với năng lực của mình và niềm mơ ước của mình.

Bản tin mà Lê Khiêm thực hiện là sự nối tiếp công việc dang dở của Giáo Sư Chử Bá Anh sau khi ông từ trần. Công việc của Chử Bá Anh là một bản sao của Thông Tấn Xã Việt Nam trước năm 1975. TTXVN là cơ quan của Bộ Thông Tin Việt Nam Cộng Hòa, có Tổng biên tập, và đội ngũ hùng hậu các phóng viên thời sự, phóng viên chiến trường, quan sát viên chính trị, dịch giả nhiều ngôn ngữ. Hàng ngày, có khi phát hành một tới hai, ba bản tin tổng hợp Chính trị, Kinh tế, Thời sự trong và ngoài nước. Ngoài việc gửi tới các báo chí, phát thanh, truyền hình những tin đáng chú ý trong và ngoài nước, còn là cách hướng dẫn dư luận theo một đường lối chính trị. Cái cần nhấn mạnh là, hướng dẫn dư luận, chứ không phải Chỉ Đạo truyền thông như sau này chúng ta thấy ở trong nước sau 1975.

Thực hiện một tờ báo ở vùng Hoa Thịnh Đốn, khác với thực hiện một tờ báo ở California, và tất nhiên là khác hơn rất nhiều việc thực hiện một tờ báo ở Việt Nam hồi trước 75. Khác như thế nào?

Báo chí ở Việt Nam trước, có tòa soạn với Chủ Nhiệm lo đối ngoại, một Chủ Bút hay Tổng thư Ký lo viết bài, đọc và chọn lựa bài của các bản tin và của các phóng viên gửi về. Có nhiều phóng viên thu thập tin tức, viết phóng sự xã hội, chiến trường, chính trị, thời sự, cộng với những mục thường xuyên mang tính biệt dị của từng tờ báo.

Báo chí Việt Ngữ ở California phát triển từ khoảng năm 1976 với một vài tờ tuần báo với những tin tức thu lượm từ báo chí Hoa Kỳ, những bài vở văn thơ đa số ghi nhớ lại trước 1975, và một số tin tức cộng đồng người Việt. Sau đó càng lúc càng phát triển mạnh mẽ, khoảng thời gian khi tôi làm báo, thì ở California đã có trên 50 tuần báo, ba tờ nhật Báo là Người Việt, Viễn Đông, Việt Báo, có tới ba hãng thông tấn thực hiện bản tin hàng ngày và ít nhất là khoảng 5 *websites* tiếng Việt được phổ biến và theo dõi. Báo ở Cali cạnh tranh rất nhiều, dù không thể như Việt Nam xưa, nhưng mỗi tờ báo cũng có ít nhất vài phóng viên viết phóng sự về người Việt, và căn bản là có một Ban Biên Tập có thực lực viết bài bình luận thời sự, sáng tác thơ văn và chọn lựa bài vở tin tức giữa trùng trùng lớp lớp những bài trên các bản tin và trên mạng.

Còn làm báo tại Hoa Thịnh Đốn lại khác hơn nữa. Mỗi tờ báo chỉ có một người biên tập, viết bài và nhiều lắm là một nhân viên làm về *layout*.

Làm tờ báo như thế, nghe có vẻ dễ dàng, nhưng không phải vậy.

Về tin tức, ngoài những bản tin mua có trả tiền để sử dụng chính thức, còn có những tin tức tiếng Việt trên các đài VOA, BBC, RFI và các *websites* tiếng Việt và người biên tập phải đọc tất cả để cân nhắc tin nào thật, tin nào giả, tin nào phù hợp với lập trường tờ báo, về các bài viết, cũng phải tìm đọc mênh mông các bài bình luận, tham luận, nhận định, và sáng tác văn học, để chọn ra để đăng trên báo của mình trùng với những điều mình ủng hộ.

Một kỷ niệm sẽ không quên được về làm báo. Đó là thời điểm chuẩn bị để xuất bản. Một số bạn bè trong vùng chân tình khuyên nhủ là suy nghĩ lại. Làm báo là con đường dễ chết, vì thiếu bài, vì thiếu người, vì không đủ tài chính nuôi tờ báo và còn vì sự đánh phá từ nhiều phía như bạn cùng nghề, các thế lực chính trị không cùng quan điểm vì... vì... Sau đó, một buổi gặp gỡ với bạn bè, tất cả các câu hỏi về năng lực, về ý tưởng, lòng kỳ vọng, mọi người đều khuyên nên nghĩ lại. Khi quay về nhà, một mình trong đêm vắng, trằn trọc suy nghĩ và quyết định. Tự nhiên chợt nhớ đến một trận đánh trong truyện Tây Hán Chí. Trận đánh giữa quân của Tây Sở Bá Vương Hạng Võ và Phá Sở Nguyên Nhung Hàn Tín.

Trận đánh quyết liệt đó, Hàn Tín lập một trận thế kỳ lạ ngược hoàn toàn với các binh pháp cổ xưa, đó là đằng sau thế trận là một bờ sông lớn, nghĩa là tạo cho quân sĩ một tâm thế chỉ có một đường là Đánh chứ không có đường lui. Tự xét về hoàn cảnh thực tế của mình, và nóng bỏng khao khát muốn được sống và làm việc bằng khả năng mà mình còn có được giữa xứ người, tôi bật dậy, dùng bút đen nét lớn viết trên bức tường ngay trước mặt bàn làm việc của mình ba chữ thật lớn: BỐI THỦY TRẬN. Vâng, đó là một trận thế mà sau lưng không có đường rút chạy.

Hơn hai mươi năm sau ngày 30/4, cộng đồng người Việt ở Mỹ đã hình thành bốn khu vực đông đảo là 1/ California, 2/ Texas, 3/ Washington State và 4/ khu vực vùng Đông Bắc Hoa Kỳ, Đây là khu dân cư gồm Maryland phía bắc, Virginia phía nam, bao bọc thủ đô Washington DC ở giữa. Cả bốn khu vực đã có rất nhiều sinh hoạt về văn hóa, nhiều người cầm bút trước 75 đã bình tâm nhìn lại và viết lại, cùng với nhiều người mới hơn tham gia thực hiện các tạp chí mạng, tạp chí giấy. Các tạp chí văn chương như Văn do Mai Thảo thực hiện, rồi Nguyễn Xuân Hoàng tiếp nối, Hợp Lưu với Khánh Trường, Văn Học với Nguyễn Mộng Giác, Hoàng Khởi Phong, Trịnh Y Thư, Thế kỷ 21 với Lê Đình Điểu, Đỗ Quý Toàn và những bài tham luận chính trị trên nhật báo Người Việt của Ngô Nhân Dụng, Vũ Ánh, Cao Thế Dung, là những tư liệu quý hiếm mà các tờ báo địa phương sưu tầm phổ biến lại trong quan niệm về chính trị và nhân bản.

Chọn lựa tờ báo sẽ đi theo hướng bài vở như thế nào, và tờ báo phải có những đặc điểm riêng nào và để cho độc giả cũng như các đơn vị kinh doanh nhìn thấy được cái khác biệt với những tờ báo có sẵn.

Một tờ báo về văn chương nghệ thuật? Hay một tờ báo về thương mại dịch vụ? Cái cân nhắc chọn lựa chính là thiên hướng về phía nào. Hướng đi tôi chọn lựa là một phương tiện kiếm sống bằng báo thương mại, nhưng nghiêng bài vở về Nhân văn và Văn Học Nghệ Thuật để gửi tới một phần trong đám đông độc giả còn tha thiết khoảng trống này. Văn Học Nghệ Thuật không phải điều giải trí, mà hành trang để tới nhân bản nhân văn.

Tôi chọn tên là Tuần Báo Văn Nghệ, khi chưa có khả năng làm về văn học, thì hãy làm văn nghệ trước đã. Tờ báo sẽ có bốn chuyên mục mỗi tuần thật riêng tư mới lạ với báo chí trong vùng. Thứ nhất là bài viết ở trang 3, đặt tên là Tản Mạn Đời Thường do Chủ Nhiệm viết mỗi tuần, nói về đủ thứ nghe thấy, nhìn thấy, nghĩ về... trong tuần đó, một lời tâm sự nho nhỏ. Có lẽ đây là mục mà tôi trân quý nhất, vì đó chính là nơi nói được cái ước ao khi làm tờ báo ở vùng Hoa Thịnh Đốn. Ý tưởng này không phải do tôi sáng tạo ra, mà là một bản sao từ trước 1975 của nhật báo Tiền Tuyến. Đó là mục Tạp Ghi do Ký giả Lô Răng tức nhà văn Phan Lạc Phúc thực hiện hàng ngày trên trang 2 tờ báo. Mục Tạp Ghi này thực phong phú những đề tài nói tới bao gồm văn học, nghệ thuật, chính trị, quân sự, xã hội, được nhìn qua ngòi viết đa tài và sâu sắc của Lô Răng, sau đó còn có nhiều người tham gia như Thanh Tâm Tuyền, Trần Hoài Thư... Tản Mạn Đời Thường là một cách thực hiện như thế, nhẹ nhàng hơn và gần gũi hơn với độc giả miền Đông Hoa Kỳ, bởi người viết đang thực hiện điều mà tôi khao khát là tôi đang ở đây và tôi nghĩ điều gì.

Mục thứ hai là Một Bông Hồng Trong Đời Sống, sưu tầm những tiểu truyện khoảng một trang về tình người, tình bạn, tình cha, tình mẹ, tình thầy trò, tình chiến hữu đa số sưu tầm từ loạt bài Chicken Soup, Học làm Người, Quà Tặng Cuộc Sống, những bài viết đã gây xúc động sâu sắc trên toàn thế giới, và thật hữu ích cho những người có dịp đọc được.

Mục thứ ba Thế Giới Nghệ Sĩ, mua lại tác quyền của nhạc sĩ Trường Kỳ, đăng tải hàng tuần về tiểu sử và quá trình của các tài năng trong âm nhạc, Và mục thứ tư là Lang Thang Trên Web, sưu tầm từ khắp nơi các tin rất ngắn các điều mới lạ vừa phát hiện ra trên khắp thế giới về thiên văn, địa lý, khoa học, đặc biệt lồng vào hành trạng và tác phẩm các tác giả văn học.

Những mục thường xuyên đó là câu chuyện văn học tản mạn mỗi tuần, là cung cấp các bài học nhân bản cho các bậc cha mẹ dạy dỗ con cái, là nhắc nhớ những tiếng hát, ca khúc đi theo ta suốt nửa đời người, và sau chót là phổ biến tổng hợp những kiến thức mới nhất bằng các bản tin ngắn gọn. Nội dung đó, thật vui vì đáp thỏa được nhu cầu của rất nhiều gia đình người Việt trong vùng, họ đến các cơ sở kinh doanh tìm xin báo Văn Nghệ, và kích động các cơ sở đó đăng thông tin kinh doanh trên tờ tuần báo họ yêu thích. Tôi tin rằng chính nội dung riêng biệt mà tờ báo chọn lựa đã tạo sức sống cho tờ báo suốt bao nhiêu năm.

Bài viết ngắn này, xin gửi tới ba người đã cho phép Văn Nghệ thường xuyên được sử dụng bài vở trên Văn Nghệ là Ký Mục Gia Bùi Bảo Trúc với loạt bài Thư Gửi Bạn Ta, Nhà văn Tưởng Năng Tiến với loạt bài Sổ Tay Thường Dân và Bình Luận Gia Chính Trị Đại Dương. Với tôi, và cho đến bây giờ, vẫn cho rằng đó là những loạt bài rất thời sự, rất văn chương và sắc sảo nhất về những đề tài mà họ nhắc đến.

Tuần báo Văn Nghệ phát hành được 18 năm, từ 1997 đến 2014. Đình bản tháng 8 năm 2014 vì nhiều lý do, thứ nhất kinh tế lúc đó trì trệ sau bùng vỡ quả bóng địa ốc, các cơ sở kinh doanh người Việt đóng cửa, hoặc có mở cửa cầm chừng cũng thu gọn quảng cáo, tờ báo không còn đủ chi phí in ấn; thứ hai, lớp độc giả ngày xưa mỗi cuối tuần lái xe ra các trung tâm thương mại xin báo về đọc càng lúc càng hiếm hoi vì tuổi già, vì mắt yếu và đôi khi đã mãn phần. Lớp trẻ hơn tìm đọc tin tức bài vở trên hệ thống internet nhanh hơn, đa dạng hơn và dễ dàng hơn. Và ngay người chủ trương cũng ý thức được tuổi già đã tới, khoảng đời còn lại không nhiều, muốn dành thời gian cho những tâm nguyện khác, mà thời gian làm báo bận rộn cho kinh doanh đã không thực hiện được mơ ước của mình.

Dù đóng góp nhiều hay ít, dù thành công hay thất bại, cũng đã là kỷ niệm. Dù sao thì cũng đã một thời.

Nguyễn Minh Nữu
Dec 28/2021

MINH NGỌC
CHÀNG VÀ NÀNG

Thế là chàng làm thơ.

Chàng tự gọi mình như vậy cho thi vị, mặc dù mấy chục năm trước hai ông tiên chỉ làng văn làng báo Võ Phiến và Nguyễn Xuân Hoàng đã đăng đàn càm ràm hai chữ "chàng" - "nàng" lắm phen. Thậm chí ngay đầu thập niên 1930, chính thi sĩ Nho học Tản Đà lại phê bình Khái Hưng - nhà văn tân học chủ trương cải cách - về việc dùng hai đại từ này trong tiểu thuyết, khiến Khái Hưng phải viết bài phản hồi trên báo Phong Hóa. Tản Đà đi trước thời đại quá xa, vì hai đại từ này vẫn tiếp tục tồn tại trong thơ văn cho đến bây giờ, tuy có dần dần thưa thớt. Các cây bút thế hệ sau này hầu như không dùng đến, còn chàng lại nhớ câu hát của Nhật Trường Trần Thiện Thanh "để anh buồn như anh chàng làm thơ" nên dùng danh xưng ấy để sóng đôi với "nàng thơ" cho đồng điệu, mặc kệ người đời chê sến.

Chàng làm nghề kế toán (CPA), suốt ngày chúi mũi vào những dãy số trên màn hình, thống kê cộng trừ, kiểm điểm tài khoản thân chủ, mùa xuân hoa đào hoa lê nở rộ là mùa thuế bận túi bụi. Tức là công việc của chàng không có chi là thi vị. Suốt những năm tháng trai trẻ, chàng lo học hành đỗ đạt rồi cật lực làm việc để giữ chỗ trong hãng, quay mòng mòng với lịch học nhạc và thể thao của con cái, đầu óc đâu còn chỗ nào cho thơ với văn. Bây giờ ở tuổi trung niên, con vào đại học, công việc ổn định, nhà trả góp xong, tinh thần rảnh rang, chàng bỗng sính làm thơ, nhất là từ khi vào facebook thấy mọi người đăng thơ văn ào ào như nấm mọc sau mưa. Ngày nào mở facebook cũng thấy đầy những thơ là thơ, chàng nổi hứng, tự nghĩ bao nhiêu người làm thơ dễ dàng như thế thì sao mình không làm cho có tiếng tăm với thiên hạ.

Khởi đầu, chàng thử sức với lục bát, thể thơ phổ thông nhất và đơn giản với luật bằng trắc, chỉ phải chú ý vần. Để dễ sắp câu, chàng viết ra một dọc từ cùng vần rồi ghép ý sau: ai, bai, cai, chai, dai, đai, gai, hai, khai, lai, mai, nai, nhai, phai, quai, rai, sai, tai, thai, trai, vai. Sắp xếp câu chữ bằng trắc là thành bài thơ, đọc lên nghe cũng xuôi tai.

Thế rồi có người chê lục bát nhà quê, nôm na mách qué, chỉ có thơ Đường luật là trí thức, là thông thái. Chàng bèn tập làm thơ Đường luật, chẳng những chú ý vần mà còn phải vắt óc nghĩ ra những cặp từ đối nhau cho chỉnh, bài nào cũng na ná nhau, nhiều từ xài tới xài lui trùng lặp khuôn sáo gò bó, ý rỗng tuếch. Nhức đầu và tốn thì giờ, chàng thôi làm thơ Đường luật, quay sang viết thơ ngũ ngôn, thất ngôn. Nhiều người lại bảo thơ kiểu tiền chiến của Lưu Trọng Lư, Huy Cận, Xuân Diệu xưa rồi, từ nhóm Sáng Tạo năm 1957 thơ tự do đã lên ngôi, và sau này thơ tân hình thức nữa. Chàng mù tịt chẳng biết thơ tân hình thức là cái quái gì, một người bạn giới thiệu trang facebook tham khảo. Bài thơ chữ nghĩa cao siêu, chàng đọc thấy ù ù cạc cạc, chẳng hiểu nhà thơ muốn nói gì, nhưng phía dưới được hơn một trăm "like", chàng hoang mang tự ti, nghĩ không biết một trăm người này trí tuệ cỡ nào mà thấm nhuần tư tưởng bao la của bài thơ nọ.

Dù vậy, người ta trồng khoai thì mình cũng vác mai ra đào. Chàng thức đêm thức hôm miệt mài tập làm thơ tự do. Câu thì cộc lốc một hai từ, câu thì xuống hàng hai ba lượt kiểu các ông Chế Lan Viên, Tô Thùy Yên; ngắt câu, chấm phẩy càng bất ngờ càng tốt, đừng lo bị phạt vì đậu xe tùy tiện như ở New York City. Từ ngữ quăng vào vô tội vạ, phải bí hiểm, sáng chế từ lạ càng hay, ghép bừa chữ lại thành câu không cần ai hiểu. Đọc lại, chàng tự đắc với sáng tác mới của mình, thấy chẳng thua gì mấy bài thơ được "like" ào ào trên facebook. Tuy nhiên, các phản hồi vẫn thưa thớt, không như mong đợi, dù chàng có kết bạn với một số nhà thơ tên tuổi. Chàng nghiệm ra rằng, đa số các cây bút nổi tiếng nhận kết bạn facebook chỉ để có thêm độc giả đọc bài của họ, chứ họ chẳng mấy khi đọc bài người khác, hy vọng được họ chú ý là không tưởng.

Nên chăng, tốt hơn là gửi cho báo, ít ra cũng được ai đó đọc đến khi soạn bài để đăng.

Được một số bài kha khá đủ thể loại, chàng hồi hộp gửi cho các báo, tưởng tượng thi phẩm của mình in trang trọng trên mực đen giấy trắng, chen vai sát cánh các tác giả quen thuộc. Nhưng đợi mãi chẳng thấy tăm hơi, không biết họ không nhận được hay không đọc, họa hoằn mới có người lịch sự trả lời rằng báo nhận được quá nhiều thơ nên chưa đăng được. Một lần dự tiệc cưới, chàng mừng run trông thấy thi sĩ lừng lẫy, đang chủ trương một tờ báo. Chàng lân la làm quen, mời rượu, rồi sửa giọng thật êm ái đọc bài thơ ưng ý nhất. Mới được mấy câu, ông ta khệnh khạng ngắt lời:
- Thơ mà không cảm xúc chỉ có vứt!

Chàng cụt hứng, xẹn lẻn, lủi thủi trở về bàn. Dĩ nhiên thi sĩ lừng danh hẳn phải đúng. Ông đã phát hiện, nâng đỡ nhiều tên tuổi, mà không nghe nổi mấy câu thơ của mình. Chàng trằn trọc suy nghĩ, sực nhớ nhạc sĩ Phạm Duy từng nói ông viết nhạc tình nhiều nhờ yêu nhiều sinh cảm hứng. Đó là lý do thơ chàng thiếu cảm xúc, chung chung: vì thiếu Nàng Thơ.

Nhưng kiếm Nàng Thơ ở đâu ra? Người chàng say mê thời trung học nay xa lắc xa lơ, hết rung động nổi. Cần phải có nguồn cảm hứng mới mẻ, không thể ở sở làm chỉ toàn mấy bà thư ký già khằn khó đăm đăm.

Mỗi ngày, chàng lên khỏi trạm subway ở góc đường, đi bộ vào tòa cao ốc có văn phòng của mình. Góc đường đó có một sạp báo, ông già Ấn Độ cằn cỗi cau có, ho sù sụ, giọng nói nặng thổ âm đặc sệt khó nghe, hôi rình mùi cà ri. Từ đầu tháng Giêng đến giữa tháng Tư là mùa khai thuế, thân chủ tấp nập đến, hồ sơ sổ sách dồn đống, nhân viên phải ở lại làm trễ hoặc thậm chí làm thêm thứ bảy, chủ nhật. Sáng thứ bảy, chàng lên khỏi subway ở góc phố, chợt thấy sạp báo như sáng bừng lên vì bóng dáng một người con gái sau quầy báo thay cho ông già đen đúa quạu quọ. Cô ta ngồi nghiêng, chăm chú đọc báo, tóc xõa che lấp mặt. Chàng đoán cô còn trẻ, căn cứ vào mái tóc dài óng ả đen mướt, và chắc là đẹp - các cô gái Ấn Độ có đôi mắt tròn to, mi cong vút, mũi cao thẳng, môi mọng. Chàng thấy tim mình đập hơi mạnh.

Mỗi khi đến sở vào thứ bảy, chủ nhật, chàng đều thấy cô sau quầy báo, luôn cúi nghiêng mặt đọc báo. Chàng đoán ngày thường cô đi làm hay đi học, cuối tuần ngồi bán báo đỡ cho cha.

Trông thấy cô thường xuyên rồi, chàng bắt đầu tơ tưởng đến cô, dần dần bóng dáng cô xuất hiện trong những bài thơ mới viết. Chàng xác định đây là Nàng Thơ của mình, và từ nay gọi là Nàng.

Thơ viết càng nhiều, tâm hồn chàng càng xao động mạnh vì nàng. Nàng tên gì, nàng làm gì, chàng không cần phải biết. Chỉ cái dáng ngồi nghiêng và mái tóc xõa dài óng ả cũng đủ tạo hứng cho bao nhiêu bài thơ, như ông Lưu Trọng Lư và cô Điềm Phùng Thị.

Đã đến giữa tháng Tư, là ngày hạn khai thuế. Ngày chủ nhật cuối cùng chàng phải đến sở trong mùa thuế. Chàng quyết tâm phải trông rõ mặt nàng một lần, hỏi tên nàng, và biết đâu có duyên gặp gỡ sau này. Buổi chiều ra về, chàng thu hết can đảm bước đến sạp báo, chân run run, tim đập thình thịch như lần đầu trao thư tình cho cô bạn gái dưới tàn phượng trong sân trường.

Nàng vẫn ngồi nghiêng, cúi mặt đọc báo, mái tóc xõa dài. Chàng tần ngần, hắng giọng nhè nhẹ.
Nàng ngẩng lên, cất tiếng:
- Ông cần gì?
Giọng Ấn đặc sệt. Khuôn mặt phúng phính đen mốc đầy mụn. Cặp mắt to tròn thật, nhưng thao láo trô trố ngó chàng đăm đăm. Môi dày nhưng thâm đen, răng vàng cáu bẩn.
Chàng lắp bắp:
- Tôi, tôi tìm People tháng Năm.
Nàng lắc đầu, cộc lốc:
- Chưa có!

Rồi cúi ngay xuống trang báo lá cải National Enquirer có hình Brad Pitt và Angelina Jolie.

Tối hôm đó, chàng lại trằn trọc suy nghĩ. Tìm Nàng Thơ kiểu ông Phạm Duy thì phải cỡ ông Phạm Duy mới làm được. Đàn ông năm bảy lá gan, lá ở cùng vợ lá toan cùng người. Đàn ông nào chứ chàng chỉ nghĩ đến nét mặt hiền thê là gan teo lại rồi, ham chi năm bảy lá. Chàng thấy an toàn nhất là học theo một số nhà thơ chàng biết, chuyên làm thơ ca tụng vợ ngất trời.

Nghĩ là làm, chàng cặm cụi vắt óc làm ngay bài thơ cho vợ. Vợ chàng mê làm vườn, tháng này bắt đầu đào đào xới xới, gieo trồng cả ngày ngoài vườn. Dĩ nhiên đam mê của vợ là nỗi khổ của chàng, vì chàng đâu có được yên, phải xẩn quẩn quanh nàng, cày cuốc, tưới nước, mang vác mấy bao đất vườn, phân bón, sửa hàng rào. Tuy vậy, giờ đây khi vợ là Nàng Thơ thì chàng phải tìm cho thấy cái thi vị trong công việc nông dân vất vả đó.

Tối hôm sau, leo lên giường cạnh vợ, chàng hớn hở lôi bài thơ cất giọng trầm bổng đọc cho vợ nghe. Chàng đắc ý nhất hai câu kết:

"Em vui, lá cỏ mướt xanh
Em buồn, hoa trái kết thành bài thơ"

Đọc xong, quay nhìn vợ chờ đợi lời tán thưởng, chàng nhận thấy vợ đã ngáy đều tự lúc nào. Thở dài, chàng nhẹ tay tắt cây đèn trên bàn ngủ, nhè nhẹ chuồi người xuống, đặt đầu lên gối, kéo mền đắp ngang ngực. Chợt vợ cựa mình, nhừa nhựa:
- Anh nhớ mang thùng rác ra để sáng sáu giờ xe rác tới.

Minh Ngọc

ĐẶT MUA DÀI HẠN
Tạp chí NGÔN NGỮ
Phát hành 2 tháng 1 kỳ

Ở Hoa Kỳ:

$120 US/1 năm
$20 một số
Liên hệ: Lê Hân, han.le3359@gmail.com - tel: (408) 722-5626

Ở Canada:

$138 CAD/1 năm
$25 một số
Liên hệ: Lê Hân, han.le3359@gmail.com - tel: (408) 722-5626

Ở Pháp:

Mua qua www.amazon.fr
Liên hệ: Lê Hân, han.le3359@gmail.com - tel: (408) 722-5626

Ở Đức:

Mua qua www.amazon.de
Liên hệ: Lê Hân, han.le3359@gmail.com - tel: (408) 722-5626

Ở Việt Nam:

150.000 đ một số
Liên hệ: Nguyễn Thành, vanhocunescom@gmail.com
tel: (84) 0903385141

LỮ QUỲNH
BỤI ĐÁ

Ánh nắng chiếu rực rỡ trên những viên đá mới. Lão Tuất đứng dang chân, hai tay nắm chặt cán búa giơ cao khỏi đầu, rồi giáng xuống thật mạnh, làm tảng đá vỡ ra thành nhiều mảnh nhỏ. Lão tiếp tục động tác đó cho đến khi tảng đá hoàn toàn vắng mặt trên đám đá vụn vỡ bằng nửa bàn tay. Lão ném chiếc búa xuống bên cạnh, thở hắt ra một hơi như trút bỏ sự dồn nén để lấy sức trong suốt thời gian làm việc. Lão thơ thẩn đi về phía tấm cót đã dựng sẵn. Một vùng bóng mát không lớn hơn chiếc chiếu, đủ cho lão và đứa con trai ngồi nghỉ. Thằng Xương thấy bố đi lại, vội ngồi nhích ra một tí. Lão Tuất không để ý tới sự có mặt của đứa con, nói như nói với chính mình:

- Lát nữa, đem tấm cót này lên chân núi kia mà dựng. Buổi trưa mặt trời đứng bóng, làm sao mà ngồi đây được. Không có ngày nào là không nhắc.

Thằng Xương nhíu mày, bực mình cãi lại:

- Nhưng bố thử nhớ, có lần nào mặt trời đứng bóng mà bố không nói câu đó đâu?

Lão Tuất bấy giờ đang đưa mắt nhìn vu vơ ra quốc lộ 1 lấp lánh nắng trưa, không để ý tới câu nói hằn học của con trai mình. Lão ngồi xuống trên cán búa, hai tay lồng vào nhau đặt trên đầu gối. Một lát lão với tay lấy chiếc nón đã rách bươm quạt phành phạch. Chiếc nón uốn cong, muốn gãy nát trên tay lão. Lão hết nhìn ra quốc lộ, lại đưa mắt nhìn lên chân núi trắng xóa dấu đá mới. Những viên đá lăn lóc, nằm lấp lánh dưới ánh mặt trời.

Thằng Xương cầm chiếc ấm bằng nhôm rót nước ra ly, nhưng nước chỉ chảy được nửa ly thì hết. Chiếc ấm nhẹ bỗng trong tay. Lão Tuất quay nhìn Xương, có lẽ từ lúc tiếng nước rót vào ly dội đến tai lão.

- Sáng nay tao chưa hề uống một hớp, mà ấm nước đã khô sạch rồi. Trời này uống cho lắm chỉ đổ lười thêm thôi. Phải biết uống cầm hơi chứ, nhà đâu ở gần gũi gì!

Thằng Xương nổi gân cổ cãi lại:

- Tôi cũng biết vậy, nhưng mồ hôi ra nhiều thì phải có nước vào chứ. Bố không thấy trời nóng quá sức à.

Lão Tuất không bực mình vì câu nói xẳng của con. Lão thản nhiên ra lệnh nó:

- Tao chẳng nói gì cả. Mầy đập cho xong từng ấy đá sáng nay rồi nghỉ.

Dứt lời, lão đứng dậy đi loanh quanh một khoảng chân núi. Thỉnh thoảng ngừng lại, khom người xuống đưa tay ấn ấn vào tảng đá, như xem tảng này có mềm hơn, có dễ đập vỡ hơn những tảng đá khác! Lão đặt hai bàn tay vào cạnh một tảng đá, lăn mạnh nó xuống một thế đất tương đối bằng phẳng. Bụi đá tung lên trắng xóa theo chiều đá rơi. Lão Tuất sửa lại quai nón cho sát cằm hơn. Lão cầm chặt cán búa trong tay, hai chân đứng dang ra. Khi chiếc búa từ từ đưa lên khỏi đầu là lúc lão bắt đầu lấy hơi. Hơi thở bị nén lại một chút ở cái điểm cuối của cái vòng tròn, trước khi giáng xuống. Những mảnh đá vung bắn tóe lên, và lão nghe cánh tay rần rần ê ẩm. Làm lão chợt nghĩ tới tuổi già của mình. Lão đã già quá, nhưng chưa có một phút dám mơ tưởng đến chuyện nghỉ ngơi. Lão làm việc quanh năm suốt tháng. Thằng Xương đã sống và lớn lên bên lão như chiếc bóng. Nhiều lúc hắn nhớ tới người mẹ và không khỏi mủi lòng. Mẹ hắn chết cũng âm thầm như chuỗi ngày đã sống. Thỉnh thoảng Xương cảm thấy căm thù, nhưng đối tượng của sự căm thù đó mờ nhạt quá. Hắn cảm thấy khốn khổ, và những giọt nước mắt lúc đó cũng khó nhọc lăn dài trên khóe mắt. Giá hôm đó mẹ đừng vội vã đuổi theo chiếc nón thì có lẽ tai nạn không xảy ra rồi. Làm nghề đập đá ở chân núi này, gia đình hắn đã chứng kiến biết bao tai nạn thương tâm do những đoàn quân xa gây ra. Những cái chết tức tưởi, óc văng trắng đường nhựa, những khuôn mặt bị vỡ vụn méo mó. Có bao giờ mẹ đủ can đảm cho hắn kể hết đâu. Thế mà rồi mẹ cũng vẫn phải chết trong hoàn cảnh tương tự. Từ đó lão Tuất đâm ít nói, còn thằng Xương thì không bao giờ nghĩ tới việc nhắc bố về bất cứ điều gì liên quan đến mẹ nữa.

Lão Tuất mải mê với công việc. Thỉnh thoảng đầu búa bị trượt đi trên đá, lão lại mím môi và thân thể hơi mất thăng bằng một chút. Lão cố dồn hết hơi, hướng đôi mắt cay xè mồ hôi vào tảng đá, rồi giáng mạnh chiếc búa xuống một cách chính xác. Tảng đá lại nứt rạn ra vài mảnh. Những hạt bụi đá bay lên, rơi trên những sợi chân lông lấp lánh mồ hôi của lão. Lão làm việc không nghỉ tay, trong khi thằng Xương thỉnh thoảng vẫn buông lơi cán búa, đứng nhìn những viên đá vụn vỡ nhỏ nhoi trên mặt đất. Hắn chớp mắt nhiều lần, đôi mắt đỏ ngầu có lẽ do mồ hôi từ trán chảy xuống. Hắn mặc một chiếc quần đen trông đã bạc vì bụi đá. Vuông lưng trần ướt đẫm mồ hôi, những giọt mồ hôi cũng lấp lánh ánh nắng. Hai hàm răng hắn bỗng nghiến lại, làm khuôn mặt trở nên vuông vắn hơn. Xương đứng dang hai chân, rồi bổ liên tiếp những nhát búa thật mạnh và chính xác xuống tảng đá trước mặt. Những mảnh đá nhỏ bắn ra tung tóe. Chẳng mấy chốc tảng đá lớn đã xóa mình trên đám đá vụn nhỏ. Lão Tuất chợt ngừng tay chống chiếc búa xuống đất, vừa thở vừa nhìn con im lặng. Lão cảm thấy xót xa thương con. Nhưng khuôn mặt lão, cử chỉ lão không còn được những dấu hiệu để bày tỏ nữa. Họ đã sống bên nhau như chiếc bóng của mỗi người, chiếc bóng mỗi ngày in trên đống đá, mỗi đêm in trên vách lá đìu hiu ở nhà. Lão Tuất đẩy mạnh cán búa xuống đất, chậm rãi bước về tấm cót. Lão tháo cây chống, rồi đặt tấm cót nằm nghiêng một bên vai, đoạn vác bổng nó lên, đi về phía chân núi. Thằng Xương cũng vừa đập xong một tảng đá lớn. Hắn ném mạnh búa xuống đất, đưa chân dồn những mảnh vụn lại gần nhau thành đống, rồi theo bố bước về chân núi. Hắn cần nhằn khi giành tấm cót trên tay bố:

- Khi nãy bố vừa sai tôi, rồi tự ý làm, rồi bố bảo không có ngày nào là không nhắc...

Lão Tuất không nói gì, lão kéo vạt áo mà cả dãy nút không còn một hạt để cài vào khuy, lau mồ hôi trên mặt. Thằng Xương đặt một cạnh tấm cót vào chân núi, còn cạnh đối diện hắn chống bằng hai chiếc cán dài. Bây giờ mặt trời nằm trên đỉnh đầu, và bóng mát vuông vức bằng nửa chiếc chiếu chỗ cha con lão Tuất ngồi. Lão đưa tay cầm ấm nước, rồi để xuống. Lão quên nước đã hết từ lúc nửa buổi.

oOo

Hơi nóng bốc quanh người làm thằng Xương có cảm tưởng mình đang bị sốt. Hơi nóng làm hắn ngộp thở. Hắn đưa mắt nhìn mông lung ra cánh đồng thật xa, mong tìm ở đó màu xanh của mạ non và những đám cỏ cao thưa thớt trên giường ruộng một hơi mát, có thể làm dịu nỗi bứt rứt đến ngộp thở đang đày đọa hắn. Sườn núi thẳng cắt bầu trời rõ rệt. Xương chăm chú nhìn đường cắt ấy, thấy hình như có hơi trắng từ núi bốc ra, bay loăng quăng làm màu xanh của da trời gờn gợn như lượn sóng. Hơi nóng này, tới một ngày nào đó sẽ đốt khô máu huyết trong thân thể của hai cha con hắn. Nhiều lần Xương thắc mắc, chẳng hiểu tại sao từ lâu bố mẹ hắn đã chọn cái nghề đập đá này để sinh sống, mà không chọn một nghề nào khác. Cái nghề gì thật vất vả, suốt ngày tưới đẫm mồ hôi, thỉnh thoảng còn bị tên cai sở đá la mắng, đòi bớt tiền công, đòi sa thải nữa. Lão Tuất những lúc ấy không lộ vẻ buồn phiền, chỉ than thở với vợ con: Núi của Đất của Trời, nào của riêng ai mà trông họ hách dịch quá. Thôi kẻ nào không phải, có Trời biết. Sự an phận của lão càng làm cho đứa con trở nên trầm tư hơn. Hắn lầm lì suốt ngày. Hắn nghĩ, hắn còn trẻ quá. Lẽ nào hắn cứ sống bám mãi vào ngọn núi đá này, kéo lê chuỗi sống cằn khô cho đến ngày già nua như bố. Núi của trời, nhưng rồi núi cũng lở, núi cũng mòn. Suốt một đời với đá, rồi cũng chết lặng lẽ như cuộc sống vốn âm thầm bấy lâu sao? Thằng Xương thở dài thườn thượt. Dưới chân hắn, lão Tuất nằm co quắp trong giấc ngủ ngon lành. Chiếc nón lá đen đúa, xác xơ được lão úp lên mặt che nắng chói. Thân xác lão như nhỏ lại. Thằng Xương thường nghĩ, nắng và hơi đá ở ngọn núi này đã nướng khô thân thể bố. Hắn cảm thấy đời sống quá cơ cực, nhưng mỗi buổi chiều khi trở về mái nhà tranh nằm chơ vơ giữa đồng vắng, bắc ghế ra đầu hiên nhìn mông lung khắp cánh đồng, ngửi đầy phổi mùi thơm của đất, hắn cảm thấy lòng nhẹ nhàng. Những ý nghĩ về dự tính thay đổi đời sống bỗng chốc tiêu tan.

Lão Tuất trở mình, đưa tay hất vội chiếc nón bay xa. Lão ngồi dậy trong dáng hốt hoảng:

- Sao mầy không gọi tao dậy. Chiều lắm rồi phải không?

Xương im lặng chỉ cho bố nhìn cái bóng mát xê dịch của tấm cót, rồi nhìn bố dịu dàng. Lão Tuất ngồi, hai tay vòng quanh gối, hả lớn miệng ngáp dài.

- Tôi thấy dạo này bố có vẻ yếu.

Lão Tuất quay hẳn người, nhìn đứa con với vẻ ngạc nhiên. Lão cảm thấy câu nói vừa buột miệng thằng Xương quá dịu dàng, chưa bao giờ lão được nghe đến. Câu đó, đối với lão thật bất ngờ, làm lão nghe trong cơ thể như có sự thức dậy của máu huyết. Lão cảm thấy ở đuôi mắt se lạnh, vội vàng quay về hướng cũ.

Thằng Xương quì xuống, hai bàn tay chống lên đùi. Hắn đang tìm lời để nói với bố về ý định thay đổi nếp sống này. Hắn đã nghĩ kỹ, dù mùi đất ướt của quê nhà có ngào ngạt đến đâu, dù sự thảnh thơi của những chiều bắc ghế ngồi nhìn mông ra cánh đồng có làm hắn quyến luyến, vẫn không thắng nổi sự hãi hùng về nếp sống cơ cực đều đặn mà gia đình hắn đã chấp nhận bấy lâu nay. Ý định giản dị như thế đó, thôi làm nghề đập đá nữa, nhưng Xương tìm mãi không ra lời để nói.

- Bố à...

Lão Tuất giữ nguyên dáng ngồi, hỏi:

- Gì thế mầy?

- Tôi, tôi thấy bố già quá.

Lão Tuất im lặng, một lát sau lão nói:

- Nhưng tao vẫn đập đá nhiều, đâu có sút gì ngày trước. Mầy trẻ mà có làm hơn già đâu.

Thằng Xương ngồi xuống trên hai gót chân mình, tay mân mê cuốn chiếu.

- Bố à... Tôi biết bố già lắm rồi. Hay là mình đừng đập đá nữa.

...

Lão Tuất quay hẳn người lại, đôi mắt mở tròn, ngạc nhiên đến không thốt được lời nào. Xương nói tiếp, giọng run run:

- Tôi thấy bố khổ nhiều quá rồi. Sự khổ nhọc đều đặn quá làm bố cứ tưởng mình đang được sống yên ổn, bảo đảm lắm. Nói thật với bố, tôi hết còn chịu đựng nổi cảnh này...

Môi lão Tuất run hẳn lên:

- Mầy trai trẻ, bao giờ cũng nghĩ lộn xộn. Thử bỏ cái nghề đập đá này đi, mầy có nấu cát mà ăn được không? Tao thì quen rồi. Tao không bỏ việc. Đá đã nuôi tao, tao còn sống còn làm với đá.

Thằng Xương ngồi hẳn đít xuống chiếu.

- Tôi nói vậy thôi chứ tùy bố. Tôi thì có dự tính của tôi rồi.

Câu nói thằng Xương thật lạnh lùng và có vẻ dứt khoát quá, làm lão Tuất chới với trông thấy.

- Mầy nhất định bỏ núi đá này thật, hả Xương?

Giọng lão thấp hẳn, rồi đột nhiên ngưng lại. Xương bỗng cảm thấy sợ sự im lặng tiếp theo đó. Hắn không dám nhìn bố nữa.

- Đâu có nhứt thiết phải làm nghề đập đá mới sống được hở bố? Bố già rồi. Một ngày nào đó bố sẽ không cầm nổi búa, thì liệu đá có biến thành cơm nuôi bố sống nữa không?

Lão Tuất cảm thấy nghẹn ngào trong cổ. Bấy giờ bóng nắng đã khá lệch, nhưng lão dường như không còn chú tâm tới công việc nữa. Lão hỏi con, giọng thật nhỏ:

- Mầy định làm gì hả Xương?

Thằng Xương lúng túng đang tìm cách trả lời, lão nói tiếp:

- Tao nghĩ cũng không nên cầm giữ mầy với ngọn núi đá này. Nhưng tao, cả mẹ mầy nữa, đâu có gì để cho mầy, để tách riêng mầy với đời sống khốn khổ này đâu. Tao nghĩ làm cha như tao...

Lão Tuất cúi gập người xuống. Thằng Xương chợt nghe bố nhắc đến mẹ, và nhận ra bố mình đang che nước mắt, những điều mà gần như không bao giờ hắn nghe thấy ở lão già. Tự dưng hắn cảm thấy đôi mắt mình cũng cay xè.

- Tôi nghĩ kỹ lắm rồi bố à. Bố hãy bỏ hẳn cái núi đá này đi. Tôi kiếm việc khác làm đem tiền về cho bố.

Lão Tuất ngẩng mặt lên, đôi mắt ráo hoảnh.

- Mầy làm gì hở Xương?

Lần này Xương không do dự:

- Đi lính bố à.

Lão Tuất vụt nhổm người dậy, như đang ngồi phải đám kiến lửa.

- Đi lính tiên sư mầy à. Thằng nào rủ rê mầy đi lính đó? Tao là cha mầy. Mầy chưa đủ tuổi đi lính, ai mà dám nhận mầy?

Thằng Xương đã nói ra được cái quyết định của hắn. Cái quyết định khó khăn đã làm hắn lúng túng từ lâu, bây giờ đã nói rõ cho bố nghe rồi, hắn thấy không còn khó khăn nào nữa cả, nên trả lời bố quyết liệt:

- Đi lính dễ lắm bố à. Đâu có cần tuổi tác gì. Mình xin đi mà. Tôi sẽ ra cái bàn tuyển mộ tân binh đặt ở góc chợ đó, nhờ anh lính ghi tên là được ngay.

Lão Tuất bỏ chỗ đứng quay đi. Những bước chân trần khập khễnh trên đám đá vụn. Lão thầm nghĩ, ở làm gì, chứ đi lính thời buổi này dễ lắm. Trong một phút, hình ảnh thằng Chắc con ông Bộ Lầm ở cùng xóm hiện ra trong trí lão. Cái thằng thật dễ thương. Hôm về phép, hắn vội vàng thay cặp đồ rằn ri trên mình, mặc cặp bà ba đen đi thăm bà con lối xóm. Hắn kể chuyện giặc giã, chuyện chết chóc nghe mà kinh quá. Hắn về được năm hôm rồi đi, sợ trễ phép. Hắn đi được một tuần thì có tin về hắn tử trận. Ông Bộ Lầm mất con khóc như điên, đập đầu trên giường ruộng một hai đòi chết theo thằng Chắc. Nhưng rồi thời gian cũng qua. Ông ta vẫn sống ra đó, và mồ thằng Chắc thì cỏ xanh ngút giữa đồng. Lão Tuất tưởng tượng, rồi thằng Xương cũng mặc bộ áo quần rằn ri, cũng đội mũ đỏ, đi giày ống về thăm nhà. Hắn khỏe mạnh, da dẻ sạm đen ra. Lão tưởng tượng thật nhiều, nhưng tới đoạn thằng Xương hết phép thì lão không nghĩ tiếp nữa. Lão Tuất quay người lại nhìn con. Lão thấy hắn lớn ra, có phần vạm vỡ nữa. Thời buổi này, trước sau gì mà chẳng phải đi lính. Lão nghĩ vậy để mong yên tâm, nhưng sao vẫn thấy lòng áy náy, không ổn chút nào.

oOo

Buổi sáng, lão Tuất đặt ấm nước và gói thức ăn trên tảng đá bằng. Lão đến chân núi kéo lê tấm cót xuống đám đất phẳng, quay nghiêng về phía mặt trời. Lão ngồi xuống chiếc cán của cái búa như mọi lần, xoa hai bàn tay chai cứng vào nhau. Lão nhìn vu vơ lên vách núi dựng đứng. Đã mấy ngày nay lão thấy trong người yếu hẳn. Số đá phải đập trong ngày ít đi thấy rõ. Sự kém sút đó không phải chỉ vì thiếu thằng Xương, mà chính vì sự già nua đã tới rồi của lão. Tuổi già có khi đến với người ta không báo trước. Như một buổi sáng ra, bừng mắt thấy phượng đỏ ối khắp đường mới biết rằng mùa hè đã tới.

Lão Tuất đứng dậy, cầm chiếc búa lững thững đi về phía tảng đá mà lão đã lăn sẵn từ chiều hôm qua. Lão đứng dang chân, hai tay nắm chặt cán búa giơ cao khỏi đầu rồi giáng xuống tảng đá thật mạnh, nhưng chiếc búa trượt đi, làm bắn ra vài dăm đá nhỏ. Lão mím môi, cố giữ thăng bằng cho khỏi ngã, rồi tiếp tục những động tác cũ. Những nhát búa mạnh mẽ với tất cả sức lão, không làm tảng đá sứt đi chút nào. Mồ hôi ướt đẫm, chảy thành giòng theo xương sống lão. Lão Tuất ngừng tay sửa lại thế đứng, hai bàn tay nắm chặt vào cán búa giơ cao, rồi một lần nữa lão đem hết sức bình sinh để giáng xuống tảng đá trước mặt. Chiếc búa lại trượt đi trên đá, lần này vì quá mạnh, nó vuột khỏi tay lão văng ra một góc xa. Lão Tuất mất thăng bằng không lấy lại kịp, cũng té theo đà. Một bàn tay chống xuống đất bị dăm đá cắt đứt, máu chảy thành giọt nhuộm đỏ những viên đá trắng vụn vỡ. Mồ hôi chảy ướt đẫm mặt, lão đưa bàn tay còn lại dụi mắt. Lão cố gắng hé mắt nhìn xuống tảng đá. Lão thầm nghĩ, lão bất lực rồi. Lão nhớ lời thằng Xương nói bố già rồi, một ngày nào đó bố sẽ không cầm nổi búa, thì liệu đá có biến thành cơm cho bố nữa không?

Bây giờ cái ngày đó đã đến. Lão Tuất run rẩy nhìn quanh ngọn núi đá một lượt, nhưng không còn thấy gì. Mồ hôi cay xè làm lão chảy nước mắt.

Lữ Quỳnh

hưởng liền hai cái Tết
ngỡ đời đẹp ra phết
thật ra lo từng giờ
buồn cất đâu cho hết

HOÀNG QUÂN
MỘT TRĂM CHỖ LỆCH

Thỉnh thoảng nổi hứng, ông bảo, để ông nấu nướng, bà lo phần dọn dẹp rửa chén. Ông nấu nhanh, mắm muối mạnh tay. Khi nghe ông thông báo nấu món thịt heo kho trứng, bà tưởng như lượng Cholesterol phóng vút lên trần nhà. Ông khuân về tảng thịt hai rọi, chứ không phải ba rọi. Rọi mỡ lấn lướt rọi thịt một cách sỗ sàng. Ông luộc trọn chục trứng gà. Ông theo nguyên tắc "cho gọn", mua bao nhiêu, nấu bấy nhiêu. Cũng may, chợ gần nhà ông bà không bán vỉ trứng 24 cái. Nhìn nồi thịt kho, ông tấm tắc: "Ngon bá cháy". Bà nhăn nhó, với đà dinh dưỡng như vầy, chẳng chóng thì chầy ông bà trở thành võ sĩ Sumo.

Đến phiên bà lo việc bếp núc, ông rối cả mắt. Vài rẻo thịt mỏng dính nằm khép nép trên thớt. Mấy rổ rau dàn hàng nghênh ngang, nào cần tây, cà rốt, bắp cải. Bà giảng giải, ăn uống phải đầy đủ sinh tố từ A đến Z. Nồi canh mồng tơi (Spinach) to tướng được bà ban cho vài con tép riu. Ông chẳng biết mấy con, vì bà đã băm nhuyễn rồi. Đã vậy, sợ lên đường, lên muối, bà nêm lạt lạt. Bà nhắc chừng ông, cao máu thì phải để ý thế này, thế nọ. Thằng em rể mắng vốn với ông: "Anh ơi, em gái anh coi chồng như thỏ, như bò. Vợ em cho em ăn toàn là rau với cỏ". Ông thở dài sườn sượt: "Chú mầy vậy là còn hên! Anh đây, không chỉ ăn, mà còn phải uống rau cỏ nữa. Chú mầy thấy mắt anh lúc nào cũng trố trố không? Bả ép su hào, ớt chuông, dưa leo, rồi bả ép anh uống, mà phải uống trước mặt bả, chứ đâu lén đổ đi đâu được. Uống riết, trợn trắng".

Bà dọn mì xào, ông trút cả tô nước mắm vào dĩa mì, hỏi giỡn:

-Bữa nay em quên nêm hay sao mà lạt nhách, lạt nhơ. Ăn hổng biết là món gì.

Bà nghiêm giọng:

-Lạt thì anh cứ việc thêm chút nước mắm. Chỉ sợ quá mặn mới hết thuốc chữa.

Bà nhớ ngay một truyện cười thời đại dịch. Nhưng không dám nói trước bữa ăn, sợ cơm không lành, canh không ngọt. Bà định bụng, lúc nào thuận tiện, sẽ kể. Rằng, có ông chồng nọ than món ăn không có mùi vị. Bà vợ tức tốc gọi điện thoại cho bác sĩ. A lê hấp, bác sĩ đưa ông chồng vô cấp cứu, vì khứu giác không hoạt động là hiện tượng của nhiễm bệnh dịch. Ui, nghĩ vậy thôi. Chứ bà biết rõ mười mươi, nghe mấy chuyện như vầy, ông sẽ phán ngay: "Giễu dở!"

Mùa dịch, ông rầu rĩ, không lấy hẹn được ở tiệm hớt tóc. Thời may, có đứa bạn đàn em biết cầm kéo. Vài ba tuần, ông chạy đến cho thằng em tỉa tót tóc tai. Ông đi từ hai giờ chiều. Đâu chừng bốn giờ ông nhắn: "Em ơi, chiều khỏi lo cơm. Con Liên bữa nay nấu nướng linh đình lắm. Mình cũng được phần.". Bà ngại quá, định bụng dặn ông. Lần sau phải từ chối, chứ đã nhờ người ta cắt tóc, lại còn đóng gói đồ ăn đem về. Thôi thì đằng nào cũng lỡ rồi. Xem ra có lộc ăn. Bà cho ông táo nghỉ việc. Bà nhẩm tính. Ông chạy xe khoảng 20 phút là đến nhà. Chắc 5 giờ hoặc trễ lắm 5 giờ rưỡi ông có mặt ở nhà. Đúng bữa ông bà ăn cơm chiều lúc 6 giờ. Quá tiện. Khỏi nấu ăn, bà loanh quanh trong vườn ngắm hoa, nghía lá. Trời xâm xẩm tối, bà nhìn đồng hồ, hơn 6 giờ mà vẫn chưa thấy ông. Bà bắt đầu nóng ruột. Chắc ông bị kẹt xe. Ồ, đoạn đường gần xịt, ở làng vắng vẻ, tha hồ mà chạy. Hay ông bị hư xe. Nếu bà gọi, chỉ làm ông rối lên, bà chẳng giúp được gì. Bà lóng ngóng ngó xuống đường. Mãi gần 7 giờ, ông mới về đến nhà. Bà mừng rỡ, thấy ông tươi tắn, khỏe khoắn chứ chẳng có vẻ gì mệt nhọc. Đưa cho bà bịch ny-lông nóng hổi, ông nói :

- Em ăn liền đi cho nóng, cháo vịt, ngon lắm.

- Anh chưa ăn, sao biết ngon?

- Ờ, hồi đầu anh định về sớm, ăn chung với em. Mà tại bữa nay thằng Linh ăn chay, mâm riêng. Con Liên than, ăn một mình buồn quá, rủ anh ăn. Anh thấy tội con Liên, nên ngồi ăn với nó cho vui.

Đã quá giờ, bụng bà đói cồn cào. Tô cháo vịt, chén nước mắm gừng bên dĩa gỏi bắp cải. Liên chu đáo gói cho miếng chanh và mấy lát ớt. Đúng là đại yến. Bà tính, trong lúc bà thưởng thức món ngon, rủ ông ngồi nói chuyện, thì cũng như ăn chung chứ có gì đâu. Ông lục đục trong tủ áo, nói vọng ra:

- Anh phải đi gội đầu ngay. Mấy sợi tóc chọt chọt, ngứa cổ quá.

Thôi đành "độc thực" vậy. Bà nghĩ thầm, ông thiệt là tốt bụng. Luôn đem niềm vui cho người khác. Nói theo ngôn ngữ thời thượng, đi đâu ông cũng dễ dàng đốn tim người chung quanh. Có điều, "sách lược" đắc nhân tâm của ông chỉ áp dụng cho người ngoài. Còn bà là "người trong", lại ít khi được hưởng quy chế này.

Cô bạn khoe mới học trên mạng cách làm bánh đúc, mời hai ông bà đến ăn chiều. Cô bạn không hài lòng với kết quả. Bà chưa làm bánh đúc bao giờ, nhưng biết ăn, biết nhận xét. Bà xếp điểm món bánh đúc của cô bạn vào thứ hạng "mẹ thành công": bột quá đặc, nhân quá mặn. Nhưng ông xuýt xoa khen ngon. Bà ngạc nhiên. Hồi giờ, ông vốn không ưa các món bánh bột. Bà càng ngạc nhiên hơn. Khi ra về, ông hỏi, cô bạn còn bánh không. Thế là cô bạn gói một bịch bự tặng ông bà. Bữa sau, bà nói, bánh đúc không ngon, bà không ăn. Bà ngó ông:

- Em đâu biết anh thích bánh đúc.

Ông cười cười:

- Khen cho người ta vui. Lời nói chẳng mất tiền mua.

Bà tửng tửng:

- Ủa, sao hôm trước, anh Nam khen bánh cuốn em làm ngon, anh nói, dân Bắc kỳ khách sáo, đãi bôi.

- Thì đúng chứ sao. Em mới dọn ra bàn, ổng chưa ăn, mà sao biết ngon, rồi khen xối xả.

Bà kê liền cái tủ đứng:

- Vậy, nếu anh Nam ăn, thấy dở, mà vẫn khen cho em vui, thì lại là thật lòng.

Bà đáo để gớm. Ông đuối lý. Nhưng sức mấy ông cho bà biết. Ông đành hì hụi đi hâm dĩa bánh đúc to kềnh. Bà nói, có việc phải ra bưu điện. May quá, ở nhà một mình, ông sẽ tìm cách giải quyết của nợ một cách êm thắm. Chứ tuồn cả núi bánh ấy vào bụng có mà phát ách.

Mấy đứa cháu đến chơi. Ông vui vẻ chuyện trò với lũ trẻ. Lúc đầu, bác bác, con con. Một hồi vui quá, ông đổi "tông":

- Bác phải o bế tụi bây chứ. Thằng Tí, ít bữa bác mầy già, mầy nhớ chạy vô viện dưỡng lão thăm bác nghe.

Bà đánh trống lảng, dụ tụi nhỏ ra vườn cho cá ăn. Khi mấy cháu về, bà nhẹ nhàng nói với ông:

- Mấy cháu còn nhỏ, anh đừng xưng hô mầy tao, nghe không hay.

Ông bực bội:

- Em khỏi lên giọng dạy đời. Anh đủ hiểu. Anh thương cháu, thân mật với cháu, mầy tao với tụi nó. Quan trọng là tình cảm, chứ nói năng lịch sự, mà ghét nhau, thì cũng như không.

Bà biết, bây giờ mà bàn thêm, thì ít bữa ông sẽ "mầy tao toàn tập" với cả đám cháu.

Nhà ông bà có hai hộp thư: một hộp vuông vức có khóa, một hộp to kiểu Mỹ chỉ có nắp mở ngang, tiện chỗ cho sách báo. Những người đi phát báo quảng cáo tưởng là hai hộp thư cho hai chủ. Vì vậy, họ bỏ vào mỗi hộp một bộ báo quảng cáo sặc sỡ, dày cộm. Bà nói:

- Em sẽ dán chữ *"Keine Werbung"*, "Xin đừng bỏ báo quảng cáo" vào hộp thư nhỏ để họ biết mà đừng bỏ thêm vào, dư thừa.

Ông nhướng mày:

- Chuyện ruồi bu. Đằng nào họ cũng in rồi. Không bỏ vào hộp thư, thì cũng vô thùng rác. Mà chỉ thêm một xấp báo chứ bao nhiêu.

- Biết vậy, nhưng rác nhỏ vẫn là rác. Với lại, nếu nhiều người không muốn nhận báo, dần dà, các cửa hiệu sẽ in ít báo hơn. Cũng là một bước tiến trong việc bảo vệ môi trường.

Ông nghĩ khác:

- Mình nhận thêm một xấp báo. Như vậy mình giúp cho người bỏ báo xong việc sớm một chút.

Bà hơi tức cười khi nghe "triết lý" của ông như vậy, bà mỉm mỉm:

- Mấy người lãnh tiền đi bỏ báo, phải làm cho đàng hoàng. Chứ đâu có bá đạo được.

Ông nhún vai:

- Anh vẫn muốn giúp cho người ta, anh nhận hai xấp báo quảng cáo trong hai thùng thư.

Ngưng một chút, ông đổi giọng:

- Em chẳng bao giờ nghĩ đến người khác.

Bà ngạc nhiên, quay nhìn ông lom lom, coi ông nói giỡn hay thiệt. Ủa, sao lạ vậy ta! Những lúc thấy bà lui cui đóng các thùng quà gởi về cho bà con ở Việt Nam, ông chẳng từng dịu ngọt với bà: "Anh quý em nhứt ở cái tính thương người, giúp người".

Bỗng dưng bà nghĩ, cây không muốn lặng thì việc chi mà buộc gió phải ngừng. Bà đều đều giọng:

- Tất nhiên, em có nghĩ đến người khác. Em nghĩ đến nhân viên Sở Vệ Sinh phải khuân nặng một cách vô ích những xấp báo làm ơn của anh.

Ông chọc quê:

- Em mà học luật, thiên hạ chết không kịp ngáp. Sao em nói cũng được.

Bà bực lắm, nhưng thôi không nói nữa. Kẻo ông lại bảo bà lúc nào cũng đòi phần thắng. Thế là thiện chí đóng góp bảo vệ môi trường của bà và xấp báo vô tích sự của ông đã làm không khí trong nhà ông bà bị "ô nhiễm" cả ngày.

Đó, mấy con sóng nhấp nhô vậy thôi, mà làm con thuyền tình ái của ông bà tròng trành miết. Lắm khi cả hai cũng lắc lư con tàu đi, thiếu điều văng ra khỏi thuyền.

Chiều cuối tuần, nhóm bạn cao niên tụ tập ăn uống, tán gẫu. Hồi trước, bạn bè tìm đến nhau trao đổi thông tin, kinh nghiệm nuôi dạy con cái. Giờ đây, tụi nhỏ lớn bộn, có cuộc sống riêng, bay nhảy khắp nơi. Nhà nào cũng chỉ còn lại hai... con khỉ già. Những dịp gặp nhau, hễ nhắc "chuyện chúng mình", các ông, các bà bàn cãi sôi nổi như pháo tết. Họ thi nhau liệt kê những điều khập khiễng trong túp lều tranh của hai trái tim... gàn. "Bà xã tui hỏng lái xe, mà lái tài xế. Ngồi trong xe, cứ năm phút bả la oai oái: thắng, thắng lại anh. Nghe lời bả, chắc đi bộ còn nhanh hơn". Người khác tiếp lời: "Bà nhà tui rình tui còn hơn mật vụ. Tui vừa từ phòng tắm ra, bả nói, tui quên rửa tay. Tui hỏi sao bà biết. Bả

nói, nghe tiếng nước giựt cầu xong là thấy tui mở cửa ra liền...”
Mấy bà vợ chưa kịp phản công, thì chị chủ nhà lên tiếng:

- Mấy ông, mấy bà ơi, bàn bạc nhiêu đó đủ rồi. Bắt chước người xưa như vầy nè: *Yêu nhau vạn sự chẳng nề,/ Một trăm chỗ lệch cũng kê cho bằng.* Bây giờ, mỗi người một... miệng, phụ vợ chồng tui ăn sạch sẽ nồi bún bò nhen.

Muỗng đũa khua lách cách, rộn ràng. Mọi người vui vẻ xì xụp. Có tiếng hít hà khen ngon, khen cay. Ông buột miệng:

- Giò heo thấm thía, ngon quá!

Bà nhìn ông. Rõ là ông thưởng thức tận tình và khen thiệt lòng. Bà dịu dàng:

- Ăn vừa miệng anh ha!

Bà quay qua chủ nhà:

- Chị Hai ơi, cho tụi em làm xấu, xin thêm khoanh giò heo nữa nhe chị.

Chủ nhà mau mắn:

- Tụi em cứ tự nhiên.

Ông đón tô bún có thêm miếng giò khoanh hấp dẫn, nói nhỏ vào tai bà:

- Tuần sau mình nghỉ ăn thịt vài bữa nghe em.

Bà thủ thỉ:

- Rau mà mình nêm nấu đậm đà thì cũng ngon đó anh.

Ô, vậy là, tuần sau, hai ông bà sẽ bớt được một chỗ lệch. Bà chưa hề đếm thử vợ chồng bà có bao nhiêu chỗ lệch. Ui, trăm hay biết đâu cả ngàn chứ chẳng chơi. Nhưng chả ngại! Miễn là hai ông bà phải cố gắng đáp ứng điều kiện ắt có và đủ: Yêu nhau.

Hoàng Quân

NGUYỄN ĐÌNH PHƯỢNG UYỂN
NHỚ TẾT

Hôm nay ra chợ, thấy hàng quán đã bày biện mấy hộp mứt xanh đỏ hình hoa Mai, hình tròn trên kệ. Tết rồi đây!

Đoán rằng bên nhà, Dưa Hấu trái tròn, trái dài đã được kéo về, chất có ngọn bên vệ đường. Hàng lá Dong xanh ngắt, để cả cuống cao ngất cộng với bó lạt vàng chắc đã dập dìu đón khách đến lựa về làm bánh Chưng bán, chứ người mua làm bánh nhà ăn, thường phải đợi đến ngày đưa ông Táo trở đi mới đông.

Hàng mứt khi xưa bày từng loại, vào từng bịch nylon to, mua vài trăm gram đến vài ký đều được. Mứt Dừa non thứ đắt tiền, màu nhàn nhạt, trang nhã, không ngọt quá. Loại rẻ tiền, thường là Dừa già, áo một lớp đường trắng dày, ngọt lừ, màu hồng đậm, màu xanh dương, vàng chóe... dành cho người có thu nhập thấp. Thấp gì? Đã có lúc những miếng mứt xanh đỏ ấy là niềm mơ ước của gia đình tôi trong những ngày Tết nhất, lúc thóc cao gạo quý, lúc bố đi học tập... Đó không chỉ là miếng ngon mà còn là cái chứng tỏ mình khoe với mọi người "Nhà tui cũng ăn Tết", chả sợ phẩm màu độc hại, chả sợ đau bụng đau bão gì sất, vậy mà... ngoài tầm tay.

Khi có con cái, một bữa đi chợ cũng vào mùa sắp Tết, sắp thôi... len lỏi giữa mấy hàng bóp ví, bao lì xì đỏ choét, vàng mã hương nến, bày đầy dưới đất, tôi để ý đến một cô gái trẻ, trẻ lắm, tóc bới cao, mặt mũi đen nhẻm, người nhỏ thó như cái dáy khoai, tay thoăn thoắt chia mấy cành Vạn Thọ ra từng bó nhỏ rồi đặt trên miếng bạt. Hoa của cô tươi nhưng bé, còn cả rễ nhưng loại này chỉ để chưng bàn thờ, không phải để trang hoàng nhà cửa. Sau lưng cô là một thằng nhóc chừng mấy tháng tuổi đang nằm trên cái ghế bố tí hin, ôm bình sữa bú chụt chụt. Tội, mặt trời chưa lên mà hai mẹ con đã ra tới đây thì chắc họ phải dậy sớm lắm để chuẩn bị hàng hóa. Chợ xong, tôi trở lại thì thấy ông cu con đã ngủ lăn quay, chiếc nón lá mẹ đậy lên mặt ông che nắng. Con nhà nghèo có khác, biết thân biết phận, chả dám mè nheo để mẹ lo kiếm ăn. Gặp quý tử, không bồng ẩm, đút mớm, không giường êm đệm ấm, máy lạnh máy lẽo, nó gào bể làng nước cho xem.

Không hiểu thằng nhóc có cha, có nội ngoại gì chăng mà để một mình mẹ nó vừa bồng em vừa nhặt từng đồng bạc cắc nuôi con thế? Mai lớn khôn, nhóc có biết mình đã từng theo mẹ đi bán chợ Tết khi chưa biết nói? Lúc mọi người ồn ào, lăng xăng trả giá với mẹ là lúc nhóc ngủ say nhất, bình yên nhất. Mơ đi nhóc. Mơ một ngày hai mẹ con thoát vòng khó khăn, Tết, mẹ và nhóc sẽ đóng vai khách đến mua vài lạng mứt Dừa đậm màu và mấy đóa hoa Vạn Thọ nhỏ nhưng tươi về cắm trên bàn thờ nhé.

Cận Tết rồi, có ai bày chậu Cúc vàng, chậu Sống Đời lấm tấm đỏ ra lề đường bán chưa? Năm nay hoa nhiều nụ chứ? Nhà vườn tỉa lá Mai rồi hả? Mùa vụ thế nào? Có kịp cho Mai trổ hoa đúng mấy ngày Tết? Nhà bố mẹ tôi xưa kia có trồng cây Mai trong sân, đất không nhiều hay vì chủ buồn không chăm sóc chu đáo nên Mai còi cọc, thẳng đơ, thấp chủn. Đến 23 tháng Chạp ông bà cụ mới tỉa lá cho cây tức, ra hoa – dân gian bảo thế - Mai nhà tôi thường nở sớm hoặc muộn, hiếm khi nào ra đúng vào ba ngày Tết, hoa ít nhưng cái nào cũng nhiều cánh nên hoa dày, đậm màu, đẹp lắm.

Xứ người không có hoa Mai, nhìn hình chụp trên internet, hoa nở bùm xum, rực rỡ, mấy sợi nhụy dài dính phấn cam lung linh trong nắng, nhớ bông Mai kép trong sân nhà mình khi xưa dễ sợ.

Tụi Tây, kể cả mấy anh Hong Kong châu Á, tròn mắt khi nghe tôi kể Tết là lễ lớn nhất trong năm của người Việt Nam. Chúng tôi ăn những loại bánh truyền thống, mặc quần áo truyền thống, có cả các loại hoa truyền thống nở trong dịp Nguyên Đán nữa.

Nếu các anh biết thêm cả nước không quét nhà, không được nói nặng nhẹ, ăn thịt kho hột vịt, củ kiệu, dưa chua, hạt dưa, mứt bí... trong ba ngày Tết, Mùng Một lễ cha, Mùng Ba lễ thầy, tại sao đình làng phải trồng cây Nêu... chắc các anh sẽ thú vị lắm. Chúng ta không chỉ ăn Tết. Chúng ta ăn những thứ truyền thống ấy vào người. Hồn thiêng sông núi lan tỏa trên khắp đất nước, thấm vào cây cỏ, chùa chiền, vô từng góc phố, từng căn nhà làm cho ngày Tết của chúng ta có ý nghĩa và hương vị độc đáo.

Vì thế, người ở xa, dẫu có bày biện bánh Chưng bánh Tét, mua mứt mua hoa – hoa giả nữa chứ - xếp bàn thờ bàn thánh thì vẫn thiếu thứ hồn thiêng sông núi của những ngày cuối tháng Chạp, đầu tháng Giêng đó nên Tết không ra Tết, chỉ là bắt chước Tết thôi.

Nguyễn Đình Phượng Uyển
14/01/22

"tháng giêng tháng ăn chơi"
sao dường như hụt hơi
ngậm lòng mình mình biết
chẳng dám phiền ông trời

lhoán

PHẠM CAO HOÀNG
GIÃ TỪ NĂM CŨ

thức cùng em đêm giao thừa
giã từ năm cũ cũng vừa đi qua
một năm bầm dập đời ta
lên bờ xuống ruộng quá là gian nan

một năm vẫn thở không than
vẫn yêu tha thiết tiếng đàn Schubert [*]
vẫn thơ thẩn vẫn bạn bè
rượu dăm ba chén, say, hề văn chương!

vẫn cùng em trên con đường
đi tìm lại những giọt sương năm nào
thức cùng em đêm chiêm bao
giã từ năm cũ xin chào tân niên

em thêm một tuổi thần tiên
chúc mừng em, người vợ hiền của anh ∎

Virginia, January 2022

(*) Franz Peter Schubert (1797-1828), nhà soạn nhạc lừng danh người Áo.

TRẦN THỊ NGUYỆT MAI
Em Đi

Cho cuộc tình của anh chị T.V. & K.O.

Moi qui t'aimais
Toi qui m'aimais
Mais la vie sépare ceux qui s'aiment
Tout doucement, sans faire de bruit
Jacques Prévert | les feuilles mortes

Anh yêu em và em yêu anh
Cớ sao con tạo đành hanh phá đời
Bắt chúng mình cách xa thôi
Khi ngọn lửa tình yêu người chẳng phai
Em đi để lại u hoài
Cho anh nhớ mãi vòng tay ân tình
Rất gần như bóng với hình
Hình đây mà bóng lung linh phương nào
Ngước nhìn anh hỏi Trời cao
Trớ trêu định mệnh buộc vào, lấy ra
Còn anh trong cõi Ta Bà
Nhớ em dáng nhỏ kiêu sa ngày nào
Tiễn em nước mắt dâng trào
Bình yên em nhé... ngày sau sum vầy... ∎

30.1.2022

HOÀI ZIANG DUY
CẦU HÔN

Hỏi thăm mưa nắng bên đường
Câu em mắng khẽ ta phường ba sinh
Cái tôi là cái của mình
Ba hoa một chút tình tang với đời

Cười già đôi lúc hỡi ơi
Thương thì để đó tình thôi muốn về
Biết sao yên đủ mọi bề
Cái duyên khéo gạt bên lề ngó mong

Sắc không, không sắc cầu vồng
Mai yêu nhỡ muộn, phải lòng trúng mưa
Lựa lời chất phác xin thưa
Cau tươi trầu lá úp vừa ngực em

Nhớ mùi nguyệt lý thoảng êm
Nhớ con suối cạn sương đêm gọi đò
Đời ta dâu bể hẹn hò
Đôi khi lỡ vận cũng mò tự kinh

Dáng em xinh, lúc ta nhìn
Thân trong ngọc giả, lục bình làm thinh
Say câu bóng, sống với hình
Hẹn em nửa kiếp phù sinh trốn về

Thương em những lúc cận kề
Lá kia xước nụ cũng bề gia môn
Những khi nắng có bồn chồn
Có khoe xiêm áo gọi hồn ta hay

Mai ta ngựa, áo, giáp cài
Khi không có tiếng thở dài bên tai ∎

NGUYỄN ĐỨC NAM
Cali Mùa Phượng Tím

Cali mùa Phượng Tím,
Phong cảnh đẹp như tranh,
Lên chùa xin tụng niệm,
Cho đại dịch qua nhanh.

Ba tháng dài cách ly,
Không được gặp bạn bè,
Con không gặp Mẹ Cha,
Thế giới như tha ma.

Cuộc đời thành vô nghĩa,
Sá gì chút lợi danh,
Xấu xa và lừa đảo,
Mà giành giựt bon chen.

Bây giờ dù giàu sang,
Dù Lá Ngọc Cành Vàng,
Dù tiền rừng bạc bể,
Cũng như kẻ lang thang.

Đi ra đường che mặt,
Đẹp, xấu chẳng ai hay.
Lụa là quần áo đắt,
Nếu bệnh cũng thế thôi !

Sau dịch sẽ ngộ ra,
Trong thế giới ta bà,
Không có gì quan trọng,
Bằng sức khoẻ của ta.

Mong rằng khi dịch qua,
Xem Gia Đình và Bạn
Mới là những Tất Cả,
của tháng ngày phong ba...” ∎

Fountain Valley, thời Cách Ly

TRẦN VẤN LỆ
CÂY CAU CAO

Có một lần, em hỏi tôi rất ngộ:
"Anh! Anh à, cây cau đâu có thấp phải không anh?
Tôi chỉ lên trời xanh: "Trời cao hơn cây đó!
em mà em hỏi nữa, trời vẫn cao hơn cây cau!"

Nàng quay mặt nhìn đâu đâu,
méo cái miệng, nói: "Ghét anh, ghét quá,
để em về hỏi Mạ,
Mạ có thương anh không!"

Tôi chỉ về phương Đông
nơi mỗi ngày mặt trời vẫn mọc,
tôi nói: "Sẽ không ai lau cho em nước mắt
nếu em cứ hỏi hoài câu rất dễ thương!"

Nàng phủi tóc mù sương:
"Anh phủi giùm mù sương cho em với!"
Tôi biết nàng sẽ thôi không hỏi,
nàng nhớ thơ Nguyễn Bính mất rồi!

"Thôn Đoài ngồi nhớ thôn Đông,
một người chín nhớ mười mong một người!"
Tôi hôn nàng, nụ cười:
"Nụ hoa hồng trắng anh thương nhất xứ!"

Bao nhiêu năm, tôi nhớ nàng vậy đó,
Nhớ vô cùng Nam Phổ xa xăm!
Thưa mọi người: "Tôi nhớ Việt Nam [*]
tên một nước xưa do vua Tàu đặt để!"

Cây cau tự nhiên vươn cao có lẽ
Ngoại từng chiều đi nhặt trái cau rơi...
Lâu lắm nha, Ngoại đã về trời,
cây cau cao vút theo một người tôi yêu tôi quý!

Không ai đếm giùm tôi hai Thế Kỷ,
lịch rơi dài theo nước mắt tôi tuôn!
Ai mà không có Quê Hương?
Hỡi những người Việt Nam nhắm phương Nam vượt biển!

Cau Nam Phổ lòng tôi chôn lưu luyến,
như bài hát của Châu Đình An chôn dầu hồi nao...
Đất Nước mình có lũy tre, có vườn cau,
ai không nhớ chắc không đời nao khôn lớn?

Chiều nay trời trở, sông cuồn cuộn [**]
nhớ sóng trùng dương cuốn nỗi niềm.
Ôi một mai về ra Mả Ngoại,
hỏi thăm ai biết chỗ mô Em? ■

(*) *Việt Nam là tên nước ta từ năm 1804, do vua nhà Thanh buộc vua Gia Long, An Nam Quốc Vương, dùng, thay vì Nam Việt xin cầu phong từ năm 1802. Chữ Nam Việt, Việt viết bộ Mễ (lương thực), Tàu sửa lại chữ Việt viết bộ Tẩu (bôn tẩu, tẩu thoát, chạy trốn, không vượt lên phía Bắc như ý đồ của vua Quang Trung).*

(**) *Thơ Đỗ Hữu: "Chiều nay trời trở, buồn ghê lắm, lá đổ sau chân vệt nắng vàng!". Đỗ Hữu chỉ thấy có hai bài thơ, không ai biết tung tích...*

PHƯƠNG TẤN
Chúng Ta Đến
Theo Mặt Trời Vừa Nở

Một hạt nước không làm nên bể cả
Một bàn tay không giữ trọn quê nhà
Biển sẽ động sau hàng hàng hạt nước
Nhà reo vui từ lớp lớp bàn tay.

Chúng ta đến theo mặt trời vừa nở
Một bông hoa chúm chím ở trong lòng
Một cây cầu chụm lại một dòng sông (*)
Thơm chút nghĩa thêm chút tình vừa chín.

Chị sẽ đỡ lúc em ngã xuống
Người tiếp người chân sẽ bước theo chân
Trăm mồ hôi đổ ra cuồn cuộn
Nên đất kia là của nhân dân.

Vì đất ta đã đầy nước mắt
Nên dân ta lấy khổ làm vui
Vì nước ta từ Nam tới Bắc
Nên dân ta sẻ ngọt chia bùi.

Chào gò đồi thơm mùi nương rẫy
Chào vùng cao dựng phố làng vui
Vì nước ta từ Nam tới Bắc
Nên dân ta sẻ ngọt chia bùi.

Chúng ta đến cho xanh cây tốt lá
Đường ta đi lót một dạ thủy chung
Ôi đất cát, ôi ruộng vườn ngọt quá
Tình Bắc Nam nghĩa ruột thịt chia cùng.

Ta nghển cổ hát giữa trời lồng lộng
Chút hồn kia kêu ríu rít như chim
Lòng phơ phất thổi trong cùng sự sống
Thổi trong cùng đôi mắt kiếm tìm nhau ∎

(*) Cầu Hiền Lương, sông Bến Hải.
(**) Bài thơ "Con trâu cười, ướt nắng đứng trông Xuân" trên tạp chí Ngôn Ngữ số 17 và bài thơ "Chúng ta đến theo mặt trời vừa nở" viết theo giấc mơ giữa cơn mưa đạn pháo trút xuống phi trường Biên Hòa 1974.

CHU VƯƠNG MIỆN
Xuân Cao Nguyên

đêm đêm tiếng hú u hoài
vườn hoang cỏ ngủ trọn đời héo hon
đá xanh nước chảy hao mòn
mưa Xuân từng giọt mang hồn cổ sơ

ngồi đây mà đón giao thừa
bụi bay lả tả phai mờ dấu chân
dốc quanh co suối xa dần
ba năm lính chiến mùa Xuân vẫn về ∎

LÊ CHIỀU GIANG
LỜI TRĂM NĂM

Đời thay đổi
Khi ta...
Thôi đẩy
Cứ tưởng như ngã mãi
Sẽ quen
Nhưng không phải,
Ta.
Đang muốn thoát
Đang vật vờ giữa
nhớ
cùng quên

Hắt Café,
rưới trà,
đổ rượu
Hót mãi.
Chẳng ra lời trăm năm
Chút khói thuốc. Đốt nhà?
... Không cháy
Như thời gian
Đâu phải để quên.

Thôi. Ta
thay đổi,
Đời.
ngưng đẩy
Cứ nằm im
Ngắm
Một chút:
Duyên ∎

THÁI TÚ HẠP
Cõi Tình Riêng Ta

từng bước cỏ hoang đồi vắng
chim khuya rớt hạc trăng gầy
trà thiền đậm tình sông núi
nụ cười như hoa tuyết bay

nhớ xưa ta đời phiêu lãng
quỳnh hoa tiền kiếp em về
cùng nhau uống trăng bên suối
càn khôn thoáng chỉ cơn mê

một lần nhốt mây hạnh ngộ
một đời tâm động ngàn phương
có em bên trời viễn xứ
trăm năm vàng đá yêu thương

bao nhiêu tàng kinh mật ngữ
bao nhiêu dị sử kỳ hương
ta đi từ không đến có
cuộc đời hư huyễn như sương

ta vì em hẹn mấy kiếp
con đường hạnh đạo an nhiên
vừng trăng từ tâm chánh niệm
soi tình ta cõi chân nguyên ◼

THỤC UYÊN
Hạnh Ngộ

Nắng đã ấm thì thào qua kẽ lá
Ngày đã xuân chim én rợp trở về
Cánh uyên nguyên bay qua mùa hoang phế
Đường nắng lên hoa nở rợp bóng che

Ngày đã đượm hương ngời sắc nắng
Gió reo vui rờm rợp bước thảo nguyên
Tung cánh mộng vỡ hồn con bướm nhỏ
 Xác tung tăng bay lượn cánh thuyền quyên

Mùa đã về bên kia đồi gió hú
Giọt nắng vàng ngờm ngợp ánh mắt trong
Ngày đã lốc theo từng cơn gió nổi
Mây bên đồi đã chở chật phù vân

Ngày đã cuối trôi dài cơn mộng mị
Hoàng hôn êm dìu dịu bước tình chung
Tiếng ai cười mong manh trong gió
Hạnh ngộ rồi e ấp bóng phù dung... ∎

ĐẶNG HIỀN
Đêm Nghiêng

Hỏi bước em về đêm chân nghiêng
Trăng khuya sáng lá ở bên trời
Vườn xưa nghe những lời thơ dại
Em cũng xa rồi trăng với thơ

Đêm bỗng tê buồn như nhạc khúc
Hứa đón em về sống với anh (*)
Như lời nói dỗi khi còn mạnh
Thương nhớ làm chi những lạnh lùng

Bức họa năm xưa cùng đêm cũ
Trăng vẫn là trăng mới em ơi
Đọng ở vườn em từng nhánh lộc
Khuya về sương gió hỏi tương tư

Ta muốn làm người hát cổ thi
Rượu tràn ly thấm ướt nỗi buồn
Em khuyên thôi hãy quên phiền muộn
Nhạc khúc tương phùng say ly bôi

Ta muốn làm người yêu em thôi
Nghe đêm dang dở những u sầu
Ừ trăng trong mắt buồn bao giờ
Thấp thoáng hương chiều thơm môi hôn

Trăng vướng nỗi sầu em giấu lại
Phớt lờ như một vạt nắng phai...∎

(*) Tình Cầm / thơ Hoàng Cầm - Nhạc Phạm Duy

CAO NGUYÊN

Bay

Thứ Hai
Mây bay

.

Thứ Ba
Lá bay

.

Thứ Tư
Mây bay

.

Thứ Năm
Lá bay

.

Thứ Sáu
Em bay

.

Thứ Bảy
Lá bay

.

Chủ Nhật
Sao bay? ∎

HOÀNG NGA
GIÒNG SÔNG RA BIỂN LỚN

Người ta nói có những giòng sông mãi hoài vẫn không chảy ra biển lớn.

Khi về định cư ở nơi đây, nhìn thấy con sông chạy quanh thành phố với những đoạn rất hẹp, chảy chậm chạp, Ngữ đã tự hỏi không biết nó có xuôi ra biển lớn nổi hay không. Người bảo trợ bảo đây là phụ lưu của Missouri River, một trong bốn con sông dài nhất Hoa Kỳ. Xuất phát từ rặng Rocky, trước khi đổ vào giòng Mississippi vĩ đại thì sông Missouri chảy qua mười tiểu bang của Hoa Kỳ và hai tiểu bang khác của Canada. Lúc ấy, với trình độ Anh ngữ non yếu của mình, cái tên giòng sông nhỏ này còn chưa nhớ nổi huống gì giòng Missouri xa xôi kia, nên Ngữ chỉ đứng ngẩn ngơ nhìn những đóa bồ công anh vàng óng mọc trên đám cỏ non xanh mượt ở hai bên bờ.

Trên những nhánh cây mọc nghiêng có bầy chim nhỏ soi mình xuống giòng nước thỉnh thoảng hót lên những âm thanh thật vui tai và thật thanh bình khiến Ngữ nhớ đến giòng sông êm đềm ngày thơ ấu. Mắt ngấn lệ chỉ chực rơi, nếu như không phải đứng trước mặt người lạ, Ngữ đã òa lên khóc như trẻ nhỏ.

Đó là những ngày hè năm đầu tiên Ngữ được định cư sau nhiều tháng nằm dài ở trại tị nạn. Không người thân, không bè bạn, Ngữ đã không hiểu mình có cái may mắn nào mà được lọt vào danh sách được bảo trợ trong khi vô số người cùng trại lại rớt mặc dầu giỏi hơn, có nhiều khả năng giao tiếp hơn và trả lời phỏng vấn nghe ra tốt hơn Ngữ rất nhiều. Bạn bè đùa "hay không bằng hên", "giày dép còn có số huống gì người", nhưng về đây một thời gian Ngữ đã bật cười, tự giễu mình rằng có lẽ không ai muốn sống ở cái thành phố vừa nhỏ vừa buồn còn hơn thành phố buồn của Lam Phương nên Ngữ mới được nhận như vậy. Và Ngữ cũng nghĩ nếu không có những cảnh thiên nhiên, không có con sông giòng suối, không có cái thác nước bạc màu lãng mạn, hay không những cánh đồng bắp, những vạt đậu nành, cùng đám cây ngọn cỏ hiền hòa ở nơi này, thì mình có thể chịu đựng được lâu đến như vậy hay không.

Mùa thu đầu tiên, khi trời bắt đầu trở gió trên hàng cây đang chuyển màu trên đường và cái rét len lỏi vào giữa những sớ vải mặc trên người, Ngữ cứ như một đám cỏ héo úa bên đường. Một sáng trên đường đến lớp học tiếng Anh, Ngữ đã giật mình đứng sững lại chỉ vì bắt gặp cái mùi ngai ngái của rơm rạ và mùi hoai nồng của phân bón phảng phất trong không. Ngữ không tài nào hiểu nổi tại sao cái hăng hắc từ đất ẩm, cái ngai ngái từ rơm rạ, và cả cái mùi khó chịu của phân bón ấy hoàn toàn chẳng phải là những thứ hương, thứ mùi của quá khứ, của ký ức mà lại có thể làm Ngữ nao lòng. Ngữ tìm không ra nổi lời giải thích tại sao một người sinh ra và lớn lên ở thành phố lớn, thỉnh thoảng lắm mới có dịp về quê thăm bà con, không có nhiều kỷ niệm gắn bó với hương đồng gió nội, lại đứng ngồi không yên chỉ vì hình ảnh một giòng sông, một tiếng chim hót hay một mùi hương chẳng mấy quen thuộc như vậy.

Ngữ quắt quay nhớ nhà. Nhớ những điều chưa bao giờ nhớ. Từ tiếng chim chiều trong vườn quê nội thuở bé, cây cầu tre bắc ngang con sông trước mặt nhà người nào đó tình cờ nhìn thấy, đến tiếng ru, giọng hò, câu hát. Đến cả tiếng rao hàng, tiếng mưa rơi trên mái tôn, tiếng gió trở mình trên rặng cây già...

Tối hôm ấy về nhà, Ngữ đã vùi đầu vào gối khóc nức nở như chưa từng khóc trong đời. Ngữ không tưởng tượng nổi ngay cả những ngày buồn tẻ và đầy tuyệt vọng ở trại tị nạn vẫn chưa thể làm Ngữ cảm thấy lẻ loi, cô đơn đến như vậy. Ngữ nhận ra tình yêu của mình dường như đã hết còn bé nhỏ, hết còn gói gọn trong phạm vi gia đình, mà lớn hơn, trừu tượng hơn. Một thứ tình cảm Ngữ chưa hề tưởng tượng mình sẽ có, thường được gọi là tình yêu quê hương, đã xôn xao trong lòng Ngữ từ ngày này qua ngày khác. Cái nỗi nhớ cũng vậy, không chỉ còn quấn quanh ở những gương mặt người thân, bè bạn, mà lan sang cảnh, sang vật, sang những cái hơi hướm khó có thể tìm thấy được ở quê người.

Mùa đông đầu tiên là những ngày tháng kinh khủng nhất trong cuộc đời tị nạn của chàng thanh niên mới vừa đủ quyền công dân, không người quen, không người thân ở một nơi ra đường gần như chẳng bao giờ thấy bóng dáng người châu Á huống gì là đồng hương. Trừ những hôm bắt buộc phải đến lớp học tiếng Anh, Ngữ bị gió tuyết giam hãm trong nhà như tù nhân đang lãnh án chung thân. Cuối tuần trong năm bảy lớp áo trên người, lại quàng thêm một tấm chăn lớn, Ngữ co ro ngồi bên cạnh cửa sổ ngó ra ngoài. Tuyết rơi rụng như hoa trắng mịt mù trong không khiến Ngữ sầu héo đến độ chảy nước mắt. Ngữ gọi cái mảnh trời nhỏ đùng đục màu sữa pha, loáng thoáng ánh mặt trời ngoài khung cửa kính là nơi níu trái tim mình xuống. Dường như Ngữ quên mất những mục đích chính khi vượt biển là muốn tìm một hướng đi tốt hơn cho tương lai, quên luôn cả cái hy vọng có thể giúp đỡ cho gia đình vẫn còn đang phải đương đầu với nợ nần và nghèo khổ ở quê nhà. Thậm chí cũng không nhớ đến cái niềm vui và hạnh phúc của mình khi được "đậu" phỏng vấn.

Mọi thứ chết cứng lại trong lòng Ngữ hệt như con đường đóng băng trước mặt nhà. Đâu đó trong trí Ngữ, chỉ còn thoi thóp cái ước mơ có được một hôm trời hanh nắng, chút thời tiết ấm áp để ra ngồi nơi khúc sông vắng vẻ ấy mà nhìn những chú sóc nghịch ngợm đuổi nhau trên cây, nhìn giòng nước lặng lẽ trôi để tưởng tượng ra quê nhà của mình giờ ấy như thế nào. Ngữ xác xao nhớ đám vịt trời bơi lội quanh bờ, nhớ đàn cá hương cá vược quẫy đuôi làm xáo động mảng nước yên tĩnh, nhớ mớ cỏ xanh, và thèm được ngửi lại cái mùi ngai ngái, oi nồng của những ngày hè.

Nỗi buồn trong Ngữ không còn man mác nữa mà nặng trĩu. Không còn râm ran hay mơ hồ không có tên nữa. Ngữ biết chắc mình nhớ nhà, nhớ quê. Muốn được ăn những món ăn mộc mạc, đơn sơ như thể tương tư một con người và bắt đầu thấy sợ những miếng thịt gà mềm nhao nhão ướp những thứ gia vị lạ hoắc lạ huơ với khứu giác, những tô xà lách đầy kem, những món ăn không mặn, không cay, không chua, không ngọt, đôi khi chẳng có cả tỏi hành. Câu ca dao vẫn thường bị Ngữ chê quê mùa thuở nhỏ, "anh đi anh nhớ quê nhà. Nhớ canh rau muống nhớ cà dầm tương" bỗng dưng như lột tả cặn kẽ đến từng milimét nỗi lòng của Ngữ.

Ngữ thèm được nghe được nói bằng tiếng mẹ đẻ với ai đó hằng ngày. Cái thành phố nhỏ, dân thưa, thời tiết lạnh lẽo làm người ta không muốn ra đường, càng khiến cơ hội gặp đồng hương của Ngữ nhỏ lại. Thỉnh thoảng nhìn thấy một dáng dấp quen thuộc, mái tóc đen, màu da nâu vàng, đôi mắt một mí hay mí lót..., là Ngữ lại nghe tim mình lại chộn rộn đập, dẫu có đôi khi Ngữ đã tự hỏi với cái bản tính nhút nhát, rụt rè của mình thì Ngữ có dám tiến đến làm quen người lạ ấy hay không.

Vào thời công nghệ thông tin còn chưa mấy phổ biến, không có tiền, nói tiếng Anh chưa thông, để mày mò tìm ra cái cửa hàng tạp hóa Á châu duy nhất nằm tận ở ngoại ô thành phố này quả thật vô cùng gian nan khổ sở với Ngữ. Một anh bạn người Lào, cùng học chung đã cho Ngữ địa chỉ, nhưng không có xe, không có bằng lái, cũng không biết hỏi ai về phương tiện công cộng vốn rất hiếm hoi ở nơi này, Ngữ đã thấp thỏm không yên như đang lỡ hẹn với ai đó. Nhiều khi định bụng hễ có dịp gặp người bảo trợ, sẽ liều mình nhờ ông chở cho một chuyến, nhưng cuối cùng Ngữ đã không dám. Ngữ sợ làm phiền ân nhân của mình. Phần khác sợ bị... rủ đi nhà thờ, thay vì đi chợ.

Thuở ấy đối với Ngữ, một tuần mấy ngày ngồi trong lớp tiếng Anh đã đủ làm Ngữ tối tăm mặt mũi, cuối tuần đến nhà thờ, ngoài bốn mươi lăm phút ngồi nghe giảng và hát hò, điều Ngữ sợ hơn hết là có những người thấy Ngữ đứng một mình là đến trò chuyện, thăm nom, hỏi han. Người đã từng gặp qua, sẽ xăng xái, nói cười thân mật, sẽ nói nhanh như thể sau vài ba tháng đến trường thì khả năng tiếng Anh của Ngữ đã... giống như họ. Người chưa gặp bao giờ thì trìu mến trò chuyện rồi đi theo Ngữ vào tận chỗ ngồi, tận tình hỏi han từng li từng tí trong khi càng nghe hỏi, lưỡi Ngữ lại càng như cứng lại. Cái cảm giác xấu hổ cứ bừng bừng trong người mặc dầu chẳng có ai trêu ghẹo, dè bĩu, hay nhỏ to chê bai Ngữ điều gì.

Tự ti mặc cảm đi với Ngữ theo ngày tháng khá lâu. Ngữ sống trong sự ảm đạm như vậy cả cho đến lúc đã quen dần với ngôn ngữ, hiểu biết ít nhiều văn hóa lẫn tôn giáo mình được tiếp cận, vẫn không thấy tự tin dẫu có thể đã tự đi mua sắm và nấu được vài ba món ăn quê nhà.

Mãi cuối cùng khi bắt đầu quen với cô, một cô bé đồng hương vừa được bảo trợ đến Ngữ mới mất hẳn cái cảm giác cô đơn. Cô nói cô phải hên lắm mới gặp được Ngữ. Phải hên lắm mới đánh liều hỏi một câu tiếng Việt khi thấy Ngữ. Cô kể, tưởng mình sẽ chết mất ở thành phố này vì cô đơn và lo sợ không có ai dìu dắt, giúp đỡ. Cô nói cô không được học ngoại ngữ trong thời gian đi học ở quê nhà, rồi thời gian ở đảo cũng chẳng mấy khá hơn nên không thể hiểu, không thể trò chuyện và càng không thể bày tỏ tâm tư mình với vợ chồng người bảo trợ ngoài câu "tôi buồn" hay "tôi nhớ má". Ngày cô gặp Ngữ là do họ cất công tìm ra địa chỉ của tiệm tạp hóa Á châu ấy trong niên giám điện thoại. Hai người nói với Ngữ không chỉ mình cô vui mà chính họ cũng vui vì quen biết với Ngữ.

Người bảo trợ của cô nói vậy, cô nói vậy, nhưng Ngữ lại thấy mình mới là người hạnh phúc và may mắn hơn. Sự có mặt của cô làm bừng sáng lên cái góc trời lẻ loi, mờ tối của Ngữ. Ngữ thấy cuộc đời đáng sống hơn và tươi mới hơn. Ngữ viết thư về nhà khoe, từ nay con đã hết đơn độc. Cái mơ ước trước khi ra đi như bừng bừng trở về, Ngữ hăng hái học hành, rồi vào college. Hăng hái đi làm thêm và cả hăng hái đến nhà thờ tạ ơn Chúa đã cho mình cơ hội được "hồi sinh".

Mùa đông, Ngữ không ngại ngần dậy sớm xúc tuyết, làm thức ăn sáng rồi lái chiếc xe cà tàng của mình đến đón cô đi học, đi chợ, đi mua sắm. Chúa Nhật lại rủ cô đi nhà thờ. Mùa xuân, Ngữ rộn rã đưa cô ra giòng sông bắt đầu tan tuyết ở hai bên bờ, huyên thuyên kể cho cô nghe về cảm xúc, về những nỗi buồn vui của mình ngày mới đến định cư. Cái ước mơ giản dị thuở ấy của Ngữ lúc ấy là có một mái nhà, một người để yêu thương có thể... nói và hiểu được mình bằng ngôn ngữ mẹ đẻ, một đời sống bình yên hiền hòa... Mọi thứ như thể được cô chắp thêm cánh, Ngữ rộn ràng với những hình ảnh tưởng tượng trong trí mình về cuộc sống bình yên và êm đềm tương tự con sông hiền hòa của thành phố.

Ngữ không nghĩ có những con sông vẫn chảy ngược giòng. Không nghĩ đời sống vốn dĩ vẫn xảy ra những điều mình không bao giờ ngờ đến.

Đó là ngày Ngữ đưa cô đi xuống miền nam, nơi đông đảo đồng hương, cuộc sống xem có vẻ rất dễ chịu vì không cần phải giỏi tiếng Anh, không cần phải lắng lo trời sẽ nhiều tuyết đổ hay gió rét run mỗi sáng bước ra khỏi nhà, cũng không cần phải khắc khoải thèm một mớ rau xanh, một món ăn quê cũ... Ngữ hớn hở nói với cô mỗi năm hai người sẽ lại xuôi nam một lần. Khi thấy cô có vẻ ngập ngừng không muốn về lại thành phố cũ, Ngữ vẫn hân hoan vẽ ra cho cô những hình ảnh ấm cúng hơn, nói với cô về những dự tính tương lai nhiều màu hồng hơn. Mua một căn nhà gần bờ sông, làm khoảnh vườn mùa hè, một ô cửa mùa đông đầy nắng...

Nhưng cô đã lặng thinh không trả lời. Cũng không góp thêm câu nào như vẫn thường làm khiến Ngữ khá ngạc nhiên nhưng không hỏi lại. Mãi cho đến khi về tới nhà, Ngự mới ngờ ngợ, mới nhận ra có điều gì đó khác nơi cô. Và linh tính như báo cho Ngữ sẽ có một sự thay đổi nào đó, nên Ngữ vội vàng đến thăm người bảo trợ, nhờ ông hướng dẫn cách thức mượn tiền của nhà băng, và nói cho ông biết dự tính mua một căn nhà nhỏ của mình. Hẳn nhiên tất cả những điều ấy, Ngữ muốn làm cho cô, nhưng cũng khiến người bảo trợ rất vui mừng. Ông hăng hái chỉ vẽ cho Ngữ và hỏi giúp Ngữ nhiều nơi. Ông bảo thấy vui vì đôi cánh của Ngữ đã lớn ra, đủ rộng để tự bay một mình giữa bầu trời này, thấy những tháng ngày ủ rũ của Ngữ đã biến mất nhường chỗ lại cho những khoảnh trời tươi đẹp. Ông hứa sẽ là người làm chủ hôn cho Ngữ và cô.

Ngữ đã vâng dạ và thầm mong ước mọi điều sẽ được như ông nói, nhưng đâu đó cuối lòng, Ngữ lại cảm thấy như mình đang lao chao. Ngữ cố làm ngơ không nghĩ đến những bất trắc, những điều không may mắn nào đó. Ngữ cặm cụi đi làm. Một job, hai job, ba job. Thì giờ rảnh rang của Ngữ nhiều lắm là chỉ đủ đưa cô đi chợ. Không đủ để ngủ một giấc yên lành.

Và rồi điều cuối cùng cũng đến. Ngày Ngữ nhận được mảnh giấy viết vội của cô gắn trên cửa nhà mình, "Em đi Cali. Sẽ liên lạc với anh sau", trái tim chàng thanh niên chừng như thắt lại. Cổ họng Ngữ khô rát. Cái chuyến đi không hề được bàn tính trước với nhau, cũng không hề có một dấu hiệu nào chứng tỏ cô sẽ đi, và không một lời giải thích tại sao lại có chuyến đi ấy khiến Ngữ lặng người. Cả tâm lẫn trí Ngữ đều biết rằng chắc chắn là cô sẽ không về, cũng sẽ không liên lạc như lời nhắn.

Ngữ đã chôn chân trước cửa nhà rất lâu. Trên tay như đang nắm chặt những mảnh thủy tinh vỡ. Mùa hè, trời nắng rưng rưng, chín giờ tối vẫn sáng rực rỡ như bình minh vừa lên, nhưng lòng Ngữ tăm tối và lạnh. Không một ý nghĩ, một xúc cảm nào khác chạy qua ngoại trừ những cơn đau. Điếng rát cả người. Ngữ đã không hề nhớ mình làm gì sau đó. Vào nhà nằm vật trên ghế, hay trở ngược ra đường chạy tới chạy lui kiếm tìm? Ngữ chỉ nhớ mình đã không choàng dậy nổi vào sáng hôm sau, người nồng nặc mùi bia rượu bên cạnh mớ vỏ chai hỗn độn trên sàn, trên ghế...

oOo

Phải lâu lắm Ngữ mới trở lại thành phố ấy. Cái thành phố giờ đã lớn hơn thêm với nhà cửa mọc lên, vươn ra đến ngoại ô. Có những con đường ngày trước đi mãi vẫn chỉ thấy đất mênh mông hai bên lề, giờ đông đúc quán hàng, rộn rã ngựa xe khiến Ngữ khá ngỡ ngàng. Trừ *downtown* và một số dinh thự đặc trưng của thành phố, nhiều nơi Ngữ đã không nhận ra mình từng ngang qua nhiều lần, thậm chí từng cư ngụ ở đó.

Ngữ ghé lại thăm người bảo trợ. Bùi ngùi tự đặt câu hỏi nếu như không nghe tin ông bịnh nặng sắp qua đời, thì chẳng biết đến bao giờ mình mới trở về lại nơi này.

Chiều hôm ấy, sau khi ngồi cạnh cho đến lúc ông cụ ngủ say, Ngữ bảo với người nhà ông là mình sẽ trở lại vào chập tối. Ngữ chạy lòng vòng quanh phố một hồi, rồi xuống bờ sông. Đã bắt đầu vào xuân nên mặt sông hết đóng băng mà chỉ còn vài mảng tuyết đọng trên những vạt cỏ khô hai bên bờ, hay bám trên những nhành cây vươn trên mặt nước. Một quang cảnh hệt như thuở Ngữ mới đến định cư khiến Ngữ xao lòng.

Ngữ chạy vào công viên, đậu xe ở đó, rồi chậm rãi đi xuống con đường mòn, cuối cùng dừng lại ở đầu cầu nhìn xuống giòng nước trôi. Con sông vẫn hiền hòa, giòng nước vẫn lặng lẽ không sóng xô, khiến Ngữ chợt nghĩ đến một bài hát từng được nghe ở đâu đó, *"Đi qua giòng sông. Nụ hôn rơi đã quên lâu rồi. Giòng sông trôi giống em lặng lẽ. Mặc tình yêu hóa thân trong lòng...". (*).* Ngữ thừ người nhớ lại những ngày tháng chiến đấu cật lực để quên cô, quên mối tình đầu và quên cả cái ước mơ xây ngôi nhà bên bờ sông của mình...

Ngữ thở ra một hơi dài, nhận ra đời sống của con người, dẫu có thế nào đi chăng nữa cũng phải trôi như giòng sông phải trôi về một nơi nào đó. Được, hay không ra được biển lớn, cũng chẳng thể nào ngừng lại ở giữa lưng chừng. Cô đã trôi đi theo giòng đời. Và Ngữ cũng đã phải trôi.

Lần đầu tiên sau bao nhiêu tháng năm dài, Ngữ tự hỏi cô hiện đang ở nơi nào. Không biết có hạnh phúc với nơi cô đã chọn lựa hay không. Đã ra được biển lớn hay chưa, và có bao giờ nhớ đến thời gian từng sống ở nơi này. Bất giác Ngữ khẽ mỉm cười khi nghĩ chắc là cô đã quên mất rồi. Hoặc nếu vẫn còn nhớ, có lẽ chỉ nhớ đến những cơn gió rét, những mảng tuyết, những mảng băng trên đường và một mảnh trời gầy, màu khói xám...

Hoàng Nga

(*) *Đánh Rơi Bên Hồ - Sáng tác: Việt Anh*

TRƯƠNG VĂN DÂN
DACIA MARAINI

CON SO ĐÀN GÀ CỦA SOEUR ATTANASIA

(Nguyên tác tiếng Ý : Le galline di suor Attanasia
 Bản dịch của Trương Văn Dân)

Cái bụng nhỏ và tròn đang lớn, càng lúc càng dễ thấy. Sơ Attanasia đặt hai bàn tay lên để có thể theo dõi những chuyển động rất khẽ của sinh vật yêu thương. Từ hai tháng nay sơ thầm lặng đối thoại với nó và khi sơ nói, giọng của sơ dịu dàng và ngọt lịm như thể đó là mật lấy từ hạt dẻ.

Mẹ Orsola đã bảo là cần phải phá thai: "Một dì sơ có chửa là điều không thể chấp nhận. Rồi sẽ sinh ở đâu? Người ta sẽ nói gì? Chúng ta còn dám làm gương cho ai nữa chứ?"

"Ai mà không biết là ba tháng trước chủng viện đã bị ba tên phạm thánh tấn công, hai dì sơ bị cắt cổ và chúng ta may mắn còn sống sót vì đang trên đường về, tất cả đều biết sơ Attanasia bị cưỡng hiếp, bị thương và bỏ rơi dưới chân tượng Đức Mẹ mà bọn chúng đã bẻ gãy tay. Sơ còn sống được là nhờ bọn chúng tưởng đã chết" người trẻ nhất và can đảm phản đối sơ Orsola chính là bà sơ trẻ Giuditta nổi giận lên tiếng.

Ở ngoài phòng, sơ Attanasia đứng nép mình vào cửa và lắng nghe câu chuyện qua lỗ khoá. Sơ biết đây là điều xấu nhưng sự tò mò đã chiến thắng. Mọi người đang quyết định số phận của mình nên sơ nghĩ là mình cũng có quyền được nghe.

"Chúng ta không thể ép cô ta phá thai. Mà giữ cô ta ở lại đây cũng không được. Chỉ còn cách là cho về nhà".

"Thưa sơ Orsola, ở đây chúng ta có ít người. Nếu đuổi người trẻ và khoẻ nhất là sơ Attanasia thì ai sẽ chăm sóc vườn rau, rồi còn máy ép dầu, đàn gà mái chỉ đẻ trứng khi sơ ấy trò chuyện? Còn máy tính? Sơ Attanasia là người duy nhất biết sử dụng, nếu không có sơ ấy thì chúng ta không thể tiếp cận được với kho dữ liệu của chủng viện".

"Chúng ta cần phải hỏi ý kiến ở tòa Tổng giám mục".

"Giờ chứ đâu phải thời của nữ tu ở Monza"[4]

"Ngài giám mục sẽ quyết định, bảo sơ ấy phá thai nếu cần hay cho trở về nhà, tất nhiên với đời sống dân sự".

"Mà thưa sơ Orsola, sơ ấy bị cưỡng hiếp chứ không có lỗi. Nếu không bị bất tỉnh và vết thương rất nặng trên vai thì dù không có lỗi cũng đã chết như hai sơ kia rồi".

"Thế thì sơ Giuditta đề nghị thế nào?"

"Tôi đề nghị là cứ giữ sơ ấy ở đây, và giữ luôn đứa bé mà Đức Mẹ đồng trinh không thể không thương yêu; Bé được sinh mà không biết tính dục, như con của Đức Mẹ"

"Sơ Giuditta không được nói bậy", Mẹ bề trên Orsola vừa quát vừa làm dấu thánh giá.

"Sơ Attanasia tiếp tục làm việc trong vườn rau, trong trại nuôi gà và máy tính. Chúng ta phải giữ kín, không để ai trông thấy tình trạng của sơ và khi nào sinh em bé thì sẽ tính sau".

"Không thể sống với sự giả dối".

"Thưa mẹ Orsola, với các bề trên và các sơ trong dòng, chúng ta phải báo cáo sự thật. Chỉ với người ngoài là chúng ta phải giữ kín. Sơ sẽ thấy không có gì khó khăn đâu. Còn với sơ Attanasia, con thấy là sơ ấy rất vui nếu được sinh em bé. Xin hãy để sơ ấy yên".

"Hình như sơ quá dung dưỡng đó, sơ Giuditta. Tôi không muốn là chúng ta sẽ bị Chúa trừng phạt về sự kiêu ngạo này. Chúng ta cần phải xin ý kiến bề trên".

" Chúng ta đã viết thư để xin ý kiến. Đến nay vẫn chưa ai trả lời. Điều quan trọng bây giờ là chúng ta không được chia rẽ, cần phải tập trung sức mạnh để bảo vệ chủng viện. Những tên phạm thánh cũng có thể quay lại".

"Chúng không phải là kẻ phạm thánh, sơ hãy nhớ lấy điều này. Tất cả những tội ác, những vụ cắt cổ, cưỡng dâm... chúng đều nhân danh Chúa".

"Tôi không tin là những người theo đạo Hồi chân chính tin vào sự dối trá. Mahomet cũng như Chúa Jesus đều rao giảng tình huynh đệ và tình yêu, không phải thù hận và tội ác".

---

[4] Một nhân vật trong tiểu thuyết "Hứa Hôn" của nhà văn Alessandro Manzoni xuất bản vào năm 1827 (nd)

Nghe đến đây thì sơ Attanasia bỏ đi, lòng mừng khấp khởi. Sơ đã hy vọng rằng họ sẽ giữ mình lại và cho phép sơ tiếp tục cuộc đối thoại với sinh vật nhỏ bé đầy thương yêu.

Sơ lén ăn bánh mì tẩm mật ong. Đứa bé trong bụng sơ thèm ngọt và yêu thích mùi thơm nóng hổi của bánh mì vừa ra lò.

Các sơ thuộc dòng Bác Ái của Chúa Ki-tô ai nấy cũng đồng lòng vây quanh để bảo vệ sơ Attanasia và bí mật của sơ. Không có ai ra vào chủng viện mà không được phép của Mẹ bề trên, còn khi phải mở cửa thì chỉ được mở trong thời gian tối thiểu, trong chủng viện có những vùng cấm, chỉ có những người tin cẩn mới được đặt chân.

Về phía toà giám mục thì vẫn chưa trả lời. "Bức thư có thể đã bị thất lạc", Mẹ bề trên Orsola nói, "mà đây cũng chẳng phải lần đầu, nhưng chuyện này thì nhất định không thể nói qua điện thoại".

Cuộc sống vẫn tiếp tục, nhàm chán, bận rộn trong việc chăm sóc vườn rau, tiếp nhận những trẻ em bệnh tật, dạy học ở các trường có liên kết với nhà thờ.

Sơ Attanasia vẫn tiếp tục đối thoại với đứa bé của mình. "Mẹ không biết con là trai hay gái, nhưng không quan trọng, dù thế nào thì mẹ cũng yêu con, với hai bàn tay nhỏ và mềm như con ốc sên, đôi bàn chân mập và cong queo còn cái đầu thì như của cụ già, mẹ đã từng thấy các bé sơ sinh trong các phim tài liệu, được quay để dạy cho các nhóm từ thiện, đôi mắt nhắm còn cái cổ nhỏ như cổ gà. Khi nào Đức Giám mục thấy con, ngài sẽ bồng và đưa con lên cao rồi nói: đây là cái trái quý nhất của chủng viện thuộc dòng Bác Ái của Chúa Ki-tô!".

"Mẹ không muốn nghĩ đến các sơ bị chết vì cắt cổ, mẹ vẫn còn thấy đôi mắt kinh hoàng của họ, hai bàn tay đưa lên để chặn kẻ sát nhân; Mẹ không muốn nghĩ đến điều đó vì con sẽ xấu; Mẹ cũng không muốn nghĩ đến gã đàn ông tay cầm dao đưa lên cao, súng máy lủng lẳng đeo trước ngực đã phủ lên người mẹ. Khi hắn chém cổ mẹ mà bị trượt, nên lưỡi dao đã bập mạnh xuống vai. Trông thấy máu, thay vì thương xót hắn lại càng phấn khích, hắn đè lên người mẹ. Gã bị mất thời gian, đồng bọn gọi nên hắn đã bỏ mẹ tưởng rằng đã bị giết. Nhưng may là mẹ chưa chết, con ơi, trái lại, mẹ còn được sống hai lần, vì lần này có thêm con cùng sống trong lòng mẹ... Gã ấy đã bỏ đi. Mẹ không biết gã là ai, mặt mũi thế nào, vì đầu gã được trùm khăn chỉ hở ra đôi mắt. Mẹ chỉ còn nhớ có một mùi bạc hà rất đậm hoà với mùi mỡ dùng chùi súng. Mẹ chỉ nhớ một nỗi đau xé thịt và một sự tủi nhục về một thân hình đang đè lên và bạo lực. Có gì nghiêm trọng không nếu mẹ không thể ghét bỏ cái hậu quả của kẻ thù? Của người cưỡng hiếp mẹ? Có phải là tội lỗi không thể thù hận hay ghê tởm đứa con của kẻ phạm thánh, như sơ Giuditta đã gọi?

Đứa bé trả lời mẹ bằng những chuyển động nhỏ và nhẹ nhàng mà chỉ có sơ Attanasia mới hiểu là nó đồng ý hay phản đối. Chỉ trong vài tháng mà sơ đã học được thứ ngôn ngữ của đứa con chưa biết nói.

"Chúng ta hãy cầu nguyện Đức Mẹ đã cứu rỗi chúng ta", sơ nói, trong lúc ngưng công việc ở vườn rau. Rồi sơ quỳ gối xuống đất đỏ được hâm nóng bởi ánh mặt trời, chắp tay, nhắm mắt để tỏ lòng thành kính.

Sơ Orsola đã cho xây một bức tường quanh vườn rau để mọi người khỏi thấy khi sơ nhặt cỏ hay khi đặt tay lên bụng để tưới giàn bí.

Sau đó sơ Attanasia đến chuồng gà. Đàn gà đang kêu quang quác và chỉ có sơ mới có thể làm chúng im lặng. Khi sơ đẩy cái cổng gỗ, chúng bay đến gần và tụ tập dưới chân, không chỉ để ăn rau xay hay hạt bắp mà sơ mang trong một chiếc xô nhựa, mà còn để nghe sơ nói chuyện. Sơ Attanasia có một giọng nói dịu dàng, nhẹ và ngân mà lũ gà rất thích. "Trứng đẹp quá, các con ơi, như sắp sửa được bay", sơ nói ngọt đến nỗi chú gà trống có màu lông đa sắc và cái mào đỏ rất đẹp mà hắn rất tự hào, cũng chạy đến dưới chân sơ, giả bộ mổ vài hạt bắp mà thực ra là để nghe sơ nói.

"Bầu trời trong sáng quá phải không các con, chỉ có một đám mây màu cam đang ngừng trên đầu chúng ta thôi, nó sẽ cho ta một ít nước mưa, vừa đủ để làm mát và rửa sạch bụi bặm cho các con... Hãy cảm ơn Đức Mẹ đã quan tâm và thương yêu các con, đàn gà Phi châu nhé".

Đàn gà vui lòng đẻ trứng, ít cãi lộn khi được nói chuyện với sơ. Con gà trống đôi khi vểnh cái mỏ, kêu "chicchirichi" nhưng chỉ để nói là hắn hài lòng.

Nhưng sơ Attanasia còn phải phụ trách công việc ở nhà bếp. Chiếc bánh ngọt với trái cây mà sơ làm rất được mọi người yêu chuộng. Nhiều khi có những đơn đặt hàng từ bên ngoài, sơ phải trộn bột, đập trứng, cắt mứt, trộn phô-mai hay cắt nhỏ những miếng xoài hay chuối để trộn vào lớp gelatin với kiwi.

Sau rốt, vào buổi chiều sơ phải làm việc ở phòng vi tính, xử lý mọi dữ liệu chi tiết về sinh hoạt trong chủng viện. Có khi sơ làm việc đến nửa đêm, tính toán cộng trừ trên các cột và hàng. Tình hình kinh tế của chủng viện không mấy sáng sủa. Còn rất nhiều món nợ trong quá khứ cần phải trả, tiền trường, bệnh viện cho trẻ em luôn cần thuốc mới và tiền thì không bao giờ đủ. Ngoài ra còn phải trả tiền cho những người theo chủ nghĩa chính thống để được bảo vệ. Mà những kẻ bảo vệ nay ở đâu khi các dì sơ bị cắt cổ, tiền của chủng viện bị cướp, chính sơ đã bị cưỡng hiếp còn tượng Đức Mẹ thì bị đánh gãy tay?

Bọn chúng năm người đã đến, cổ mang súng máy. Họ nói đây là chiến tranh tôn giáo và những kẻ dị giáo. Chỉ có chúng là chính thống còn người khác đều là dị giáo. Chính những kẻ dị giáo mới đi cướp bóc, cưỡng hiếp, giết người và họ đang cần tiền để đi trừng phạt và cũng nhân danh chủng viện.

Nếu không còn vườn rau thì trong chủng viện chẳng có gì để ăn. Ngay cả đàn gà, trong những ngày nội chiến này cũng không chịu đẻ trứng. Và chỉ sau vài giờ đàm thoại và ca hát, sơ Attanasia mới đem về được vài quả trứng tươi.

Trong căn phòng nhỏ được dùng như bệnh viện nơi mà sơ thường tới bây giờ cũng không được phép vì "không ai được biết là trong chủng viện có một dì sơ mang thai".

Chỉ có ông bác sĩ, Dr Mohamed Kumahini, thỉnh thoảng mới được phép vào chủng viện từ một cánh cửa bí mật. Khi vừa khám cho sơ Attanasia ông vừa hút một điếu thuốc của Pháp, mùi rất gắt, miệng mỉm cười, chiếc đầu hói cúi xuống và nói tiếng Pháp bằng một giọng đặc biệt có pha chút tiếng Ả rập và thổ ngữ địa phương, là thai nhi phát triển bình thường. Chỉ có một điều mà ông không hiểu là tại sao sữa không có trong bầu vú hoá đá của dì sơ trẻ, "le lait, walda, ina?" vừa nói vừa chỉ tay vào ngực sơ, "le lait, bnita, où est? winta tausal?".

Mà một dì sơ tội nghiệp thì làm sao biết được vì sao? "bầu vú cần phải chứa đầy", sơ Giuditta thì thầm với sơ như vậy. "Dì nên ăn thịt dê nấu chín nhé". Nhưng từ nhiều năm sơ Attanasia đã không thích ăn thịt. Kể từ lúc người ta bảo dì giết một con cừu. Dì cảm nhận được cái chết của con vật dưới những ngón tay của mình, dì quan sát đôi mắt ngây thơ của con vật tắt dần như muốn hỏi: vì sao, vì sao thế hở sơ?" Từ lúc ấy dì thề với lòng là sẽ không bao giờ giết một con vật và sẽ không bao giờ ăn thịt súc vật bị giết chết.

"Chúng ta có thể ăn bông cải, cà rốt, khoai tây và các thứ đậu", sơ Attanasia nói thế với đứa con trong bụng mình. Trong những lời khấn nguyện với Đức Mẹ đồng trinh đã ban cho cái miệng bé nhỏ sẽ được ăn thực phẩm, được biết mùi và hương vị mà giờ này chưa được biết mùi của dầu oliu, con ơi, dầu được ép ở quê mẹ, vùng Umbria, hơi đắng và thơm chứ không phải thứ mà người ta bán ở đây, được làm từ những cây cọ, đặc quánh, có màu đỏ và vị chua lòm. Cái miệng nhỏ của con sẽ được mở ra để nhận thánh thể của Chúa, ăn bánh ngọt có mùi xoài... đó không phải là một phép lạ hay sao? Mặc dù mẹ không bao giờ hiểu là tại sao thánh thể của Chúa cần phải được ăn, vì nó đâu phải là bánh ngọt hay miếng thịt cừu, một mẩu khoai chiên.. Thánh thể của Jesus, có cái mùi giấy, mùi ở nơi khép kín... đôi khi sơ còn nghe có mùi hành và biết ngay đó là cha Donato, tay ông ta luôn có mùi hành và tỏi. Ông là một trong ít các Đức Cha không muốn được đàn bà phục vụ. Nên biết là họ sẽ vui lòng vì Cha là một người đẹp trai và có nụ cười như thiên thần. Nhưng Cha chỉ thích tự mình làm lấy "Cha không thích ai làm cho mình" Cha thường nói như thế, con người phúc hậu và tử tế đến từ làng Pescasseroli vùng Abruzzo. "Tôi không muốn xem các sơ như nô lệ mà là chị em", Cha nói thế rồi cười như một đứa bé. Có lẽ Cha thích uống rượu vang. Nhưng sau 15 giờ làm việc giữa những người bệnh dịch tả, trẻ em mắc bệnh Sida (Aids) hay những người bị bệnh phong thì cha có quyền uống chút rượu vang chứ, đúng không? "Nếu không uống, sơ Attanasia à, tôi không thể ngủ", Cha đã nói thế trong một ngày mà sơ bất ngờ thấy Cha đang ngửa cổ tu chai rượu.

Nhân cơ hội đó sơ liền hỏi, "Thưa Cha, vì sao mà chúng ta ăn thánh thể của Chúa Kito? Làm sao mà chúng ta có thể tôn kính và vinh danh ngài nếu chúng ta giữ ngài trong bụng như thế đó là một mẩu bánh mì?"

Cha Donato đã bật cười, "Sơ Attanasia à, đừng có nghĩ lung tung. Tôn giáo là một sự đầu hàng của trái tim: chúng ta yêu và vì thế mà chúng ta tin, dù có khi nó không hợp lý. Thánh thể của chúa Kito chỉ là một biểu tượng được bẻ nhỏ và ăn. Bỏ vào miệng, chúng ta giống như các chiến binh thời cổ ăn các anh hùng để sở hữu sự mạnh mẽ, khéo léo và thông thái của họ."

Sơ Attanasia đã cúi đầu, ngẫm ngợi. Cha Donato là một trong những người đầu tiên biết về sự mang thai nhưng ông không hốt hoảng, cũng không như các sơ đã đề nghị gỡ mạng che, đuổi sơ về nhà, làm như thế đó là tội lỗi của sơ vì sơ bị cưỡng hiếp và mang thai.

Và khi sơ Giuditta thông báo cho cha biết quyết định chủng viện là giữ sơ ở lại cho đến ngày sinh đẻ thì cha đã hài lòng mỉm cười, và sau đó cha luôn luôn tế nhị và tôn trọng một bà sơ sẽ làm mẹ trong tương lai.

"Thưa Cha, còn một điều này nữa, yêu một đứa con sinh ra từ bạo lực và thù hận thì có phạm tội hay không? Có mang tội không khi yêu một sinh linh bé bỏng và tội nghiệp phải mang ký ức về câu chuyện của một quốc gia hay của một tôn giáo khác?"

"Hãy để Chúa phán xét, sơ Attanasia à. Ngài sẽ cho sơ biết là phải làm gì. Tình yêu không bao giờ là một tội lỗi."

"Cha Donato nói không phải là tội lỗi", sơ Attanasia lặp đi lặp lại lời nói ấy. Và Đức Mẹ, bây giờ đã có hai cánh tay mới và một mạng che màu xanh vừa mới vẽ trên đầu cũng đang nhìn sơ mỉm cười. "Thưa Đức Mẹ, bây giờ Mẹ cũng biết là có nhiều xáo trộn về sự mang thai, Mẹ cũng như con đều không được biết về niềm vui thông qua giới tính, mẹ nhờ đôi cánh con chim bồ câu của Thánh Thần chạm phải còn con thì bị cưỡng bức, con biết là Mẹ thấu hiểu cho con, Mẹ đồng trinh thấu hiểu cho con phải không Mẹ?"

Nhưng một ngày, một buổi sáng trời rất đẹp, trong lúc chủng viện đang sinh hoạt bình thường: sơ Benedetta dạy giáo lý ở trường, sơ Angela đang nấu súp, còn sơ Attanasia thì đang kể chuyện cổ tích với đàn gà... Sơ Orsola thì đang tính toán chuyện tiền nong, còn sơ Giuditta thì đang đọc sách Phúc Âm... thì bất thình lình có tiếng chuông nhấn lên mạnh mẽ ở ngoài cổng. Mọi người đều giật mình run sợ khi chờ sơ Agata bước ra xem thử có chuyện gì.

"Người đưa thư!" sơ la lên vui vẻ và mọi người yên tâm quay về công việc của mình. Nhưng người phát thư đang mặc đồng phục, điều hiếm khi xảy ra từ nhiều tháng nay. Chuyện gì đã xảy ra.

Người đưa thư Ahmed thường đến bằng xe đạp với hơi thở mệt nhọc, mặc quần ngắn với cái áo nhăn nheo và xỉn màu, đôi bàn chân trần trên pédal và cây bút vắt trên tai.

"Chuyện gì thế Ahmed", sơ Agata giật mình hỏi.

"Có thư của Toà Tổng giám mục".

Sơ Agata cầm bức thư bằng hai tay, như thể sợ bỏng. Sơ đóng nhanh cánh cửa và chạy ngay đến văn phòng của Mẹ bề trên Orsola.

Sơ Orsola ngửi bức thư sau đó đặt lên lòng bàn tay như cân thử nặng nhẹ bao nhiêu rồi nói "hơi nặng đấy!". Bà quay nhìn bà sơ nhỏ bé chân đi hơi quẹo còn đang đứng ngoài cửa, "sơ đi được rồi sơ Agata, để tôi yên một mình".

Như thế thì không ai biết là Mẹ bề trên đang đọc thư của ngài Giám mục. Thế nhưng đến tối thì mọi người đều biết là Toà Tổng giám mục cho phép đặc biệt để gửi "cô gái tội nghiệp bị cưỡng bức ấy về nhà. Sau khi gỡ bỏ mạng che mặt thì sơ ấy có thể giữ lại đứa bé hay không. Tất nhiên, sau khi một dì sơ của dòng Bác Ái Chúa Ki-tô bị cưỡng hiếp tàn bạo và những hậu quả không mong muốn thì toà nghĩ rằng không tiện giữ sơ Attanasia ở lại chủng viện Taoudeni, ngay tại biên giới với nước Cộng hoà Algeri đầy nguy hiểm."

Khi biết được quyết định về số phận của mình, sơ Attanasia ngã ra bất tỉnh trong chuồng gà. Từ cánh tay của sơ, có hai quả trứng lăn ra xa mà không vỡ.

Sơ Angela và sơ Agata đã đưa đến văn phòng của Mẹ Orsola, mẹ nhìn cái bụng tội nghiệp với lòng thương hại, nó đã lớn đến nỗi cái váy rộng trên người cũng không thể che lại được. "Bây giờ chúng ta sẽ chuẩn bị mọi thứ và sẽ đưa sơ về nhà an toàn, sơ yên tâm nhé."

Nhưng sơ Giuditta thì nghĩ khác: "Mà ở Toà giám mục thì họ biết điều gì xảy ra ở đây? Những người đàn ông ở đó thì biết gì về một người đàn bà đang mang thai? Dù có muốn, sơ Attanasia cũng không thể phá thai, thai đã 6 tháng rồi, sơ Orsola, họ quyết định cái gì thế chứ? Còn chúng ta thì gửi sơ này về đâu khi mà nhà không có, không còn gia đình, bè bạn. Để sinh đứa bé ở giữa đường à?"

Sơ Orsola lắng nghe trong im lặng và không biết trả lời thế nào. Nhưng tất cả các sơ khác đều đứng về phía sơ Attanasia và cố thuyết phục Mẹ bề trên.

Và thế là sơ Attanasia trong hoàn toàn bí mật, được ở lại để chấm dứt thai kỳ trong chủng viện của các sơ thuộc dòng Bác Ái của Chúa Ki-tô ở tại Taoudeni thuộc vùng Mali phía bắc, giáp giới với nước cộng hoà Algeri.

Cuối cùng thì vào tháng tư, giữa những cánh đồng có hoa vàng và tím, có bướm bay và tiếng dế kêu rỉ rả, một đứa bé gái da nâu và tóc đen được sinh ra, mọi người đặt tên cho bé là Maria Concepita Innocente.

Các sơ tổ chức một buổi lễ nho nhỏ có chuối chiên, cá sông và một ít bia. Cha Donato mang tặng em bé một con dê con, mà một đứa bé cũng có thể vắt sữa, được hứng đầy một sô nhỏ một thứ sữa béo, có vị hơi chua. Ngay cả bác sĩ Mohamed Kumahini cũng rất vui khi thấy em bé sinh ra dễ dàng và không có vấn đề gì.

Sơ Attanasia cho con bú sữa, hơi mắc cỡ khi thấy các sơ khác bất ngờ đến thăm và khen khuôn mặt bé tròn, hai chân bụ bẫm hay bàn tay nhăn nheo như hai con ốc sên màu nâu.

Nhưng có kẻ xấu nào biết và báo cáo lên cấp trên. Và có lệnh từ trên đưa xuống: Bé Maria Concepita Innocente phải được đưa ngay về cô nhi viện ở Roma. Mẹ bé, nếu muốn ở lại chủng viện thì 5 năm không được đến gần bàn thờ. Vì bất cứ lý do gì, không ai được nói về chuyện này nữa. Ngoài ra còn có lời khiển trách Mẹ bề trên Orsola đã không đưa dì sơ có thai về nhà nên cần phải được thay thế bởi một dì sơ khác đến từ Lagos vì người mới có một ý tưởng khác về sự tuân phục.

Sơ Attanasia cúi đầu khi những giọt nước mắt chảy xuống dầm dề. "Thôi, có lẽ thế cũng tốt cho dì" sơ Giuditta an ủi bạn, sơ sẽ không còn sợ mắc phải bệnh sốt rét như bọn tôi, không mắc bệnh giun chỉ như sơ Agata, có khuôn mặt bị loài giun khốn kiếp đào hầm dưới làn da mà chưa có thuốc nào chữa được."

Ngày hôm sau có hai người to lớn mặc đồ trắng đến bắt em bé, người còn quấn tã lót, đưa lên xe bốn bánh lấm đầy bùn và hai bên thùng xe có in hình chữ thập trắng.

Sơ Attanasia trở về vườn rau, được bao che bởi bức tường cao mà sơ Orsola đã cho xây. Nhưng trái tim sơ dường như đã chết, và nằm trong ngực như trong một chiếc quan tài.

Từ ngày ấy sơ không còn cười hay nói được nữa, dù các sơ khác gợi chuyện hay an ủi. Xưa nay ai quen với sự vui tính của sơ, bây giờ thì trong chủng viện hình như trống rỗng và im lặng.

May mắn là sự thay thế Mẹ bề trên với một dì sơ đến từ Lagos đã không xảy ra, sau lời khẩn cầu, ăn năn và thư xin lỗi của sơ Orsola với ngài Giám mục. Sau đó thì sơ Orsola trở nên cứng rắn và nghiêm khắc hơn. Có một chuyện bất thường nào sơ đều đích thân tới xem xét và áp dụng quy luật của chủng viện. Sơ Giuditta bị đưa vào khuôn khổ và nắn gân vì bị xem như kẻ kích động với thái độ thiếu đạo đức và dị giáo.

Tóm lại, sơ Orsola đã trở thành một người cố chấp như Giuditta đã nói với các sơ khi có dịp.

Sau đó, vào một buổi sáng, khi nhìn ra khu bếp sơ Agata nói lớn: "Các sơ biết chuyện gì chưa, sơ Attanasia đã nói chuyện trở lại."

"Sơ ấy nói với Chúa", sơ Benedetta nói, rồi kêu sơ Vipera.

"Không đâu, ngốc", sơ Giuditta vào cuộc, "sơ nói chuyện với đàn gà đó".

" Sơ ấy nói gì thế?"

"Kể chuyện về đứa bé gái Maria Concepina Innocente của mình."

" Sơ hát nữa, các sơ có nghe không?"

"Thế thì sơ sẽ làm bánh ngọt nữa".

Nhưng sơ Attanasia không còn quay lại nhà bếp để làm bánh nữa, thi thể của sơ đã nằm bất động, bình an và ngay thẳng, nằm chết trên một tảng đá bên trong chuồng gà. Còn con gà trống thì suốt đêm gáy cho sơ một bài hát cay đắng và đau đớn.

Milano 2- 2021
Trương Văn Dân *chuyển ngữ*

mưa xuân mưa lai rai
ngắn giọt nối thành dài
ngồi nhìn cảm thấy ướt
nỗi buồn vơ vẩn hoài

lhoán

CHÂU YẾN LOAN
BẢO AN, NGÔI LÀNG 550 TUỔI

*"Cây da mô cao bằng cây da Bàn Lãnh.
Đất mô thanh cảnh bằng đất Bảo An"*

Đó là hai câu ca dao người xưa truyền tụng để ca ngợi quê hương Bảo An.

Lịch sử làng Bảo An

Làng Bảo An nằm ở trung tâm của Gò Nổi, rộng trên 500 mẫu, phía đông giáp Xuân Đài; đông bắc giáp Kỳ Lam ấp nam; phía tây giáp ba làng Thạnh Mỹ, La Kham, Tư Phú; phía nam giáp Ân Phú (Bến Đền Đông), Phi Phú (Bến Đền Tây); phía bắc giáp sông Thu Bồn.

Bảo An là một trong 24 làng của vùng đất Gò Nổi xưa, nằm giữa hai nhánh của con sông Thu Bồn có đất đai màu mỡ, phong cảnh hữu tình. Làng được thành lập do những người gốc Nghệ An theo chân vua Lê trong chiến dịch Bình Chiêm năm 1471, sau chiến thắng họ không trở về quê hương mà ở lại khai phá, lập làng tại vùng đất mới theo yêu cầu của nhà vua. Từ khi thành lập đến nay làng Bảo An đã ngót 550 tuổi.

Ngày nay Bảo An gồm hai thôn Bảo An Đông và Bảo An Tây thuộc xã Điện Quang, huyện Điện Bàn, tỉnh Quảng Nam, ở về phía tây nam thành phố Đà Nẵng và cách Đà Nẵng chừng 37 km theo đường bộ.

"Phan tộc Kỷ Yếu" cho biết làng Bảo An trước đây có 12 dòng tộc tiền hiền và hậu hiền sinh sống; trong đó tộc Nguyễn,

Phan, Ngô, Thái, Phạm, là những tộc theo chân vua Lê vào khai phá vùng đất này vào thế kỷ XV.

Theo *"Bảo An - Đất và Người"* của nhiều tác giả do Nhà xuất bản Đà Nẵng phát hành năm 1999, các tộc Nguyễn, Phan, Ngô là người huyện Nghi Xuân, phủ Đức Quang, thừa tuyên Nghệ An, kết bạn tâm giao cùng theo vua Lê vào khai phá vùng đất mới vào thế kỷ XV.

Và theo tộc phả của hai họ Phạm và Thái thì nhóm bạn trên còn có họ Phạm và họ Thái kết thành năm người từ Nghệ An vào khai phá đất Bảo An.

Ban đầu họ đến khai khẩn vùng Hòa Đa thuộc huyện Điện Bàn, phủ Triệu Phong, thừa tuyên Thuận Hóa, phía bắc sông Thu Bồn; sau mới sang phía Nam sông Thu lập ra làng Bảo An cách Hòa Đa khoảng 4 km. Các tiền nhân của làng Bảo An xưa bằng sự cần cù lao động, tài năng và trí tuệ đã dựng làng, lập ấp, biến nơi đây từ một vùng đất hoang sơ, cây cối rậm rạp, giao thông hầu như chỉ bằng thuyền trên dòng sông Thu Bồn, trở thành xóm làng trù phú, đất rộng, người đông, danh tiếng vang khắp nước.

Theo Phan Bá Lương - người cháu của tộc Phan ở Bảo An - trong bài *"Giới thiệu tộc Phan thôn Bảo An, xã Điện Quang, huyện Điện Bàn, tỉnh Quảng Nam"* thì: *"Ngay từ buổi lập làng, tổ tiên các dòng tộc đã quy hoạch đất đai, quy định khu sản xuất, khu cư trú, kiến trúc nhà ở và các công trình công cộng riêng biệt"*.

Làng Bảo An có 6 xứ đất là xứ Biên Bĩ, xứ Ba Trai, xứ Cây Gạo, xứ Bàu Ve, xứ Ngoạt Đài, xứ Ma Ly, được chia làm hai phần theo chiều dọc từ đông sang tây thành đất canh tác và đất thổ cư. Đình ở giữa làng, phía Đông của đình là trường học, phía Tây của đình là chợ. Hai bên đường, ngang qua chợ, là hai dãy dài các tiệm buôn bán và các quán ăn, tất cả đều xây tường vôi mái ngói. Cách bố trí, sắp đặt khu dân cư, phố chợ, trường học, sân vận động ... mang tính khoa học và thẩm mỹ đã tạo cho làng quê Bảo An một quang cảnh thiên nhiên rất văn hóa.

Giao thông ở Bảo An cũng rất tiện lợi. Đường cái là trục lộ chính nối liền Gò Nổi với quốc lộ 1A ngang qua Bảo An. Đường xe lửa xuyên Việt cách Bảo An 1 km. Đường thủy để vận chuyển hàng hóa và hành khách, có Bến Đường là điểm xuất phát, từ Bến Đường đi ngược dòng thì lên các ngõ nguồn Nông Sơn, Tí Sé, Thạnh Mỹ, Hà Tân còn muốn xuống Hội An hay ra Đà Nẵng thì đi xuôi dòng.

Công lao đóng góp của các bậc tiền nhân trong công cuộc mở đất lập làng Bảo An đã được vua Khải Định nhà Nguyễn ghi nhận và phong sắc thần cho cả ba tộc tiền hiền Nguyễn, Phan, Ngô.

Sắc Quảng Nam tỉnh Điện Bàn phủ, Bảo An Đông Tây nhị xã phụng sự tiền hiền khai canh Nguyễn Liệt đại lang chi thần, nẫm trứ linh ứng. Tứ kim chánh trực, Trẫm tứ tuần đại khánh tiết, kinh ban bảo chiếu đàm ân lễ long đăng trật, trứ phong vi Dực Bảo Trung Hưng Linh Phò tôn thần, chuẩn kỳ phụng sự, thần kỳ tương hựu bảo ngã lê dân. Khâm tai.
Khải Định cửu niên, lục nguyệt, nhị thập ngũ nhật.

Dịch nghĩa:
Sắc cho hai xã Bảo An Đông và Bảo An Tây, phủ Điện Bàn, tỉnh Quảng Nam phụng thờ vị thần tiền hiền mở đất là thần Nguyễn Liệt đại lang vô cùng linh ứng. Nay nhân đại lễ mừng Trẫm 40 tuổi, triều đình long trọng ban chiếu sắc phong, sắc phong cho thần tước hiệu Dực Bảo Trung Hưng Linh Phò, chuẩn cho hai xã trên phụng thờ thần. Thần hãy che chở bảo vệ dân ta. Vậy thay.
Khải Định năm thứ 9, tháng 6, ngày 25.

Trải qua thời gian từ khi được thành lập đến nay, làng đã nhiều lần thay đổi tên gọi. Đầu tiên làng có tên là Phi Phú, đến thời chúa Nguyễn đổi thành làng Phú An, Phú An Đông, Phú An Tây. Thời Tây Sơn làng được gọi là Tây Nhị xã. Sang thời nhà Nguyễn, theo Địa bạ triều Gia Long soạn năm 1812, làng có tên Bảo Đông, Bảo Tây nhị xã. Sau Cách mạng tháng Tám, làng mang tên danh nhân Hoàng Diệu. Sau năm 1954, Bảo An thuộc xã Phú Tân. Từ đó đến nay Bảo An thuộc xã Điện Quang .

Bảo An – Đất học lắm hiền tài

Làng Bảo An là đất học có tiếng của Quảng Nam xưa. Dưới thời nhà Nguyễn, làng có 2 phó bảng, 16 cử nhân, 27 tú tài (chiếm 17% số trúng đại khoa của toàn huyện).

Hai vị phó bảng là:

-   Nguyễn Duy Tự

Không biết ông sinh và mất năm nào, chỉ biết ông ra đời và lớn lên ở xã Bảo An, huyện Diên Phước, phủ Điện Bàn, nay là xã Điện Quang, huyện Điện Bàn, tỉnh Quảng Nam.

Ông đỗ Cử nhân khoa Quý Mão, niên hiệu Thiệu Trị 3 (1843).

Đỗ Phó bảng khoa Giáp Thìn, niên hiệu Thiệu Trị 4 (1844).

Ông được phong hàm Thị độc học sĩ, sung Hải Phòng sứ, sau bị cách chức.

- Phan Trân

Sinh năm Nhâm Tuất (1862). Quê xã Bảo An Tây, huyện Diên Phước, phủ Điện Bàn, nay thuộc xã Điện Quang, huyện Điện Bàn, tỉnh Quảng Nam.

Năm 27 tuổi ông đỗ Cử nhân khoa Mậu Tý, niên hiệu Đồng Khánh 3 (1888).

Mãi đến năm 34 tuổi ông mới đỗ Phó bảng khoa Ất Mùi, niên hiệu Thành Thái thứ 7 (1895).

Ông từng giữ chức Tri phủ.

Vợ ông là bà Hoàng Thị Lê con gái của Binh bộ Thượng thư Hoàng Diệu, Tổng đốc Hà Ninh.

Ông là thân sinh nhà báo, nhà văn Phan Khôi, tác giả Chương dân thi thoại (1936).

Các vị Cử nhân của làng Bảo An:

Lương Văn Nhã, Nguyễn Duy Tự, Phan Doãn Đức, Phan Trinh, Lương Ngọc Trác, Nguyễn Huy Thảo, Nguyễn Huy Khởi, Phan Tấn, Phan Thành Tích, Ngô Lương Hàn, Phan Bá Kính, Lương Doãn Nguyên, Nguyễn Bá Trác...

Nhờ tinh thần cần cù siêng năng, ham học hỏi của các người con làng Bảo An giúp họ đỗ đạt cao trong các khoa thi, làng Bảo An rạng danh là đất học lắm hiền tài.

Về quan chức dưới thời phong kiến nhà Nguyễn, Bảo An có đủ các chức quan từ quan văn đến quan võ như Huấn đạo, Giáo thụ, Đốc học, Tri huyện, Tri phủ, Lãnh binh, Án sát, Hàn lâm viện... Các vị quan này khi nhận chức tỏa đi khắp mọi nơi trong nước đến khi nghỉ hưu trở về sống ở quê hương, họ đã đem sở học của mình truyền bá cho dân làng những tinh hoa của Hán học, đạo đức của thánh hiền và những thuần phong mỹ tục ở những nơi đất khách quê người mà họ đã tiếp thu được trong cuộc đời làm quan, nhờ thế văn hóa của làng được nâng cao.

Đầu thế kỷ XX, phong trào Duy Tân phát triển mạnh mẽ, những người theo Tây học hô hào dân làng cắt tóc ngắn, mặc âu phục, học chữ Quốc ngữ để xóa nạn mù chữ, kêu gọi nam nữ bình quyền. Nhờ có sẵn trường học trong làng nên nhiều người được đi học và đỗ đạt, ở mọi cấp bằng từ Sơ học yếu lược đến Tiểu học, Thành chung (Tốt nghiệp Phổ thông cơ sở), Tú tài đều có. Đặc biệt con gái cũng được đến trường, nhiều người trở thành giáo viên, cô đỡ, y tá... đó là điểm tiến bộ của làng vào thời kỳ này.

Bảo An cũng là quê hương các danh nhân: Phan Khôi, Nguyễn Bá Trác, Phan Thành Tài, Lương Khắc Ninh, Xuân Tâm, Nguyễn Đình, Phan Thanh, Phan Bôi...

Bảo An – làng nghề truyền thống nổi tiếng

Từ lâu Bảo An đã nổi tiếng là một trong những làng nghề truyền thống của Quảng Nam đặc biệt là nghề dệt và nghề mía đường.

Bảo An - làng dệt

Bảo An có những bãi dâu xanh ngút ngàn trồng trên các bãi bồi tạo điều kiện cho nghề dệt phát triển. Bảo An cùng với các làng Mã Châu, Thi Lai, Đông Yên sản xuất ra những tấm vải lụa nổi tiếng khắp gần, xa.

Quảng Nam là một trong những nơi có nghề dệt phát triển. Trong Phủ biên tạp lục Lê Quý Đôn đã viết: *"Tổ xa đời của họ Nguyễn là người dinh Quảng Nam học dệt của người bắc khách, đời truyền nghề cho nhau. Các mặt hàng vóc, sa, lãnh, gấm, trừu cải hoa rất khéo..."*

Quảng Nam có nghề trồng dâu nuôi tằm dệt lụa với những ruộng dâu bát ngát xanh tươi nên sản xuất tơ lụa nhiều đến nỗi dân lao động và người nghèo cũng mặc áo quần bằng tơ lụa hàng ngày và còn dư thừa để bán cho Nhật Bản, gửi qua Lào đưa sang Tây Tạng nữa. Cristophoro Borri kể rằng phụ nữ mặc tới năm hay sáu váy lụa trơn, cái nọ chồng lên cái kia và tất cả có màu sắc khác nhau. Cái thứ nhất phủ dài xuống chấm đất, ... không trông thấy đầu ngón chân. Sau đó là cái thứ hai ngắn hơn cái thứ nhất chừng bốn hay năm đốt ngón tay, rồi tới cái thứ ba ngắn hơn cái thứ hai và cứ thế trong số còn lại tiếp tục theo tỉ lệ cái nọ ngắn hơn cái kia để cho các màu sắc đều được phô bày trong sự khác biệt của mỗi tấm... Còn trên thân mình thì họ khoác vắt chéo như bàn cờ với nhiều màu sắc khác nhau, phủ lên trên tất cả là một tấm voan rất mịn và rất mỏng cho người ta nhìn qua thấy tất cả màu sặc sỡ chẳng khác mùa xuân vui tươi và duyên dáng, nhưng cũng không kém trịnh trọng và giản dị (*Xứ Đàng Trong năm 1621, Cristophoro Borri, Bản dịch của Hồng Nhuệ - Nguyễn Khắc Xuyên và Nguyễn Nghị, nxb TP Hồ Chí Minh 1998, tr 53, 54*)

Năm 1653, trong cuốn *"Hành trình và truyền giáo"*, giáo sĩ Alexandre de Rhodes cũng từng viết rằng: "Ở Đàng Trong... tơ lụa nhiều đến nỗi còn dùng để đan lưới và bện dây thuyền"...
Lê Quý Đôn cũng cho rằng: "Thuận Hóa không có nhiều của cải, đều lấy ở Quảng Nam, vì xứ Quảng Nam là đất phì nhiêu nhất thiên hạ. Người Thăng Hoa Điện Bàn biết dệt vải, lụa, vóc, đoạn, lĩnh là, hoa màu khéo đẹp chẳng kém Quảng Đông." *(Lê Quý Đôn Toàn tập, T1, Phủ Biên tạp lục, nxb Khoa học Xã hội Hà Nội 1977, tr. 337)*.

Ở Bảo An, ngoài việc làm nông, thì quanh năm suốt tháng làm nghề dệt. Những cô gái Bảo An cả ngày ở trong bóng mát ươm tơ, dệt sợi hay ngồi bên khung cửi, ít phơi nắng và làm việc nặng như phụ nữ ở những vùng nông thôn khác nên nước da trắng trẻo, mịn màng rất xinh: "Tiếng đồn con gái Bảo An, Sáng mua vải sợi, tối đan mành mành".

Và "Những năm từ 1937, 1938 đến 1944, con gái Bảo An đã nhiễm cách ăn mặc, trang điểm của phụ nữ thành thị Đà Nẵng, Hội An. Đàn bà đi chợ thường mặc áo dài, có chị đã kín đáo dùng chút son phấn ..." *(Phan Thị Miều - Nhớ và ghi lại việc buôn bán ở làng Bảo An xưa)*.

Họ đã từng một thời là đối tượng mơ ước của những chàng trai xứ Quảng:

Bảo An sản xuất các mặt hàng từ bông vải như vải ta, vải mùng, xi ta, từ tơ tằm như lụa, lãnh, tussor, thao, đũi. Hàng dệt Bảo An nổi tiếng và được bán ở các thành phố lớn như Hà Nội, Vinh, Huế, Sài Gòn sang tận Nam Vang (thủ đô Kampuchea). Trước Cách mạng tháng Tám, Bảo An không những là nơi sản xuất nhiều vải vóc, lụa là mà còn là nơi thu mua các sản phẩm từ nghề dệt để đưa đi bán ở nhiều nơi trên cả nước và sang tận Phnom Penh, Hồng Kông. "Mỗi buổi sáng, trong Đình Thị - gian chính trong chợ Bảo An - là nơi diễn ra việc mua bán vải cây. Vải cây tức

là loại vải ta khổ hẹp do các gia đình dệt ra, cuốn lại thành cây...
Người ta mua loại vải này chở đi tiêu thụ các nơi như Huế, Quảng
Ngãi, Tam Kỳ, Sài Gòn... Họ mua suốt từ sáng đến khoảng 10 giờ là
chất cả đống mang về nhà hôm sau tiếp tục vận chuyển đi bán"
(*Phan Thị Miều - Nhớ và ghi lại việc buôn bán ở làng Bảo An xưa*).

Vào đầu thế kỷ XX sản phẩm dệt của Bảo An đã góp phần
cho những hoạt động sôi nổi của Phong trào Duy tân. Theo
Nguyễn Văn Xuân, vào ngày đó nghề dệt của Bảo An đã đạt trình
độ kỹ thuật cao.

Sự phát triển của nghề dệt ở Bảo An đã kéo theo sự phát
triển của một số nghề phục vụ cho ngành dệt như: Nghề mộc đóng
khung cửi, máy ươm tơ kéo sợi, xa quay sợi, nghề nhuộm, nghề hồ
vải sợi.

Bảo An - làng mía đường.

Ngoài nghề dệt, Bảo An còn nổi tiếng với nghề mía đường.

Có người cho rằng nghề đường mía ở Bảo An, ra đời từ
năm 1860, khi những người Hoa đầu tiên thuộc họ Lương đến
sinh sống tại làng này để sản xuất và buôn bán đường. Nhưng có
thể là nghề làm đường ở đây đã ra đời sớm hơn nên mới thu hút
tổ tiên tộc Lương đến buôn bán chứ không phải sản xuất vì người
Hoa chỉ đến sinh sống ở những nơi có tiềm năng thương mãi.

Những ruộng mía trồng ở bãi bồi ở Bảo An được thu hoạch
từ tháng 10 đến tháng 3 Âm lịch. Mía được chở về các lò nấu
đường ép nước bằng một dụng cụ gọi là "ông che" do đôi trâu kéo
chiếc cần đi vòng quanh máy ép. Nước mía vừa ép ra được đưa
vào các chảo to để nấu đường. Những chảo nước đường sôi sùng
sục trên lò bốc mùi thơm ngào ngạt. Qua các khâu chế biến người
thợ nấu đường ở Bảo An đã sản xuất ra các loại đường bát, đường
muỗng, đường cát và mật mía để nấu rượu. Đường sản xuất ra
được đưa đi bán khắp các tỉnh thành trong nước và nước ngoài
bằng đường thủy ở một bến sông trên bờ sông Thu Bồn, nơi đây
đã trở thành một địa danh nổi tiếng của Bảo An là Bến Đường.
Đường sản xuất ở Bảo An được người phương Tây khen ngợi: "Họ
sản xuất được những loại đường trắng, xốp và ngọt lịm, còn ngon
hơn là đường của chúng ta".

Nhiều gia đình ở Gò Nổi trở nên giàu có nhờ buôn bán đường như ông Phan Khôi cho biết bà cố của ông có của ăn của để, nuôi con ăn học thành tài, thi cử đỗ đạt cũng nhờ buôn bán đường với Hội An.

Bảo An, làng nấu rượu.

Nhờ có nhiều đường mật, làng Bảo An đã phát triển nghề nấu rượu. Người ta dùng mật mía cùng với gạo, nếp làm nguyên liệu nấu với loại men đặc biệt được chế biến từ thuốc Bắc và dùng các dụng cụ bằng gốm tốt để chưng cất và chứa rượu nên rượu Bảo An rất thơm ngon và nổi tiếng từ xưa.

Gần đây có người cho rằng phải chăng rượu Hồng Đào nổi tiếng của Quảng Nam thường được dùng trong các lễ lạt quan trọng như lễ hỏi, lễ cưới, thết đãi tri âm tri kỷ v.v... chính là loại rượu của Bảo An ngày trước.

Trải qua 550 năm hình thành và phát triển, Bảo An đã trở thành ngôi làng lớn của Gò Nổi, nơi có nền kinh tế phồn vinh với những nghề truyền thống nổi tiếng và cũng chính là quê hương của nhiều danh nhân xứ Quảng.

Châu Yến Loan

báo sắp sửa lên trang
ý tưởng người ngổn ngang
trân trọng lên Ngôn Ngữ
thơm văn đời thế gian

lhoán

TRIỀU HOA ĐẠI
LƯU DIỆU VÂN: "KẺ PHẢN GIÁO BẤT ĐẮC DĨ"

(Phỏng Vấn Lưu Diệu Vân do Triều Hoa Đại thực hiện)

Lưu Diệu Vân   Triều Hoa Đại

Triều Hoa Đại: Khởi đầu cho cuộc nói chuyện hôm nay với nhà văn, nhà thơ Lưu Diệu Vân chúng tôi thiết nghĩ không gì hay hơn là nên trích dẫn bài viết của nhà thơ Trịnh Y Thư khi ông giới thiệu về thơ Lưu Diệu Vân, trong một tuyển tập thơ tiếng Anh.

Mời quý độc giả và văn hữu cùng đọc: *"Có nhiều người sẽ có chung một cảm nhận rằng sức hấp dẫn của thơ Lưu Diệu Vân nằm ở cách sử dụng hình tượng tài hoa, tinh thế. Thực chất, có thể nói nó đã lên đến mức điêu luyện (tour-de-force). Gần như ở bài thơ nào chúng ta cũng có thể thấy một sức hấp dẫn tạo nên bởi cách lựa chọn ngôn từ độc đáo, được xuất hiện đúng lúc đúng chỗ. Lời thơ gần giống như lời ca, nhưng lại như một sự kết hợp khá lạ thường, trừu* tượng, đưa đến một không khí huyền bí, mà tới lượt nó, lại được trưng dụng để gây cảm giác về nỗi bất an. Ở đây chẳng có gì tuyệt đối xác thực. Chẳng có gì dứt khoát. Chẳng có gì trọn vẹn. Bản thể nội tại bị mổ xẻ khi được đặt ngay trong môi trường sống đầy bấp bênh ấy, bởi nhà thơ sở hữu một năng lực tự ý thức sâu sắc về những mối quan hệ, không chỉ là những kết nối liên cá nhân, mà còn là những quan hệ giữa mỗi cá thể với chính môi trường mà mình đang sống trong đó." Trịnh Y Thư viết tiếp: "Lưu Diệu Vân là một nhà thơ, người mang một tình yêu nồng cháy với cuộc đời, nhưng đồng thời cũng là kẻ bị khước từ, bị ruồng bỏ bởi những tập tục và đạo đức quy phạm. Cô còn có thể là gì khác đây, nếu không phải là một kẻ phản giáo bất đắc dĩ?"

Triều Hoa Đại (THĐ): *Thưa chị Lưu Diệu Vân, khi được (bị) nghĩ là mình là một kẻ phản giáo dù chỉ là "bất đắc dĩ" trong tức thời chị có cảm giác ra sao và hiểu thế nào là một kẻ phản giáo?*

Lưu Diệu Vân (LDV): Không cùng tôn giáo thì bị xem là PHẢN GIÁO, xưa bị đem lên giàn hỏa, bị rút phép thông công, bị ném đá, bị gièm pha, v.v... Không cùng lý tưởng chính trị thì bị xem là PHẢN ĐỘNG, phản quốc, phản chủ, v.v... Khi bị gán cho chữ PHẢN là xem như bị cô lập, bị cách ly bởi đám đông.

Trong văn chương, người viết bị cô lập, bị cách ly... chưa hẳn là điều có hại cho văn chương, và chưa hẳn điều ấy làm tổn thương thanh danh của một người viết. Vậy nên tôi cảm thấy yên lòng, và khá thích thú, khi bị xem là "kẻ phản giáo." Việc đi ngược chuẩn mực thường đòi hỏi can đảm, và theo tôi, viết ra những dòng chữ thiếu can đảm thì chưa thể được gọi là người viết đích thực.

THĐ: *Một vài bạn văn mà tôi nghe được khi bàn về không gian truyện của Lưu Diệu Vân thì họ cho rằng đang được nhà văn cho đi thám hiểm đại dương bởi khi đọc Ghim Trong Lăng Kính "mà trong đó người phụ nữ luôn là nạn nhân của dục vọng nam giới", nếu không đúng như thế thì bao giờ mới "là sự chờ đợi mỏi mòn về một tương lai có đôi"?*

LDV: Trước khi bàn về ý tưởng trên, tôi muốn thưa rằng, tôi là một thi sĩ, và dẫu đôi khi có thử trải nghiệm với văn xuôi, qua vài chục truyện cực ngắn đã xuất bản, vài mẩu tùy bút, và vài ba truyện ngắn, tôi đích thực là kẻ chưa đủ thẩm quyền bàn về văn xuôi. Nhưng nay, được hỏi, về một truyện ngắn hiếm hoi mang phong cách hư cấu kỳ ảo tôi đã từng viết cho tạp chí Da Màu, tôi xin mạn phép.

Dục vọng là thứ ghi trong cấu trúc di truyền của con người (nhất là ở nam giới), và được cổ võ bởi nội tiết tố testosterone. Nhưng nếu nhân vật (của tôi) cho rằng, chỉ phụ nữ là nạn nhân của dục vọng, thì tôi e, nhân vật ấy đang cổ súy sai lầm cho những tiêu-chuẩn-kép. Còn "tương lai có đôi", tôi nghĩ, chẳng dựa vào dục vọng, bởi tương lai đòi hỏi đường dài, mà dục vọng thì rất thoáng chớp.

THĐ: *Thông thường thì khi viết nhà văn có cần đến: không gian, địa điểm và thời khắc để giúp họ tạo thành một tác phẩm dù chỉ là trong tưởng tượng hoặc là hư cấu?*

LDV: Tôi nghĩ việc tái định nghĩa không gian, địa điểm, và thời khắc, hoặc hành động bẻ cong, làm nhòe đi những yếu tố này, mới chính là tinh chất cần thiết để ủ nên một tác phẩm. Làm sao để không cần phải theo một không gian, địa điểm hay thời khắc nào, mới chính là sự thành công của một nhà văn. Bất cứ một yếu tố đòi hỏi nào đều là giới hạn, và bất cứ giới hạn nào, đều không dẫn đến một tác phẩm hay.

THĐ: *Nói đến chuyện viết văn có một nhà văn bảo thế này: "Hiện giờ rất hiếm nhà văn viết truyện dài, khủng hoảng văn chương? Hay là nhà văn bất tài (?) ít người có khả năng viết truyện dài vài ba trăm trang trở lên," là một nhà văn chị thấy nhận xét ấy đúng/sai?*

LDV: Thêm một câu hỏi thiên về phạm vi văn xuôi, mà như tôi đã trình bày bên trên, đó không phải là thể loại tôi theo đuổi, cũng không phải là chất xúc tạo nên một Lưu Diệu Vân của ngày hôm nay. Tuy vậy, tôi nghĩ văn chương là sản phẩm của con người và xã hội. Con người và xã hội thay đổi thì văn chương đương nhiên sẽ thay đổi theo. Thời giờ eo hẹp, khoảng chú ý của con người rút ngắn, sự xâm lấn bộc lộ qua mọi hình thức. Thời của những trường thiên tiểu thuyết đã qua. Tôi không nghĩ là nhà văn bất tài. Tôi nghĩ là họ không đủ kiên nhẫn để viết dài khi biết chắc là người đọc sẽ khó đón nhận.

Riêng cá nhân tôi, luôn chuộng những gì vắn tắt, súc tích, nhưng cô đọng, tôi thích vài câu văn dồn nén dưới áp suất ý tưởng ấp ủ lâu dài, và cuối cùng là đoạn cao trào bùng nổ đưa người đọc đến nhận thức bất ngờ. Thơ và truyện cực ngắn của tôi thường được cấu tạo như thế.

THĐ: *Là nhà văn chắc chị lúc nào cũng nghĩ về một tương lai tươi đẹp mà chúng ta đã bỏ lại sau lưng. Vậy thì cái hướng nhìn và hy* *vọng ấy phải chăng là một Việt Nam hướng về phương tây hay một Việt Nam tiêu cực có vô số lỗi lầm biết đấy mà không hề sửa đổi chỉ vì thiếu tự tin và thiếu lòng độ lượng?*

LDV: Ôi, nhà văn Triều Hoa Đại đã quá độ lượng khi cho rằng Việt Nam không sửa đổi chỉ vì thiếu tự tin và thiếu lòng độ lượng. Tôi không là người vọng ngoại, hay khinh nội. Dân tộc chúng ta có những cá tính đáng quý, và người phương Tây cũng có những tính chất giúp họ dễ tạo nên, và tuân thủ, một xã hội dân chủ. Vài giá trị mà người Việt đề cao: trọng nam khinh nữ, kính trên nhường dưới, áo mặc sao qua khỏi đầu, v.v…, thật sự là rào cản cho một xã hội tiến bộ hơn. Tuân thủ kính trọng trong gia đình là điều cần thiết, nhưng trong công việc, sinh hoạt hội đoàn, mà người trẻ cứ phải lắng nghe khi người lớn nói, rồi phải nghe lời khi người lớn nói xong, thì chúng ta làm sao có được một tương lai tươi đẹp? Theo tôi, chúng ta thiếu nhận thức về sự bình đẳng: bình đẳng giữa người trẻ và người lớn, bình đẳng giữa nam và nữ, bình đẳng giữa người không mang chức vụ và người có chức danh, v.v… Bản Tuyên Ngôn Độc Lập của người Mỹ, bắt đầu với câu: "Tất cả mọi người sinh ra đều có quyền bình đẳng…", và khi họ viết ra, họ dùng chữ "men," và dần đà đã thay đổi để dám nhìn thẳng và thừa nhận, đáng lẽ, lúc ấy, ông cha nên viết là: "all men, women, and LGBT are created equal." Ấy là sự độ lượng chúng ta cần.

THĐ: *Một số người cho là: "thơ cần phải mang vác trên mình một sứ mệnh thiêng liêng hay phải phụng sự nghĩa vụ thanh lọc đời sống con người," còn chị?*

LDV: Thơ, khi vác lên mình hơi hướm "thiêng liêng" sẽ mất khả năng làm bất cứ nghĩa vụ nào, bởi cứ hễ cái gì thiêng liêng là tuyệt nhiên chúng ta không được bàn đến, chỉ trích, đào sâu, mà chỉ có thể tắm rửa sạch sẽ, mặc quần áo chỉnh tề, đứng nhìn cung kính, rồi vái lạy. Những thứ không qua sàng lọc, thử thách, điều chỉnh, thì lại có thể làm nên điều gì lớn lao?

THĐ: *Khi nói đến thơ dù là "Hậu hiện đại, Tân hình thức" nhà thơ Trần Mạnh Hảo đưa ra nhận xét: "Không cách tân ấm ớ kỳ khu đánh đố người đọc bằng giọng nửa ngô nửa ngọng hoặc bí hiểm chẳng ai hiểu được của món tân hình thức hay hậu hiện đại, tân con cóc, thơ đích thực không lụy vào chữ mới hay cũ, rốt ráo là hay hoặc dở mà thôi," vậy thì ý kiến của nhà thơ Lưu Diệu Vân về vấn đề này?*

LDV: Tôi rất ngại cho ý kiến từ một trích dẫn bắt nguồn từ một phát biểu. Trong bối cảnh tòa án, khi một người trích dẫn câu người khác đã nói thì thường không được tòa chấp nhận như bằng chứng bởi vì nó được liệt kê vào phạm trù "lời đồn." Khi một nhà văn, nhà thơ, tuyên bố hoặc phát biểu, thông thường, ý tưởng của họ khó được hiểu trọn ý trong vòng một hai câu trích. Tôi xin được không trả lời câu hỏi về phát biểu của Trần Mạnh Hảo. Nhưng tôi sẽ đưa ra ý kiến cá nhân về thơ tân hình thức. Tôi vẫn nghĩ, bất cứ phong cách nào có cố gắng vẽ ra một đường lối mới hơn, đều nên có một chỗ đứng tạm dung trong văn đàn. Và xin đừng khạc nhổ, hay vái lạy chung quanh khu vực này. Hay hay dở, còn tùy thuộc vào tương lai, dòng chảy của sự phát triển. Nếu thử nghiệm đó dở, tự nhiên, sẽ bị đào thải. Thơ tân hình thức ở nước ngoài đã xuất hiện từ những thập niên 80, và cũng đã hơn một thập niên từ khi Tạp Chí Thơ tại hải ngoại khởi xướng và thúc đẩy thơ tân hình thức. Thời gian sẽ chứng minh sự tồn tại hoặc thất bại của mọi thứ trên thế gian này.

THĐ: *Làm thơ tôi chắc chị hiểu câu nói này: "Cõi thơ không là thơ, không còn gì nữa hết là thơ. Nơi không còn gì nữa hết khởi đầu thơ. Một xóa bỏ xong tôi. Không còn gì nữa hết. Tôi thơ"?*

LDV: Câu văn này của Mai Thảo làm tôi gợi nhớ câu nói của một tác giả quên tên, "Tất cả đều là thơ, miễn là có một thi sĩ." Tôi từng xem một cuốn phim, trong đó, nhân vật họa sĩ đã quá nổi tiếng, quá tài ba, để rồi đến cuối đời, khi ông ta chết, người ta tìm thấy rất nhiều những khung bố trắng, chỉ có chữ ký ở một góc, còn những bức tranh thì đã được hình thành trong khối óc, trong mắt họa sĩ nên ông ấy không màng vẽ nên chúng nữa. Làm tôi chợt nghĩ, cõi thơ ấy, chắc hẳn, rất cô độc, nơi người nghệ sĩ nhập một thành chính tác phẩm (đã hoặc chưa hình thành) của họ.

THĐ: *Lúc còn sinh tiền có lần nhà văn Mai Thảo nói rằng:"Đàn bà không làm thơ được, làm thơ là công việc của đàn ông chúng tôi", câu nói này có khác chi với câu: Đàn bà không đái qua ngọn cỏ, có xúc phạm lắm không, có kỳ thị giới tính lắm không, theo chị?*

LDV: Tôi không nghĩ Mai Thảo lại có thể nói câu ấy, bởi nó không khác gì câu "Đàn bà không đứng đái được, đứng đái là chuyện của đàn ông chúng tôi." Nhưng nếu thực sự Mai Thảo nói câu ấy thì chắc cũng chỉ trong bàn nhậu, khi nồng độ rượu đã lên cao trong máu. Và như vậy tôi chẳng bận tâm vì câu ấy, bởi trước khi Mai Thảo nói câu ấy thì Việt Nam đã có những Hồ Xuân Hương, Bà

Huyện Thanh Quan, Sương Nguyệt Anh, Mộng Tuyết, Thụy An... và ngay khi ông Mai Thảo nói câu ấy thì tiếng vang của những vần thơ của "đàn bà" như thơ Nhã Ca đã rộn ràng không gian văn học miền Nam Việt Nam, rộn ràng đến nỗi át cả tiếng đùa cợt trên bàn nhậu.

THĐ: Ta hãy nói về truyện ngắn Ghim Trong Lăng Kính một chút, nhiều người có đọc nhưng hiểu thì họ như đi lạc vào cõi sương mù dày đặc bao phủ là bởi tác giả đã quá chú trọng nhiều đến cấu trúc và ám ảnh không gian thay vì tình tiết của cốt truyện và rồi tiếp đến "muốn tạo một không gian tương phản đến cực độ: đại dương và đất liền, ánh sáng và bóng tối.. v.v...". Ý kiến người đọc là vậy, còn sự giải thích lại tùy thuộc vào tác giả, vậy thì xin chị nói rõ chút ít được chăng?

LDV: Khi đã ra khỏi tầm tay của tác giả, tác phẩm phải tự biện hộ cho chính nó, phải đủ sức tỏa ra sự hấp dẫn riêng. Tác giả không còn quyền hạn gì nữa. Cũng như nếu tác giả tạo được một không gian bí ẩn chung quanh họ, khi biết khéo léo giữ những riêng tư, những chỉn chu trong đối thoại đời thường. Tác phẩm cũng thế. Tôi nghĩ tôi không nên giải thích giùm cho tác phẩm của mình để giữ trọn không khí mời mọc sự khám phá cho độc giả.

THĐ: Một lần được trò chuyện với nhà phê bình và nhận định văn học Đoàn Nhã Văn tôi có vui miệng mà hỏi ông: "Văn chương Việt Nam mình nằm ở đâu, có giống ai không, có đi cùng đường với người ta không?" Nhà phê bình chắc cũng vui miệng mà trả lời rằng: "Văn chương Việt Nam không đi cùng, mà đi sau, với khoảng cách xa lắm. Đi sau không phải chỉ ở tài năng của người cầm bút, mà một phần không nhỏ, còn là ở người đọc." Chị có đồng tình với ý kiến vừa nêu hoặc cần bổ túc gì thêm?

LDV: Nếu những người cầm bút thích chiều chuộng độc giả, thích viết theo số đông, thì chúng ta có lý do nào mà đổ lỗi cho người đọc về khoảng cách lẽo đẽo của văn học Việt? Can đảm gánh trách nhiệm, can đảm dám thử nghiệm, can đảm chấp nhận sự cô độc, can đảm nhận hết những lời phê bình, thì mới dám hy vọng một ngày nào đó, chúng ta may mắn có được một nền văn học Việt "không giống ai."

THĐ: Theo tôi chị là một người cầm bút may mắn (có khi là bất hạnh không chừng) khi được sinh ra sau chiến tranh vậy thì khó mà hình dung ra những tang thương mà chiến tranh đã để lại cho Tổ Quốc, Quê hương (dù là có theo dõi sách báo), bây giờ sau gần một nửa thế kỷ đã trôi qua nếu quay nhìn lại phía sau quãng thời gian ấy chúng ta đã thấy những gì, thi ca, âm nhạc, hội hoạ, điêu khắc, v.v... vẫn chưa (không) có gì gọi là khởi sắc, nhà nước vẫn không đối xử công bằng với những người sinh hoạt trong những lĩnh vực này vậy thì chị nghĩ thế nào?

LDV: Có lẽ may mắn hơn là bất hạnh, vì những người viết thế hệ mới có khả năng sử dụng tiếng Anh để tiếp cận bằng cả hai thứ tiếng. May mắn vì được thoát khỏi những Trích Dẫn Khổng Tử, những Năm Điều Bác Dạy, những Khẩu Hiệu Răn Đe... Tôi nhận thức rõ sự tự do mà tôi đang có được, và với bất cứ những gì tôi viết ra, đều lấy niềm can đảm để làm chuẩn mực cho chính mình. Ngay cả những đoạn văn linh tinh tôi viết mỗi tuần trên trang Facebook cá nhân, tôi cũng chọn những đề tài nhạy cảm trong xã hội mà tôi mong muốn có sự thay đổi, tôi không sợ bị người ghét, người cười, người đánh giá, người cô lập. Tôi chỉ sợ một tôi-rụt-rè.

Tôi nghĩ chúng ta chưa khởi sắc, vì, chúng ta còn sợ nỗi cô đơn dưới mọi lớp mạng che.

THĐ: *Văn học rất cần thiết cho đời sống tinh thần là bởi con người không chỉ là cái giá để mắc áo và cũng không thể là cái túi để đựng cơm, chị là người đọc nhiều mà đi cũng lắm, chị có bao giờ thấy được nhà nước nào trên thế gian này hiểu điều đó hay chăng? Và, nếu họ hiểu được sự cần thiết của văn học cho đời sống người dân thì họ phải làm những gì?*

LDV: Nhà nước chỉ cần lan tỏa tự do thì tự nhiên cái túi đựng cơm sẽ tự động đầy ắp mà không cần phải ép dân cống nạp. Văn học nghệ thuật, song song với khoa học và thần học, là những yếu tố giúp con người trở nên nhạy bén, nhân từ, và hữu ích hơn, và một xã hội cưu mang nhiều những con người như thế sẽ phát triển lành mạnh, vững vàng, và hạnh phúc hơn.

Có lẽ, chúng ta không nên chờ nhà nước làm gì cho mình, mà tự mình hãy năng đến trường, năng đọc sách/thưởng tranh/xem kịch nghệ/nghe nhạc... và chọn tin vào một lý tưởng sống thiêng liêng nào đó.

THĐ: *Chúng ta "cần có thêm văn học trong và ngoài nước, và văn giới hai nơi cần liên hệ gần gũi, trao đổi với nhau, để làm phong phú thêm cho đôi bên, và không nên kỳ thị, không nên để bị thành kiến chi phối"? Ý kiến của Lưu Diệu Vân?*

LDV: Trao đổi thì có đấy, nhưng chỉ là trao đổi một chiều. Sách từ hải ngoại về khó khăn, sách từ trong nước ra dễ dàng. Tạp chí văn chương hải ngoại liên tục bị tường lửa, còn tạp chí tuyên truyền trong nước ra thì, ôi thôi, trăm hoa đua nở. Tôi cảm thấy, tôi đang/bị tiêu thụ quá nhiều những trao đổi một chiều, và sự nhẫn nại của tôi, nay đã đến giới hạn.

THĐ: *Có người đặt ra câu hỏi: "trách nhiệm của nhà văn với người đọc, vậy đã có mấy ai đặt ra câu hỏi trách nhiệm của người đọc với nhà văn thì thế nào," chị có nghĩ như vậy là công bằng không?*

LDV: Chẳng ai có trách nhiệm với ai cả, bởi ai cũng theo đuổi một mục đích riêng. Độc giả ghét hay thương tác giả, chẳng làm tác giả đó sáng tác khá hơn hay biếng lười. Tác giả viết theo lối dễ hiểu hay đầy hàm ý, cũng chẳng thể khiến độc giả ưu ái hay ghét bỏ hơn. Đơn giản, chúng ta viết cho chúng ta, và, độc giả tìm đến thể loại văn chương họ thích đọc.
Nếu chúng ta có trách nhiệm nào đó với nhau, không ràng buộc, thì đó chỉ là, nên sống và viết với lòng tự trọng và nên sống và đọc với lòng trân trọng.

THĐ: *Trước khi kết thúc cho buổi nói chuyện giữa chúng ta, tôi muốn gửi đến chị một câu hỏi chót mà nhiều người trong đó có một số đông nhà văn muốn nhờ chị giải thích giúp đó là cách đây không lâu đọc được chị viết ở trên facebook thế này: "Nhà văn nghĩ rằng họ viết sách để lại cho đời, nhưng thật ra họ viết cho chính họ trước tiên, và vì vậy, viết lách là một hành động cực-kỳ-ích-kỷ được đội lốt vì tha nhân," và rồi vẫn theo chị, "tôi nhận thức cái mình đọc là 'xem ké' và cái mình viết ra là 'tư lợi' chẳng để lại cho ai và chẳng ai cần tôi để lại điều gì". Nhiều người bảo với tôi: Đấy chẳng qua là vì cao hứng mà chị nói vậy, nói theo kiểu tiếng Anh vịt què thì: She hot she say so nói để "tự sướng" chứ thực tình văn chương chữ nghĩa bao đời đâu có ai lại nghĩ như thế. Xin được lắng nghe lời giải thích từ chị.*

LDV: Thật sự, tôi ít nhận kết bạn trên facebook cá nhân mà chỉ để "followers," nên khi được biết "một số đông nhà văn" để ý đến status trên, thì tôi rất ngạc nhiên và có chút phấn khởi về sự quan tâm được dành cho đề tài "trắng trợn" này.
Tôi xác định, tôi chẳng phải "hot," nhưng cũng chẳng "nguội", không nổi tiếng nhưng cách xa không vô danh, chẳng phải thiên tài, nhưng chắc chắn không bất tài. Tôi biết địa vị của mình ở đâu,

mục tiêu của mình là gì, và vì vậy, những phát biểu nào liên quan đến tôi, tốt hay xấu, tôi xin nhận, nhưng chẳng để ảnh hưởng.

Một tác phẩm luôn hình thành từ một thôi thúc nơi tác giả. Thôi thúc nội tại: niềm khao khát, ẩn ức… phải viết ra; hoặc thôi thúc ngoại lai: tiếng tăm, tiền nhuận bút… như vậy nhà văn viết hiển nhiên là cho mình trước tiên. Người viết có thể tin tưởng hoặc ra tuyên ngôn rằng mình viết cho tha nhân, cho tổ quốc, cho hậu thế, cho văn chương… gì gì đi nữa thì số đông người viết vẫn mong tác phẩm đến với người đọc, vẫn mong được báo đăng, mong được xuất bản.

Và thật sự, tôi chẳng có trách nhiệm phải giải thích bất cứ điều gì tôi đã nói, hoặc làm, với bất cứ ai. Và tôi giải thích phát biểu này, trực tiếp với tác giả Triều Hoa Đại, và gián tiếp với độc giả, là vì sự nể trọng.

THĐ: *Trước khi chia tay chị có điều gì cần phải bổ túc hay không?*

LDV: Lúc chính thức có thơ đăng trên tạp chí Văn và rồi trở thành biên tập viên cho Tạp Chí Da Màu, tôi đã từng là tác giả trẻ nhất văn đàn hải ngoại. Bẵng hơn 15 năm sau, với hai tập thơ tiếng Việt, một vài dịch phẩm, một vài tuyển tập thơ in chung, và hai tập thơ tiếng Anh, một được Vagabond Press tại Úc xuất bản, và một sẽ được ra mắt vào tháng Năm, 2022, do nhà xuất bản Ugly Duckling Presse tại New York phát hành, tôi nghĩ thi ca thật sự là đam mê tôi sẽ theo đuổi suốt cuộc đời, và cho dù dưới bất cứ hình thức gì, tân hay cựu, tây hay ta, tôi vẫn sẽ dành trọn nỗ lực để tìm cho mình một cõi thơ đúng nghĩa. Tôi không mong trở thành nhà thơ nổi tiếng, có sách bán chạy, tôi chỉ mong mình sẽ tiếp tục rèn luyện để được trở thành một con-người-tử-tế, và một nhà-thơ-can-đảm.

Xin cảm ơn tác giả Triều Hoa Đại cho cuộc trò chuyện này.

THĐ: *Cảm ơn nhà thơ Lưu Diệu Vân.*

Triều Hoa Đại thực hiện

NGUYỄN VY KHANH
Tiếng Việt Ròng Và Tiếng Lai-Căng

Chúng tôi *trước hết* sẽ nói đến một số **nét đặc-thù** của tiếng Việt, *sau đó* sẽ nêu ra một khía cạnh của tiếng Việt "ròng", đặc Việt để phân biệt với **tiếng Việt trừu tượng** nhập cảng từ văn-hóa Hán-Nho và *cuối cùng* sẽ nói đến **tiếng Việt lai căng / vong bản** của Cộng-sản Việt-Nam ở trong nước từ 1945.

Cũng như một số dân-tộc khác, người Việt Nam có nhiều biểu-tượng văn-hóa cũng như tín ngưỡng, tinh thần như cách giao tiếp, xưng hô của người Việt cũng như thái độ đối với thần linh, trời đất, với tổ tiên, gia-đình của người Việt có những nét đặc thù riêng biệt. Nét đặc thù đó còn nổi bật trong ngôn-ngữ tiếng nói của người Việt – đã trở thành căn cước văn hóa đặc thù của dân tộc VN.

Trước hết, người mới học tiếng Việt thường phàn nàn tiếng ta **phát âm không thống nhất**, đó là vì tiếng Việt có *tính đa dạng* và *địa phương tính*. Hãy thử đọc thơ của Bình-Nguyên Lộc, Kiên Giang, Quang Dũng, Hoàng Xuân Sơn, v.v... chúng ta sẽ thấy một số đặc điểm ngôn từ khác nhau giữa họ. Vì mỗi nhà văn nhà thơ ngoài kỹ thuật và hình-thức riêng của họ, tiếng Việt họ sử-dụng phần nào mang tính địa phương gốc gác và nhờ đó mà tác-phẩm *độc đáo* và văn-học *đa dạng, phóng túng* hơn.

Ngôn-ngữ và nhất là tiếng nói thường ngày (khẩu ngữ) là một hiện tượng xã-hội, một phương tiện giao-tiếp mà ý nghĩa cũng như sự sử-dụng có lịch-sử cũng như nguyên do. Ngôn-ngữ là phương tiện giao tiếp quan trọng của con người, nên khi đưa vào văn-chương nhất là tiểu-thuyết, ngôn-ngữ ấy cho thấy tương quan xã-hội! Nói ngôn-ngữ có tính xã-hội là nói rằng tiếng nói đó có biến hóa theo địa-lý và thời gian - chúng tôi nói *biến-hóa* mà không nói là *tiến-hóa*, vì nghiên cứu ngôn-ngữ là tìm hiểu nguồn gốc, trạng thái, biến hóa, ảnh-hưởng, v.v... *hơn là cho rằng đúng hay sai*, cao hay thấp! Chúng tôi không xét về giá-trị của ngôn-ngữ sử-dụng, không đánh giá đúng sai, mà chỉ xét về mặt văn-hóa và văn-học của ngôn-ngữ sử-dụng. Và cũng cần phân biệt tiếng nói hằng ngày ở các địa phương tức *khẩu ngữ* với *"ngôn-ngữ văn-chương, nghệ-thuật ca hát"* hay *"tiếng Việt văn-hóa"*: ngôn-ngữ sau phải thống nhất và hoàn chỉnh. Người mỗi miền **phát âm** một số chữ khác nhau nhưng khi **viết** *cần phải thống nhất* một nhà.

Một số nhà văn hiện-đại và hôm nay vẫn ít nhiều vương vất câu văn có vần có đối nhưng không đáng kể nếu so với văn tiểu-thuyết của Hồ Biểu-Chánh, Hoàng Ngọc Phách hồi đầu thế-kỷ XX đã có những câu **văn cổ-kính** do truyền thừa Nho-học, cũng như xen lẫn một số lối nói bóng bẩy và có vần có đối của thời ấy. Đây là lời tâm sự của một cô gái, Bạch Tuyết, với người bạn Chí Đại lâu ngày gặp lại: *"Con gái người ta có cha yêu, mẹ mến, từ mới biết đi biết nói cho tới chừng khôn lớn nên người, trong nhà sẵn có mẹ dạy dỗ, cha răn nghiêm, tự nhiên quen thói tục cao sang, tự nhiên nhiễm gia phong thuần hậu. Ông ngoại tôi, thì trìu mến yêu thương, mà một vài tháng mới gần gũi được một lần, hễ gặp mặt thì ông ngoại tôi khóc hoài, nên cũng không dạy dỗ chi được..."* (Hồ Biểu-Chánh, *Ai Làm Được*).

Ngôn-ngữ văn-chương ghi chép lại lời nói và sinh-hoạt của con người ở một hoàn cảnh và địa lý nào đó! Ngôn-ngữ có cái giá trị văn-hóa, vì ý nghĩa thay đổi tùy vùng, tùy sự sử-dụng. Do đó có khác biệt về mục đích cũng như hiệu quả tùy theo người viết hay nói và cũng từ đó mới có phân biệt những loại văn bản hay tiếng nói dùng nhiều tiếng cổ, tiếng Hán-Việt, tiếng nôm na, hoặc tiếng phường tuồng, cải lương, giới anh chị, nhà quê, thượng lưu quí phái, lai-căng, v.v... Ngôn-ngữ là phương tiện giao tiếp, làm văn-hóa với người đồng thời, cả với người trước và sau, các thời đại trước sau! Lời nói ra *nếu không thành ngôn-ngữ văn-chương hoặc một hình thức sao chép, nghệ thuật* khác, như tục ngữ, ca dao chẳng hạn, thì đã biến mất với thời gian và đã không ảnh-hưởng gì đến xã-hội cũng như tiến-hóa văn-học!

Nói về văn viết thì từ hơn thế-kỷ nay đã có hai truyền-thống hành văn như lời nói - tức tiếng Việt ròng, và truyền thống văn-chương viết chịu ảnh-hưởng của Hán văn và Âu Mỹ nhất là Pháp (văn/ngôn-ngữ *Tây quá, Mỹ quá!...*).

Thuộc nhóm thứ nhất, văn Hồ Biểu-Chánh - dù sử-dụng chữ Hán, vẫn thuộc truyền-thống hành văn trơn tuột như lời nói. Lối viết trơn tuột này thể hiện trong ngôn-ngữ đối thoại của các nhân vật đã đành, mà còn cả trong văn truyện và mô tả cảnh tình, tả tâm lý (Truyện Nguyễn Ngọc Tư xuất hiện sau Hồ Biểu-Chánh gần trăm năm nhưng có cùng đặc sắc là kho từ vựng và phương ngữ của miền Nam, của vùng Cà Mau và những nơi chốn gần đó).

Nhóm sau là những tác-giả làm văn-chương, nghĩa là khuynh-hướng thiên về hình-thức và ngôn từ sử-dụng đã được trau chuốt để diễn tả những thực tại tầm thường. Văn của Mai Thảo, Thanh Tâm Tuyền, Dương Nghiễm Mậu, ... và thơ Nguyên Sa, Đinh Hùng, Vũ Hoàng Chương, v.v... thuộc nhóm này - dĩ nhiên đối với người đọc hôm nay vẫn dễ thông cảm và thưởng thức hơn là văn Phạm Quỳnh, Nguyễn Bá Học hay Hoàng Ngọc Phách trong *Tố Tâm*, Nguyễn Trọng Thuật trong *Quả Dưa Đỏ*, hoặc Nguyễn Chánh Sắt, Trần Thiên Trung, v.v...

Cũng trong nhóm 2 này có thể kể tiếng Việt của Cộng-sản Việt-Nam từ sau khi chiếm miền Bắc vào giữa thập niên 1940 và cả Việt-Nam sau 30-4-1975 – chúng tôi sẽ bàn nhiều hơn ở phần sau.

*

Ngôn-ngữ là tín-hiệu, nghĩa là có những nét đặc-thù, được dùng để nói ra và nói lên điều gì, trong một môi-trường, ngữ-cảnh (context). Tiếng láy, tiếng dùng ngắt câu hay cuối câu, v.v... đều là những phương-tiện và nằm trong diễn-trình biểu-hiện, trình bày, ... cũng như những tiếng kiêng kỵ. Văn được bổ sung bởi những từ láy, những từ ngữ tiếp âm đơn hoặc ghép, riêng nhưng đầy lý thú của các địa phương, gây sống động và đồng thời gợi hình qua âm thanh, hình ảnh, v.v... Ngoài ra tiếng Việt còn có những từ đa-nghĩa (nhất là chữ quốc-ngữ) và những lối nói lái, tiếng lóng, v.v... Ngữ khí, một nét đặc biệt của khẩu ngữ, được các tác-giả gốc gác địa phương và thời đại khác nhau dùng ở cuối câu thường để nhấn mạnh, thí dụ trong tiểu-thuyết **Hồ Biểu-Chánh**: "nà, giống, hôn (mắc giống gì, sợ giống gì, làm giống gì?, sướng giống gì?, còn ức nỗi gì?, bất nhân hôn, dữ hôn, v.v...)" hoặc trong văn **Vũ Trọng Phụng** (Bắc): ạ (đẻ ạ!, bẩm vâng ạ!), à (đi à, ấy à?, to lắm à?), chứ (mới được chứ?), chăng, thế, nhỉ, sao, làm sao (thì đã làm sao?), gì (nước chó gì!), v.v... Ngữ-khí Huế thì nếu chỉ lật tập thơ *Huế Buồn Chi* của Hoàng Xuân Sơn dù chỉ mươi bài thật sự dùng tiếng miền Trung và Huế cũng đã có thể lựa ra được những: rứa thê, chi mô, lạ rứa tề!, chi rứa, chi nờ, dữ rứa, dị rứa, lạ tề, nặng tình ni nớ, ... Lm. Lê Văn Lý trong luận án *Le Parler Vietnamien* (1948), đã chứng minh sự phong phú và tài tình của tiếng Việt, từ một câu 5 từ *"Sao nó bảo không đến?"* đã hoán-vị thành 120 chuỗi-từ khác nhau dù chỉ khoảng 40 là có thể nói lên được (Không đến, nó bảo sao? / Đến bảo nó không sao! / Đến không? Nó bảo sao? / Đến, sao không bảo nó? V.v...).

Một nét đặc biệt khác trong việc sử-dụng tiếng xưng hô bằng từ biến thể trong trạng thái hợp âm, còn được gọi là hiện-tượng "nối âm, nói nhịu" (lapsus linguae): thẩy (thầy ấy), cổ (cô ấy), cỏn (con ấy), thẳng (thằng ấy), bây (ngôi hai, số nhiều và ít), v.v... Người **Huế** nói : Eng chía (anh chị nớ, ấy) không có nhà, Múa (mụ nớ) không có tiền, v.v... Trong đời sống thường ngày, trong **Nam** hay nói: tía, má nó, sắp nhỏ, má sắp nhỏ, qua (ngôi thứ nhất), hay trong giới theo Tây, xưng gọi là toa (toi), mỏa (moi), ma femme (ngôi thứ ba), theo Mỹ thì du (you), mi (me), v.v... Miền **Trung** (từ Huế ra đến Quảng Bình) thêm cách phát âm hai nguyên âm O và Ô cùng lúc, như: coong (con), khoóc (khóc), ôôn (ông), khôông (không), môộc (một), v.v... hoặc kéo dài âm cuối thêm G: miềng (mình), chứa chang (chứa chan), vang xin (van xin), ... Nhưng về phần **tiếng cổ** thì miền Huế còn nhiều dấu vết: ăn lửa (ăn chịu); áo chế (áo tang); bái (vái), bấu (cấu, véo), bụ (vú), cảy (sưng), côi (trên), dôn (chồng), đọt (ngọn), tra (già), nác (nước), tởn (sợ), triêng (quang gánh), trôốc (đầu), tru (trâu), v.v... Đây là một phần lý do mà có một giả thuyết cho rằng tiếng nói ở một số vùng Quảng Trị-Quảng Bình là **tiếng Việt gốc** xưa nhất!

Ngôn-ngữ của con người ở các vùng đất khác nhau là những **phương-ngữ** phản ảnh chân dung, hình ảnh địa phương đồng thời phản ảnh quá trình lịch-sử của sự phát triển một vùng đất, trong tiến trình Nam tiến. So với miền Bắc, phương ngữ Nam không có nhiều ngữ âm địa phương, nghĩa là khá thống nhất. Tiếng Việt đa dạng, địa phương ở cách nói, ở thổ ngữ của các vùng nhưng vẫn giữ được sự thuần nhất của chữ viết và qua đó, của ngôn-ngữ. Các phương-ngữ chỉ làm giàu thêm kho tàng ngữ vựng và giúp đa dạng hóa văn-chương chữ nghĩa. Nhưng tiếng Việt có tính thuần nhất, dù tiếng nói ở vùng nào thời nào cũng có thể hiểu được.

Mặt khác, tiếng Việt có thể tự hào chính xác, đó là nhờ hệ thống các dấu được gọi là thanh-điệu (ma, má, mả, mả, mã, mạ,..). Mỗi âm-tiết tiếng Việt được thể-hiện với một thanh-điệu. Thanh điệu giúp phân biệt giai-điệu âm thanh và nghĩa của từ. Tiếng Hoa ít dấu hơn tiếng Việt, và muốn phân biệt cho rõ, họ phải cố gắng hơn trong phát-âm, dù vậy vẫn chưa đủ ... rõ, do đó họ kỵ các con số 4 vì họ phát âm "*tứ*" không khác "*tử*" (cũng như kỵ số 7 - "*thất*", vì nghĩa *thất* là *mất*!) và chuộng số 8 (*bát*, phát âm như *phát*). Dù vậy, cả người Hoa và Việt đều được xem là có thính-giác bén nhạy, tinh tế như một nghiên cứu mới đây của giáo sư tâm lý Diana Deutsch của đại học California, về khả năng phân biệt các nốt nhạc [1].

*

Ngôn-ngữ Việt Nam đã xuất hiện cùng Việt tộc. Trương Vĩnh-Ký vào thế kỷ XIX và các nhà nhân chủng học, ngữ học gần đây đều kết luận rằng trước khi bị người Hán đô hộ, tổ tiên ta đã có tiếng nói khác người Hán (và Hoa). Thanh Nghệ Tĩnh chính là nơi tổ tiên chúng ta định cư đầu tiên (từ phía Nam đi lên trước khi từ phía Bắc bị người Hán đánh đuổi phải rút về đồng bằng sông Hồng). Vì vậy, *phương ngữ* Thanh Nghệ là phương ngữ gốc của tộc Việt. Vì khi châu thổ sông Hồng hình thành, người Thanh Nghệ (chủ yếu là Thanh Hóa) đi ra, góp phần làm nên con người và tiếng nơi này. Do sống chung với nhiều sắc dân khác và cũng do thời gian hình thành quá dài nên tiếng nói Bắc Phần xa dần ngữ âm Việt cổ. Tuy nhiên, vùng đất cổ Sơn Tây lưu dấu ấn tiếng Việt cổ rất rõ do dân tụ cư lâu đời. Tiếng nói người miền ven biển Nam Định, Thái Bình khá nặng lại có nhiều từ Việt cổ vì một bộ phận dân nơi đây từ xứ Nghệ theo Dinh điền sứ Nguyễn Công Trứ ra lập nghiệp vào giữa thế kỷ XIX.

Tiếng Việt như được viết và nói hiện nay đã chứng tỏ khả năng tiếp nhận, giao thoa, đồng hóa và đãi lọc các ngôn-ngữ khác, biến thành tiếng Việt, từ tiếng Hán trí-thức, tiếng Hoa bình dân (Triều Châu, Quảng Đông), tiếng Pháp, Anh,... Tức là biến của người thành của ta, có khi người cũng không nghe ra được là của họ (tiếng Hán-Việt) hay đọc được (chữ Nôm)! Muốn đạt tới kết quả đó, văn-hóa Việt Nam ta luôn đã chủ động. Nhờ nguồn lực sáng suốt này mà dân-tộc ta đã trường tồn qua nhiều chiến-tranh, đô-hộ và ảnh-hưởng. Tiếp nhận văn-hóa và tiếng người, nhưng chủ động được cho nên phân biệt chủ-khách, ta-người, trong-ngoài, v.v... Cái ngoài hay của người, gần như của Hoa, Chàm, Miên, v.v..., xa như của Pháp, Bồ Đào Nha, Hoa Kỳ, Nga, v.v... đã đến và ta vì hoàn cảnh địa lý, quân sự, ... đã phải chấp nhận, nhưng trong thế yếu, thế kẹt đó, dân-tộc ta vẫn có khả năng tiếp nhận và đồng hóa rồi với thời-gian cái hay cái tốt sẽ ở lại, cái dở, lai-căng, ... sẽ dần mất, biến dạng hoặc trở nên thuần Việt đến nỗi ít còn ai còn có thể nhận ra.

Tiếng Việt ròng rồi lai-căng ...

Tác phẩm chữ Nôm xưa nhất hiện còn văn bản gốc có thể là cuốn *Thiên Chúa Thánh Giáo Khải Mông* (thế kỷ XVII) của **Majorica** và một tác phẩm văn học xưa viết bằng chữ quốc ngữ đã in là cuốn **Inê Tử Đạo Văn** gồm 560 câu thơ lục bát in trong cuốn *Tự Vị Latinh-Việt Tabert* (1838). Nhưng qua ba tác phẩm này, người đọc có thể thấy có một thứ tiếng Việt khác phần nào với tiếng Việt hiện nay, khác về cấu trúc, khác trong cách sử-dụng chữ và thành ngữ, tiếng Hán Việt cũng ít hơn, vv...

Tiếng nói là một bộ phận chính của văn hóa một dân tộc. Tiếng Việt từ thời Trịnh Nguyễn phân tranh và Nam tiến cho đến ngày nay đã có những khía cạnh cần được điều nghiên kỹ. Cuối thế kỷ XIX và đầu thế kỷ XX, sự mở cửa đón nhận những trào lưu văn hóa và khoa học hiện đại, tiếng Việt đã phải thu nhận vừa phải sáng chế ra thêm những từ ngữ mới. Nghiên cứu sách báo xuất bản trong Nam là nơi phải tiếp xúc văn hóa thực dân trước, cho thấy có những cố gắng du nhập trên căn bản dân tộc, những cuốn từ điển của Huình Tịnh Paulus Của, Trương Vĩnh Ký, những biên khảo giới thiệu các khoa học mới như *Phép Toán, Phép Đo, Bác Học Sơ Giai* của Huình Tịnh Paulus Của, rồi những phong trào Đông Du, Duy Tân xuất phát trước trong Nam. Từ 1903, các nhóm Nghĩa thục ở miền Trung rồi Đông-kinh nghĩa-thục (1907) ở Hà Nội đã bắt đầu dịch danh từ chung từ tiếng Hán.

Đàng Trong và miền Nam cho đến đầu thế kỷ XX đã thành công chận đứng xâm nhập văn hóa từ thuộc địa Pháp bằng cách phát huy những căn bản văn hóa bình dân của dân tộc. Xuất hiện sau nhưng báo chí miền Bắc có thể vì vị trí địa lý thuận tiện và cũng có thể vì giới trí thức dễ đón nhận sản phẩm văn hóa ngoại nhập dễ dàng từ hàng xóm Trung Hoa, do đó các trào lưu văn học và khuynh hướng học thuật đã dễ nhập đất "ngàn năm văn vật", mà sau đó các trường phái văn học và tư tưởng cũng đâm bông dễ dàng hơn ở vùng đất này.

Trên tạp chí *Nam Phong* số 16 (tháng 10-1918), ông Nguyễn Háo Vĩnh, ký giả, từ Sài Gòn gửi "Thư ngỏ cho chủ bút Nam Phong" đã lên tiếng đả kích chủ trương du nhập ào ạt vào tiếng Việt những từ ngữ mượn từ tiếng Hán Việt mà lúc bấy giờ Phạm Quỳnh, chủ bút Nam Phong là người hăng hái nhất cùng với các cộng sự viên khác như Nguyễn Đỗ Mục, Phan Kế Bính, vv... Nam Phong đã có những ảnh hưởng rất lớn về văn chương học thuật và đã đóng góp nhiều cho sự phát triển của chữ quốc ngữ – *nhất là để sử-dụng cho lý luận, triết lý trừu tượng*, nhưng đồng thời đã biến tiếng Việt phát triển theo một con đường tuy lớn rộng nhưng đã xa lần những người Việt không đi cùng đường và người Việt trong Nam, và nhất là đã *trừu tượng hóa ngôn ngữ Việt Nam.* [Phạm Quỳnh có thái độ trịch thượng đối với văn viết từ miền Nam, khi giới thiệu đăng lai-cảo Thư ngỏ cho chủ bút Nam Phong của Nguyễn Háo Vĩnh [2], Phạm Quỳnh cho biết *"Nay có một ông Nam-kỳ bàn về cái vấn đề ấy một cách rất «kỳ khôi» (...) đọc đến cũng không thể nhịn cười được» (...) Tuy lời lẽ có lắm chỗ quá đáng - nôm na là cha mách qué...*"

Miền Nam đã là nơi trú ẩn những thành phần chống lại đô hộ văn hóa của Tống Nho, những người chỉ thu nhận những cốt lõi văn hóa của Tam giáo, sau lại là phần đất tị nạn của những người Việt theo đạo Thiên Chúa hoặc không sống được ở Đàng Ngoài. Phan Khôi đã nhìn nhận : *"Đại khái chữ quốc ngữ nước ta, phát nguyên tuy từ Bắc, mà bắt đầu thạnh hành lại từ miền Nam. Cho nên bây giờ chúng ta có thể nói được rằng xứ Nam kỳ đối với lịch sử chữ quốc ngữ lại có quan hệ mật thiết hơn Trung, Bắc kỳ"* [3]. Xin nhắc: ông Phan Khôi đã nói như vậy vào năm 1929!

Trong khi đó nhà phê bình Vũ Ngọc Phan trong bộ *Nhà Văn Hiện Đại* (1941) ở phần "Những nhà văn hồi mới có chữ quốc ngữ" nhìn nhận *"người Nam kỳ là những người Việt Nam đã dùng chữ quốc ngữ trước nhất"* và cho rằng thứ chữ quốc ngữ do các "cố đạo Gia-Tô" đặt ra đã dùng *"giọng Bắc Kỳ và giọng miền Bắc Trung Kỳ là đủ"* vì *"người Nam Trung Kỳ và Nam Kỳ phát âm sai"*, *"càng xuống miền Nam càng nhiều, càng thấy sai bấy nhiêu"* [4]. Họ Vũ đã không phân biệt văn nói với văn viết, và người trong Nam từ Trương Vĩnh Ký đến Hồ Biểu Chánh đã dùng tiếng Việt xưa trước thời Nam tiến.

Ông Nguyễn Háo Vĩnh trong thư nói trên đã cắt nghĩa thêm: *"Khi nước Lăng-sa qua giao thông với nước ta thì trong cõi Nam-kỳ nổi lên một người là ông Trương Vĩnh Ký mượn cái xác la-tin mà dựng lại cái hồn của tiếng A-Nam còn sót lại. Cái xác la-tin ấy là chữ quốc ngữ bây giờ! Cái hồn của tiếng ta còn sót lại lần lần nhập vào xác mới và trong khoảng năm sáu mươi năm vừa qua rồi, cái xác mới với cái hồn xưa vừa ưa nhau, vừa quen hơi nhau, hiệp sức mà tiêu hóa cái sự phát ách tiếng chệt"* (2). Riêng Linh mục Thanh Lãng đã ghi lại công lao của nhà văn tiền bối Hồ Biểu Chánh đã bỏ lối văn biền ngẫu "vô lối" thịnh hành thời đó như sau: *"Hồ Biểu Chánh là người đầu tiên làm cách mạng: đập vỡ cái khuôn khổ văn chương đài các giả tạo ấy. Ông đặt vào miệng các vai truyện của ông những ngôn ngữ đơn sơ chất phác, lắm khi thô tục nữa là khác (...) Hơn thế nữa, Hồ Biểu Chánh còn là văn sĩ của miền Nam, dùng tiếng địa phương. Văn của ông là văn cùng chung truyền thống với Huỳnh Tịnh Của, Trương Vĩnh Ký... tức là nói và viết "tiếng An-Nam ròng" là viết tiếng Việt "trơn truột như lời nói". Cái chủ trương của Trương Vĩnh Ký cũng là chủ trương của các văn gia miền Nam: chống đối văn đài các miền Bắc (...)"* (5).

Thật vậy, người miền Nam lúc bấy giờ đã không hiểu thứ tiếng Việt dùng trên *Nam Phong* tạp chí. Nhập cảng từ vựng Trung Hoa rồi Hán-Việt hóa, trong khi đó tiếng Việt đơn giản đã có lại không được dùng, cái họa bắt đầu được nhìn thấy, người còn để lại dấu vết là ông Nguyễn Háo Vĩnh, tác giả cuốn *Cách Vật Trí Tri Phổ Thông Sơ Giai* (1927), chủ trương báo *Khoa Học Tập Chí* từ năm 1924 và là chủ nhà xuất bản/nhà in Xưa Nay ở SàiGòn. Ông tố cáo tạp chí *Nam Phong*: *"Các ngài làm như thế thì hình như các ngài là người Tàu qua lấy nước An Nam, muốn đem tiếng nó qua mà thế tiếng ta vậy"* (2).

Trong Sấm *Truyền Ca, Đại Nam Việt Quấc Triều Sử Ký* và *Truyện Ông Gioang Ngô Kim Thạch*, ta đã thấy tiếng Việt miền Nam ở thế kỷ XVII đến XX đơn giản và bình dị. Rồi trong *Tuồng Cha Minh* (1881, thật ra gần kịch nói hơn là tuồng), theo giáo sư Hoàng Châu Ký từng làm viện trưởng viện nghiên cứu sân khấu Hà Nội, văn đối thoại trong vở này rất gần gũi với lời nói của dân giả, mới mẻ và đơn giản hơn câu văn đầu thế kỷ XX như văn Nam Phong chuộng lối văn biền ngẫu và cách điệu. Ông nhân đó đặt lại quan niệm đã cho rằng vở kịch Chén Thuốc Độc của Vũ Đình Long diễn năm 1921 ở Hà Nội là vở kịch nói đầu tiên (6).

Học giả Phan Khôi trong bài "Chữ quốc ngữ ở Nam kỳ với thế lực của phụ nữ" trên tờ *Phụ Nữ Tân Văn* số 28 (7-11-1929) đã nhìn nhận thứ chữ quốc ngữ dùng trong môi trường đạo Công giáo thống nhất một mối nghĩa là pha lẫn Bắc Nam. Ông cũng đề cao hai tiền bối Trương Vĩnh Ký và Huình Tịnh Paulus Của mà ông tôn là "đại sư" vì hai ông đều viết đúng tiếng Việt: *"hai ông cùng học trường bên Đạo mà ra cho nên các ông ấy viết chữ như người bên Đạo nghĩa là viết đúng"* [7]. Tưởng cũng nên ghi lại ở đây, "trường phái" Trương Vĩnh Ký tiếp nối với Trương Minh Ký và Nguyễn Trọng Quản, tác giả *Thầy Lazarô Phiền*, tiểu thuyết đầu tiên viết bằng chữ quốc ngữ.

Linh mục Thanh Lãng trong các nghiên cứu cuối đời, những nghiên cứu trong tâm tình dân tộc, đã kết luận về tiếng Việt "nhà thờ" *"đúng thật là tiếng Việt thông thường, phổ thông mà mọi người Việt thời xưa đã nói, tức là cái giới gọi là "nhà thờ" đó, đã nói như mọi người Việt nhà quê cái thứ tiếng nói nhà quê, tiếng nói dân gian mà mọi người Việt nhà quê nói với nhau, hiểu với nhau một cách bình thường"* [8]. Cũng theo ông, tác phẩm do cộng đồng Công giáo biên soạn vào thế kỷ XVII hiện còn giữ được, sách vở bằng chữ quốc ngữ chỉ có khoảng 700 trang, trong khi đó tài liệu bằng chữ Nôm còn được 14 tựa với cả 4200 trang; 4200 trang chữ Nôm gốc của thế kỷ XVII chưa bị sửa đổi theo thời gian. Ngoài các tác phẩm chữ Nôm và quốc ngữ đã giới thiệu ở trên, còn có nhiều văn bản chữ Nôm và quốc ngữ khác được lưu trữ ở Âu châu mà các giáo sư Hoàng Xuân Hãn, Tạ Trọng Hiệp, linh mục Thanh Lãng, Đỗ Quang Chính, v.v... đã khám phá và chụp vi bản đem về nước. Viện Hán Nôm thuộc Viện Khoa học xã hội đã sưu tầm được 24 văn bản chữ Nôm thuộc thế kỷ XVII trong đó có những bản từng được lưu trữ ở chùa Kiểng Phước tại Vọng Các, Thái Lan. Những văn bản sau này là dấu vết chữ Nôm dùng ở đàng Trong.

Mặt khác, những người đàng Ngoài vào Nam lập nghiệp, theo chân các chúa Nguyễn, đã mang theo gia tài văn hóa trong đó có tiếng nói và chữ viết Nôm (và chữ Hán). Sự phân chia địa lý sẽ đưa đến những dị biệt hay cách biệt về văn hóa. Một văn hóa trưởng thành song hành với những điều kiện khác biệt và với những con người thành phần tập hợp mới. Ông bà ta sẽ đồng hóa người Chiêm Thành, nhưng ta cũng đã bị ảnh hưởng trở lại về văn hóa. Tổ tiên ta cũng sẽ nuốt phần Thủy Chân Lạp. Vua chúa nhà Nguyễn sẽ mở rộng tay đón nhận con cháu nhà Minh; những người này sẽ khai phá những vùng thị tứ mới nay là Chợ Lớn, Biên

Hòa, Mỹ Tho, Hà Tiên, v.v... Xa Đàng Ngoài, một tập thể người Việt mới được thành lập, trên mảnh đất đã trải qua những văn minh Sa Huỳnh, Đồng Nai hoặc xa xưa hơn như Óc-Eo, Phù Nam; những lưu dân này sẽ giữ lại những nòng cốt văn hóa của Nho giáo, Đạo giáo, Phật giáo đại thừa rồi thêm ảnh hưởng của Phật giáo tiểu-thừa và đạo Bà La Môn.

Từ những lý do đó, tiếng nói lưu dân nơi vùng đất mới sẽ cập nhật theo hoàn cảnh sinh hoạt và môi trường địa lý mới. Những "hội nhập" này khiến chữ viết **Nôm** trong Nam đã có những biến hóa, cấu trúc khác đi theo phát âm, lối viết và phương ngữ Nam bộ. Thí dụ phương ngữ như "chả", "dùa", dị biệt về phát âm như "Chun, chuyến, chiền", thay vì "chung, chiến, truyền / chuyền" (9).

Từ đó như tạo thành một "thứ" tiếng Việt của miền Nam lưu dân mà từ lâu nay vẫn bị gán là "tiếng của nhà thờ". Ông Nguyễn Háo Vĩnh trong bài nói trên đã viết tiếp lời phê về văn Nam Phong như sau : *"Coi mà chẳng hiểu thì có ích gì đâu, dần dần người ta ngã lòng trông cậy chẳng còn muốn coi nữa"*. Mới nghe thì có vẻ văn *"nhà thờ"*, nhưng thật ra không có thứ văn nào gọi là văn *"nhà thờ"* mà chỉ có tiếng Việt dùng vào chốn nhà thờ cũng như tiếng Việt dùng ở chùa đình vậy thôi. Với những khám phá mới, có khi chỉ là một trở về nguồn với văn bản thời thế kỷ XVII và sau đó như đã đề cập trong bài này, có thể nói từ khi Nam Bắc phân tranh, ở Đàng Trong, tiếng nói bắt đầu xa dần đồng bào ở Đàng Ngoài; đến khi các vua Nguyễn Huệ và Gia Long thống nhất đất nước, tiếng Việt Đàng Ngoài sẽ tiếp tục phát triển theo một hướng độc lập với người trong Nam, trở thành một tiếng nói và viết có khác biệt. Trong khi đó trong Nam, đồng bào di dân từ Bắc vào, từ các thế kỷ XVII và XVIII, vẫn tiếp tục nói tiếng nói họ mang theo vào. Đó là tiếng Việt được giới tu sĩ và giáo dân Công giáo như các linh mục Lữ-Y Đoan, Philippe Phan Văn Minh, v.v... sử-dụng cũng như mọi người trong cùng xã hội.

Đó cũng là tiếng Việt mà các nhà văn nhà báo và trí thức trong Nam từ Trương Vĩnh Ký, Huình Tịnh Paulus Của đến Nguyễn Trọng Quản, Trương Minh Ký, Nguyễn Háo Vĩnh, các nhà báo của tờ *Nam Kỳ Địa Phận*, v.v... sử-dụng. Đó cũng là tiếng Việt mà những cộng đồng người Việt lưu vong ở Miên, Lào và Xiêm vẫn nói từ khi họ phải rời đất nước. Tiếng Việt đó là tiếng Việt thống nhất mà Phan Khôi trên *Phụ Nữ Tân Văn* nói đến và khởi từ đó ông phê bình những nhà báo ở Sài Gòn lúc bấy giờ viết sai tiếng

Việt - nghĩa là sai tiếng Việt của Trương Vĩnh Ký, Huình Tịnh Paulus Của, tiếng vẫn bị coi là của "nhà thờ"! Nếu có ai muốn phê người Nam viết sai nói sai - là chuyện có, có những nhà văn nhà báo viết sai theo tiếng nói sai, tức chỉ một phần trong số các nhà văn miền Nam, từng là đối tượng chỉ trích của học giả Phan Khôi nói ở trên, thì không nên tổng quát hóa, mà nên phân biệt với tiếng Việt thống nhất này, tiếng xưa nay đã có nhiều dấu vết ở trong Nam!

Như vậy, vì hoàn cảnh canh tân, hiện đại, tiếng Việt đã phát triển mạnh từ những năm 1920 với sự nhập cảng ồ ạt từ vựng mới của Trung Hoa (và Nhật) với tạp chí *Nam Phong*, sau đó theo đà Âu Tây hóa, các báo của Tự Lực Văn Đoàn, Tân Dân, nhóm Hàn Thuyên, rồi phân chia Nam Bắc, tiếng Việt đã phải bổ túc thêm nhiều từ mới. Nhưng tiếng Việt trước 1920 bị xem là tiếng "nhà thờ" và bị bỏ quên, các hoàn cảnh biến cố tiếp sau đó đã tiếp tục đẩy đưa cái khuynh hướng này. Cùng tiếng nói nhưng có những dị biệt về chữ viết, thành ngữ và phát âm khiến không hiểu nhau trọn vẹn. Đây cũng cùng trường hợp với tiếng Pháp dùng ở Canada là tiếng Pháp cổ thế kỷ XV do những di dân từ mẫu quốc sang vẫn sử-dụng. Đế quốc Pháp thua Anh, bỏ rơi luôn dân của họ. Bên này Đại Tây Dương, người mẫu quốc phát triển tiếng nói và xa dần hẳn tiếng Pháp của "anh em họ" (cousins) ở Canada.

Mặt khác, cùng trường hợp với văn học Việt Nam trước khi có chữ quốc ngữ đã có **hai dòng bình dân** và **bác học "nói chữ"**, tiếng Việt **trước 1920** *đơn giản, bình dị* thế nào thì tiếng Việt canh tân sau 1920 *trừu tượng* hơn nhiều, dù từ những thế kỷ XVII đã có nhu cầu sáng chế nhiều từ Hán Việt và từ Tây phương hóa (phiên âm theo tiếng Tây phương) để theo kịp đà tiến hóa và tiếp xúc với Tây phương. Trừu tượng, đó là lý do khiến ký giả Nguyễn Háo Vĩnh phàn nàn với ông Phạm Quỳnh.

Một "học sanh về điện máy chuyên nghề", Nguyễn Duy Thanh ở Paris, góp ý trên *Phụ Nữ Tân Văn* số 119, đã chỉ trích Phạm Quỳnh làm tối tiếng Việt. Ông đưa ra những thí dụ những tiếng Việt dễ hiểu như "*màng ngăn bụng, mạch máu nhỏ tí, mạch máu đi, mạch máu về*" hay "*chung của*" bị ông Phạm Quỳnh thay thế bằng "*hoành cách mô, vi ti huyết quản, hồi huyết quản, khứ huyết quản*" và "*cộng sản*" (10). Theo ông, người Tàu phát âm ngọng vì có những âm không có trong tiếng nói của họ, nên đã phiên âm sai nhiều danh từ riêng và địa lý như Hoa Thịnh Đốn (Washington), Anh Cát Lợi (England), Bỉ Lợi Thì (Belgium), nay

Phạm Quỳnh "theo đuôi" người nói ngọng thì lại càng đi xa từ gốc (11).

Trong số những độc giả phản đối Phạm Quỳnh còn có hai ông **Nguyễn Văn Ngọc** và **Dương Quảng Hàm** lúc đó hãy còn là sinh viên cũng đã lên tiếng phản bác chủ trương/khuynh hướng nói chữ mà họ cho là **"lố bịch"** của *Nam-Phong*. Và nhiều từ Hán-Việt do *Nam-Phong* tạp chí xướng lên đã rơi vào quên lãng, như: *liễu kết, chuâu tuần, diên mạn, phó nạn, (kẻ) hậu tấn,* v.v... Đó là với người có học; còn người bình dân chắc còn ít hiểu tường tận những chữ như *"ý thức hệ, thủy quân lục chiến"* chẳng hạn, dù họ nghe đã quen và biết là nói cái gì. Rồi chính chữ quốc ngữ cũng trở thành một trở ngại cho sự phát triển kiến thức, có thể cả tinh thần, vì so với chữ Nôm, chữ quốc ngữ không "hồn", thường hay trùng chữ trùng âm và không gợi hình, rất hợp cho tưởng tượng thơ văn và "chơi chữ" nhưng xa dần căn bản ý nghĩa của văn tự dễ đưa đến những diễn văn không nội dung hoặc "ông nói gà bà nói vịt"! Văn học Việt Nam cổ kim có những nhà văn thơ lớn như Nguyễn Trãi, Nguyễn Bỉnh Khiêm, Nguyễn Du, v.v..., tư tưởng tâm tình rất tổng hợp về tín ngưỡng, về nguồn cảm hứng. Đến các tác giả miền Nam của thời văn học quốc ngữ tiên phong cũng tỏ ra rất tổng hợp và khai phóng về văn hóa. Văn học đã tổng hợp, khai phóng, người nghiên cứu không thể không có được cái tinh thần chủ động căn bản của nền văn học đối tượng nghiên cứu đó.

Chúng tôi chủ trương **phải thống nhất tiếng Việt**, để mọi người có thể hiểu nhau và nếu chúng ta còn muốn hiểu nhau! Thống nhất đồng thời phải chấp nhận có những đặc thù địa phương phải tôn trọng. Về tiếng nói cũng như văn học sử. Có chủ động thì dễ tránh khỏi bị vong bản văn-hóa; mà ngôn-ngữ một dân-tộc nào có khả năng tiếp thu và đãi lọc thì sẽ sống còn và có cơ giữ được tổng thể, cốt lõi!

Tiếng Việt ròng/gốc và tiếng Việt của Cộng-sản Hà-nội

Từ khi chiếm xong lục địa Trung-quốc, Mao Trạch Đông đã giản hóa *chữ Hán* khiến người Đài Loan, Việt-Nam Cộng-Hòa không đọc và không hiểu được - dĩ nhiên với thời-gian người nào muốn đọc sẽ học theo. Cụ Đoàn Thêm lúc sinh tiền, kể mỗi sáng ông lấy tàu điện ngầm xuống Phố Tàu ở Montréal lấy báo chợ về đọc, chữ Hán các báo này là của thời trước Trung-Cộng, người Việt đã quen đọc, vì gần phân nửa tiếng Việt có gốc từ chữ Hán. Từ vựng Hán-Việt vay mượn, tức chữ Hán, đã bị Việt Hóa, khác với chữ / tiếng Hán giản thể của Trung-Cộng sau 1949.

Ảnh-hưởng tiếng Hán của Trung-Cộng:

1- thêm "hóa" sau danh từ, động từ: *bê tông hóa, giàu hóa, nghèo hóa*, v.v...

2- Hán hóa tiếng Việt không cần thiết (Xem vài dẫn chứng phần tiếp theo).

3- nửa nạc nửa mỡ như: **phó** *quay phim,* **nữ** *nhà báo,*

4- pha chế bừa bãi, Việt-cộng-hóa chữ dùng ở miền VNCH và trước đó: *một* **mem** *của diễn đàn,* cửa hàng **nem** (name), *tổ lái* - phi hành đoàn; *xưởng đẻ,* con sâu mỡ - lạp xưởng, *lớp trưởng* - trưởng lớp; nhóm trưởng - trưởng nhóm; *giao hợp* - giao thiệp và hợp tác; *kích cầu* - kích thích nhu cầu, siêu rẻ (rất rẻ), siêu bền (rất bền), *Vi sóng* (vi ba hay sóng ngắn), *tốt* -giỏi, được, hay, đẹp, ngon; v.v.

5- Đảo ngược chữ đã quen dùng: *"triển khai"*, thay vì *"khai triển"; thấp điểm* ("giao thông giờ cao điểm, giao thông giờ *thấp điểm*") - ít, ở dưới; v.v...

6- phiên âm địa danh và tên người ngoại quốc... rùng rợn - tại sao không viết tên gốc? Vả lại cách dịch ở Việt Nam trước khi Cộng sản đến và ở miền Nam quốc gia ít ra theo Hán-Việt – có nguồn dịch:

Croatia = *Cờ-râu-ấy-sà, Hờ-vua-xờ-ka;*

Moscow = *Mát-xít-cơ-va, Mốt-xờ-cu;*

Washington = *Oa-sinh-tơn;*

Marxist = *Mát-xít;*

Michael = *Mai-cơn, Mai-cồ;*

Yersin = *Y-éc-xanh;*

Mozart = *Mo-daYoga;*

Gabriel Garcis Márquez = *Gabrien Gacxia Macket;*

Chekhov = *Tsekhốp, Sô Khốp;*

Beckett = *Bếckét;*

Shakespeare = *Séchxpia;*

Leningrad = *Lê-nin-rát;* v.v.

Ghi lại đây tiếng Việt của trong nước, những *từ* thường gặp:

ấn tượng - cảm kích, phản ứng;

bảo quản - giữ gìn, che chở;

biên tập viên (không hẳn có viết) - MC, xướng ngôn viên;

bức xúc - dồn nén, bực tức;

cảm giác - nghĩ, cảm nghĩ;

căn hộ - căn nhà;

chất lượng - phẩm-chất và số-lượng;

chính chủ - người chủ;

chủ đạo - chính, chính yếu;

chức năng - trách nhiệm, chức trách ("cơ quan chức năng" không gợi nghĩa "cơ quan có trách nhiệm");

công nghệ - kỹ thuật;

cơ bản - căn bản;

cứ liệu - chứng cứ, tài liệu dẫn chứng;

đại trà - rộng rãi, quy mô;

động viên khuyến khích;

đăng ký - ghi danh, ghi tên;

đề xuất - đề nghị;

đột xuất - bất ngờ;

giải phóng (sau "giải phóng miền Nam") - giải tỏa ;

giao lưu - nói chuyện, đối thoại, đàm thoại;

hiển thị - xem;

hoành tráng - to lớn, nguy nga, tráng lệ, đồ sộ;

hưng phấn (>"ức chế hưng phấn"?) - phấn khởi, vui sướng;

khẩn trương - nhanh lên;

kiệt suất - xuất sắc, vượt trội;

lao động nhà văn, trí thức - sức làm việc, sáng-tác;

liên hệ - liên lạc;

mặt bằng ("*giải phóng mặt bằng*" > "*mặt bằng dân trí*"?) - khu đất

nghệ nhân - nghệ sĩ, thợ;

nhất quán - đồng nhất;

phương án - kế hoạch;

quá tải - quá nặng;

quy trình - tiến trình;

quán triệt - hiểu rõ;

sự cố - chuyện không may;

tham gia lưu thông - lái xe ra đường;

tham quan - đi chơi, thăm viếng;

thống nhất - đồng ý;

tranh thủ - cố gắng;

trải nghiệm - thử

triều cường - *con nước lớn, con nước đang lên, thủy triều;*

X quang - *tia X*

xử lý - *giải quyết; xử lý thông tin, xử lý vết thương; xử lý vệ sinh môi trường = dọn rác, ...*

*

Muốn "giữ gìn sự trong sáng của tiếng Việt" thì nguy cơ và vấn đề của tiếng Việt hiện nay theo tôi, là việc sử dụng sai tiếng Việt – bị bộ Giáo dục và tổ chức văn hóa, ngữ học bỏ rơi, mặt khác Nhà nước có chính sách và khuynh hướng dùng tiếng Trung-Cộng thay cho tiếng Việt ròng, từ văn thư, truyền thông, báo chí lan ra công chúng và học sinh.

Dùng sai tiếng Việt: Có thể vì chiến tranh liên tục và hàng ngàn lý do khách quan, chủ quan, giới hữu trách về ngôn ngữ quốc gia ở Việt Nam chưa tổ chức được những cuộc tham khảo rộng lớn các nhà chuyên môn về ngữ học, do đó chưa thể thống nhất chữ dùng cho cả nước và áp dụng vào nhà trường (dĩ nhiên các phương ngữ vẫn có giá trị và vị trí của chúng). Dùng sai vì không muốn dùng lại từ của "ngụy", như *trực thăng, bán công, mặt tiền,* v.v... Dùng sai còn có lý do vọng ngoại như tiếng Việt đã có từ *sạp* hay *quầy, quầy hàng,* vậy mà nhiều nơi người ta ghi lên bảng hiệu nào là *công toa, ki-ốt* (comptoir, kiosque), v.v...

Khi chúng ta theo dõi sách báo trong nước như trên Internet hoặc nếu có dịp quan sát, đọc, nhìn và nghe tiếng nói, chữ viết của người trong nước; một mặt chúng tôi bi quan về hiện trạng mọi người sử dụng từ ngữ bị "Hán cộng hóa", mặt khác chúng tôi không tin rằng có nguy cơ diệt vong của tiếng Việt Sài Gòn và miền Nam cũ, ở trong nước cũng như ở hải ngoại! Ở ngoài nước, một phần tiếng Việt miền Nam sẽ bị tiếng Việt trong nước thay thế vì người di dân từ trong nước ngày càng tăng và sự chống đối việc sử dụng tiếng Việt trong nước ngày càng giảm phần nào vì sự giao lưu văn hoá, văn nghệ và thông tin qua sách báo, internet TV, Youtube, v.v... Khi người Việt hải ngoại ngày càng bớt sử dụng tiếng Việt - vì người lớn tuổi và rành tiếng Việt lần lượt mất đi trong khi lớp sinh trưởng ở xứ người không dùng, và văn học hải ngoại bị lão hóa hoặc không còn sinh hoạt, tiếng Việt cũng sẽ lần hồi yếu đi nhưng biến mất thì không. Phần tiếng nói, chữ dùng có thể bị thay thế đó là phần thời thượng, vô thức hoặc do người sử dụng vô tình hay vô ý thức, là phần sẽ bị thời gian đào thải.

Vào khoảng cuối thập niên 1910, Phạm Quỳnh và tạp chí *Nam Phong* đã nhập cảng Hán-tự thay thế các từ tiếng Việt đã có, dù rằng vào thời đó tiếng Việt có nhu cầu diễn tả và thông-dịch ra tiếng Việt các từ ngữ mới về khoa học, chính trị, v.v... Các ông Phan Khôi và Nguyễn Háo Vĩnh trên *Nam Phong* và *Phụ Nữ Tân Văn* đã từng phản đối! Miền Bắc từ 1954 và cả nước từ 1975 đã cơ chế hóa ngôn ngữ hành chánh và quốc gia theo khuôn mẫu từ ngữ của đàn anh Trung cộng - từ sau 1949 đã đơn giản hóa chữ Hán vẫn được sử dụng ở Trung Hoa trước đó và chế ra những từ ngữ mới. Từ đó, họ viết và sử dụng một số từ ngữ khác với "đồng chủng" của họ ở đảo Đài Loan. Việt Nam ta theo Trung cộng, do đó sử dụng lại từ ngữ của người Trung cộng, dù trong tiếng Việt đã có từ ngữ tương đương. Có thể nói đó là lý do có những từ *sự cố, tư liệu, thiết kế nội thất*, v.v... Nhưng trong thực tế, các từ này được dùng nửa nạc nửa mỡ, nghĩa là pha chế với tiếng Việt ròng, như *nội thất phòng tắm*, v.v...

Một bài báo viết về những lạm trong việc xây dựng cầu đường mà lại dùng toàn từ ngữ và cấu trúc từ ngữ Trung cộng trừu tượng để nói đến xi-măng, cát, nhựa đường và cách pha chế, gian lận, thể thức đấu thầu, thực hiện, v.v... Không hiểu đây có phải là cố tình chăng, để dân chúng không thể hiểu hết ngọn nguồn? Thứ tiếng Việt bị chế độ đảng Cộng-sản cầm quyền hiện nay *cơ chế hóa, Hán-cộng hóa* cần được... cởi trói, trở về với dân tộc, như phần nào trong lãnh vực văn học từ sau 1987 vậy! Vì ngôn ngữ là một trong những thành tố chính tạo thành một quốc-gia, một dân-tộc, mà là một thành tố độc đáo, khác biệt với các dân tộc khác. Chế độ nào nếu tồn tại lâu sẽ "thành công" bôi xóa tàn tích của chế độ thù nghịch trước đó, như Gia Long đối với nhà Tây Sơn, nhưng ai cũng biết rằng luật đào thải của thời gian và lịch sử còn mạnh hơn nữa!

Hiện nay, trong nước nhất là ở miền Nam, những từ *trực thăng, bán công, mặt tiền, tài liệu*, v.v... đã bắt đầu được sử dụng nhiều và trở nên quen... tai, quen mắt! Sách miền Nam đã được công khai in lại, được giới nghiên cứu và sinh viên tham khảo, rồi người trong nước tham khảo sách báo và internet ngoài nước, cuối cùng luật tự nhiên sẽ cân bằng trở lại; đấy là lý do chúng tôi vẫn không bi quan!

Nguyễn Vy Khanh

Chú-thích

1- http://deutsch.ucsd.edu/psychology/

2- *Nam Phong* tạp chí, số 16, 10-1918, tr. 198-209.

3- Phan Khôi. "Chữ Quốc-ngữ ở Nam kỳ với thế lực của phụ nữ" *Phụ-Nữ Tân-Văn* số 28 (7-11-1929). Trích từ Thanh Lãng. *13 Năm Tranh Luận Văn Học (1932-1945)* (Tp HCM: NXB Văn Học, 1995). T. 2, tr. 470.

4- Thăng Long tái bản, Sài-Gòn, 1960, tr. 36-37.

5- Thanh Lãng. "Hồ Biểu Chánh". *Văn* số 80 (15-4-1967), tr. 16.

6- *Về Sách Báo Của Tác Giả Công Giáo (Thế Kỷ XVII-XIX)*. Tài Liệu Tham Khảo. Tp HCM: Trường Đại học tổng hợp tp HCM. Khoa Ngữ Văn, 1993, tr. 132.

7- Trích từ *13NTLVH* Sđd, t 2, tr. 473.

8- *VSBCTGCG* Sđd, tr. 6.

9- X. thêm Vũ Văn Kính. "Vài nét sơ lược về chữ Nôm miền Nam", tr. 328-331 in *5 Năm Hán Nôm 1991-1995*. TpHCM: Trung Tâm Nghiên Cứu Hán Nôm, 1995.

10- *Phụ Nữ Tân Văn* số 119, 18-12-1932, tr. 5-10.

11- Trích từ *13NTLVH*. Sđd, t. 2, tr. 100-118.

làm báo là cuộc chơi
lớn nhất của con người
tình ý đời dồn lại
lưu hương vị một thời

lhoán

VÕ PHÚ
THA THỨ

Cánh cửa xanh đóng kín. Căn nhà mái tôn im lặng không một tiếng động. Đó là căn nhà của vợ chồng cô Mơ chú Thụ. Kế bên căn nhà đó là nhà của ông Hai. Nhà ông Hai cao lớn, lợp ngói đỏ. Trước hiên có thềm xi măng láng bóng, nơi các bà các cô trong xóm thường đem lưới đến vá. Họ vừa nói chuyện vừa làm việc để quên đi thời gian ngồi khâu vá những đống lưới đồ sộ.

Giờ cuối mùa hè, mùa lưới cá chuồng cũng đã qua. Những người phụ nữ đem lưới ra trước sân nhà để giặt giũ, phơi khô và vá lại những lỗ thủng để cho mùa tới. Họ tụ tập ở một điểm để vá lưới và nói chuyện. Chỗ mà họ thường đến đó là nhà của ông Hai. Nơi này cao ráo, mát mẻ và được nghe những tuồng cải lương qua máy cassette.

Tiếng máy cassette vang lên câu vọng cổ trong tuồng cải lương "Tô Ánh Nguyệt" được mấy cô trong xóm hát theo lời. Buổi trưa hôm nay có bốn người phụ nữ đến vá lưới, họ ê a cất tiếng hát theo: *"Trong trái tim con hiện giờ có đến hai người mẹ, không sanh có dưỡng sanh dưỡng đạo đần..."*

Vừa dứt câu hát, cô Cúc, một trong bốn cô, chợt hỏi:

- Ê, tụi bây sao cả tháng này không thấy vợ chồng ông Thụ bà Mơ ở nhà kế bên?

Cô tên Lan, con của chủ nhà, trả lời:

- Nghe nói bà Mơ dìa quê thăm bà già bả bịnh. Còn Ông Thụ thì đi khơi hai ba tháng mới về.

Cô tên Thu hỏi:

- Vậy hả? Bà già bả có sao không?

Lan trả lời:

- Tui cũng đâu biết, tui nghe bà Mơ nói là bịnh người già hay lao phổi gì đó trước khi bả dìa quê.

Cô tên Hạnh chen ngang:

- Thôi đi mấy bà ơi. Bà Mơ nói xạo đó. Bả đi dìa quê hẹn với tình nhân chứ thăm má bả hồi nào.

- Sao mày biết?

- Sao mày biết?

- Thì tao nghe con Tuyết kể lại.

Thu nghe xong, gật gù đầu nói:

- Ờ héng. Con Tuyết là bạn thân của bà Mơ. Mà chuyện ra sao vậy Hạnh, mày tám cho tụi tao nghe với?

- Tao nghe con Tuyết kể lại ông Thụ bị điếc.

Lan lại hỏi:

- Điếc? Ổng điếc hả? Tao thấy ổng nghe nói bình thường mà. Ổng đàn và hát hay lắm đó nha.

- Không phải điếc đó... Tao nói là điếc cái kia kìa.

- Ồ... À... Là cái chuyện đó đó hả?

Thu cắt ngang:

- Thôi con Lan im miệng đi để cho con Hạnh kể tiếp nghe coi.

- Thì tui không biết nên mới hỏi. Tại tui thấy ổng đẹp trai, khoẻ mạnh lắm mà.

- Mày kể tiếp đi Hạnh.

Hạnh kể:

- Trước khi lấy ông Thụ, ở ngoài quê bà Mơ có quen với một người, nhưng do nhà thằng bồ bả không chịu vì chê bả nhà nghèo và bị lé nên không chịu gả. Đến chừng bà Mơ gặp ông Thụ thì mê ổng. Tại ổng đẹp trai nên theo ổng vô đây luôn. Chắc do ông Thụ bị điếc, nên bà Mơ mới về quê tìm nhân tình cũ để "mèo mả gà đồng".

Cúc cười ha hả rồi nói:

- Cái con này nghe Tô Ánh Nguyệt riết hồi nói chuyện y như trong tuồng. Mà sao con Tuyết biết được rõ vậy?

- Thì Tuyết là bạn của bà Mơ mà. Nhà ngoại con Tuyết gần nhà với nhà bà Mơ ở ngoài quê, nên họ chơi thân với nhau lắm. Nghe nói bà Mơ cưới ông Thụ được cũng do con Tuyết mai mối.

Thu chen vào:

- Ừa... Cũng có lý. Hèn chi mà họ lấy nhau cũng hơn năm năm rồi mà không thấy có con. Bà Phê cưới cùng lúc với bà Mơ mà sòn sòn một hơi đẻ tới bốn đứa.

- Tui nghe con Tuyết kể lại bà Mơ về quê nói là thăm má thực ra bả đi kiếm con với tình cũ. Nghe nói thằng bồ bả vẫn ở vậy chưa có vợ.

Cúc tặc lưỡi:

- Tội nghiệp cho ông Thụ quá, bị vợ cắm sừng. Mà bả mơn mởn vậy chịu sao nổi. Bả cũng đẹp, nhưng bị lé kim. Hơi uổng.

- Uổng gì mày. Lé vậy đó chứ có rất nhiều người mê và muốn tòm tèm lắm nha. Tao ở gần tao biết, có mấy ông trong xóm cũng muốn ve vãn bả lúc ông Thụ đi biển.

Thu thêm vào:

- Con Lan nói vậy là nó không biết câu người ta hay nói rồi.

- Nói sao?

- Nhất lé, nhì lùn, tam hô, tứ rỗ. Mà bà Mơ đứng đầu biểu sao...

- Ừa mà sao người ta nói vậy héng? Bà Cúc, bà học cao hiểu rộng, giải thích giùm cho tụi tui nghe được không?

Được mấy cô bạn hỏi trúng đề tài. Cô tên Cúc, hất mái tóc ra sau, tằng hắng, rồi dõng dạc nói:

- Ông bà ta nói nhất lé nhì lùn tam hô tứ rỗ nghĩa là những người mình nên đề phòng. Nhất là những người mắt lé vì những người này thường là những người ít nói, luôn im lặng và cười khẩy trước mọi việc, nhưng khi đụng vào họ thì họ sẽ thù muôn đời. Còn nhì lùn là những người thường hay đâm bị thóc chọc bị gạo. Còn tam hô ý nói những người có hàm răng trên hô ra thường những người này nói nhiều, nói nhân nghĩa đạo lý, nhưng họ cũng độc mồm độc miệng đối với kẻ mà họ không ưa. Còn tứ rỗ là người hay đi nói xấu sau lưng bạn bè. Vậy đó.

Nghe Cúc giải thích xong, cô tên Lan đánh vào đùi rồi nói:

- Nghe bà nói tui mới nhớ. Tui thấy bà Mơ lúc nào cũng im im, ai nói gì cũng lịt lịt rồi cười nhưng đụng tới bả là không dễ đâu à. Tui nhớ có lần con mèo hàng xóm qua nhà bả ăn vụng, bị bả thuốc chết rồi đem chôn sau hè. Độc thấy sợ. Nói tới tui nổi cả da gà da ếch nè mấy bà.

Bốn người phụ nữ đang nói chuyện bỗng im lặng vì có bóng người đi ngang qua. Họ đưa mắt nhìn ra đường. Cô tên Lan gọi lớn:

- Chị Mơ... Chị Mơ mới về.

Mơ dừng lại, lấy cái nón lá ra khỏi đầu, hất mái tóc đen dài óng mượt ra sau rồi chào mọi người. Mơ ngoài ba mươi, người thon gọn. Làn da ngăm đen khỏe khoắn, săn chắc.

Lan đon đả hỏi:

- Bác gái đã đỡ chưa chị?

- Cảm ơn em. Má chị đã đỡ nhiều rồi. Mấy đứa đang vá lưới hả? Mùa rồi làm ăn được không?

Cúc trả lời:

- Dạ cũng kha khá. Nhà con Lan là trúng đậm nhất.

- Vậy cũng mừng. Thôi chị vô nhà nghỉ mệt chút. Đường sá xe cộ mệt cả người.

- Dạ...

oOo

Trời vừa chập tối, người đàn ông trung niên quần áo luộm thuộm, đầu tóc rối bù chệnh choạng mở cánh cửa xanh chân thấp chân cao bước vào nhà. Ông say bí tỉ, trong tay còn cầm chai rượu mới uống cạn hơn nửa. Ông bật đèn căn nhà lên rồi lải nhải những lời nguyền rủa vu vơ. Căn nhà im lặng. Chỉ có người đàn ông một mình với bóng của mình in trên tường. Ông ngả người xuống giường ngủ tới sáng hôm sau.

Thức dậy, người đàn ông dùng tay đánh nhẹ vào trán mình. Cơn say tối qua làm đầu óc ông choáng váng. Cảm giác như nhà cửa xoay tròn đảo lộn. Người đàn ông lại nằm xuống khi thấy cơn chóng mặt dữ dội. Cổ khô rát. Nằm một hồi, ông lại ngồi dậy lấy nước uống. Uống xong ly nước lạnh, ông cảm thấy người mình khỏe hơn. Cơn đói cồn cào, ông đi xuống nhà bếp tìm một thứ gì đó để bỏ vào bụng. Bếp núc lạnh tanh. Ông im lặng, thẫn thờ đến ngớ người và chợt nhớ lại những chuyện hôm trước cũng ở trong căn nhà này.

oOo

Người đàn ông hỏi:

- Em nói thiệt cho tui biết, có phải là em đã hết thương tui rồi không? Em muốn quay về với nhân tình cũ?

Người đàn bà thút thít, không trả lời.

Người đàn ông điên cuồng nói như thét:

- Sao tui hỏi mà cô không trả lời? Cô điếc hay cô khinh tui?

Người đàn ông vung tay lên định đánh vào người đàn bà, chợt ông khựng lại khi nhìn xuống bụng người đàn bà. Cái bụng căng tròn. Ông bất lực, buông tay. Ông xuống giọng, hỏi:

- Thôi được rồi, giờ em muốn gì? Em nói đi chứ?

Người đàn bà vẫn thút thít, lí nhí trả lời:

- Em không biết...

- Bây giờ em tính sao?

- Em cũng không biết tính sao. Chờ đẻ xong rồi mới tính tiếp...

- Em ở đây hay về quê?

- Em sẽ về quê để sanh vì ngoài đó có mấy chị em gái lo cho. Chứ ở đây sao đặng...

- Có phải em muốn quay về với thằng đó?

128NGÔN NGỮ SỐ 18

- Không! Tui nói với anh rồi, tui không qua lại với nhau nữa. Thôi anh đi ngủ đi. Tui thu xếp ít áo quần rồi qua nhà con Tuyết để sáng mai nhờ nó chở tui lên đường cái quan đón xe về quê.

oOo

Đã mấy ngày qua Thụ say mèm với men rượu. Mỗi lần uống rượu về, Thụ lại nhớ đến Mơ. Dẫu sao hai vợ chồng cũng sống với nhau hơn năm năm. Năm năm qua, Mơ là một người vợ tuyệt vời, ít ra với suy nghĩ của riêng chàng. Cuộc sống chẳng phải lúc nào cũng màu hồng, trong hôn nhân cũng vậy. Có những khoảng thời gian trong hôn nhân mà hai người bất đồng quan điểm với nhau, nhưng lần nào Mơ cũng hạ mình quên đi cái tôi bản thân để gia đình yên ấm. Mơ biết cảm thông và chấp nhận hy sinh để Thụ cảm giác rằng mình là trụ cột của gia đình và là người luôn che chở cho Mơ. Mơ chu đáo lo lắng và yêu thương Thụ, nhưng chắc có lẽ do chàng mắc bệnh quai bị khi còn nhỏ nên hai tinh hoàn của chàng bị teo lại không còn khả năng tạo tinh trùng để cho Mơ một đứa con như nàng mong ước. Có lẽ vì vậy mà Mơ mới đi tìm con? Thụ buồn bã trách trời, trách số phận. Thụ trách Mơ. Tại sao Mơ không cho chàng biết để hai vợ chồng còn tính toán. Phải chi nàng cho Thụ biết trước thì cớ sự đâu đến như thế này.

Còn vài ngày nữa là mùa cá mực, Thụ ray rứt trong lòng và không biết phải làm gì? Chàng muốn đi về quê vợ để nói chuyện cho rõ với Mơ về nỗi nhớ nhung của chàng trước khi ra khơi. Nhưng nghĩ lại thôi. Thụ nói với lòng rằng thôi thì để một thời gian rồi hẳng tính.

Hai tháng xa nhà lênh đênh trên biển, những lúc rảnh rỗi, Thụ lại nhớ đến Mơ. Khi người ta cô đơn thì nỗi nhớ càng xâu xé hơn. Những mâu thuẫn giằng xé trong lòng chàng. Có những lúc Thụ bình tâm suy nghĩ về tương lai, gia đình và cả về Mơ lẫn đứa con trong bụng nàng. Thụ nghĩ chắc có lẽ giờ này đứa bé cũng đã sinh ra. Không biết nó là trai hay gái? Thụ thầm nói với mình rằng sau chuyến này, chàng sẽ bỏ qua và tha thứ cho Mơ. Nếu được chàng sẽ coi đứa nhỏ làm con đẻ của mình. Chàng nghĩ đằng nào mình cũng không có con. Thay vì xin con nuôi, tại sao không xem đứa nhỏ như con ruột của mình?

Thụ mỉm cười một mình và chợt thấy tâm hồn mình thanh thản, nhẹ lòng.

Võ Phú

PHẠM VŨ THỊNH
MAN'YŌGANA VÀ CHỮ NÔM

Tiếc cho Chữ Nôm đáng lẽ đã có thể tạo nên một cuộc đổi đời cho quảng đại quần chúng thất học mù chữ từ thời quân chủ.

Quá trình hình thành văn tự Nhật Bản và chữ Nôm có nhiều phần giống nhau ở giai đoạn ban đầu.

Ban sơ, Nhật Bản và Việt Nam có lẽ đã có dạng chữ viết riêng để ghi lại và truyền đi tiếng nói của cộng đồng, thế nhưng chỉ ở trạng thái quá thô sơ chưa thành hệ thống thực dụng. Đến khi tiếp xúc với chữ Hán, thì dạng chữ viết riêng đó đã bị bỏ quên, nhường chỗ cho hệ thống khá hoàn-bị và thực dụng hơn, là tiếng Hán cùng chữ Hán bắt đầu được dùng ở Nhật Bản và Việt Nam.

A. Trường hợp Nhật Bản

Chữ Hán nhập vào Nhật Bản khởi đầu qua các vật phẩm thương mại như tiền xu, con dấu, ... Vật phẩm đầu tiên được biết đến là con dấu vàng Hoàng đế Quan Vũ nhà Hán đã ban tặng cho Vua Nhật vào năm 57, thế kỷ thứ nhất. Tiếp theo đó là kinh sách Phật giáo truyền sang qua ngả Bách Tế (Cao Ly). Những khai quật khảo cổ cho biết: khoảng cuối **thế kỷ thứ 4**, người Nhật song ngữ đã đọc và viết tiếng Hán trong triều đình và văn bản chính thức.

Tất nhiên, người Nhật Bản đã **cần có một hệ thống ký tự để ghi lại những từ ngữ của tiếng Nhật**, và họ đã cố gắng dựa vào chữ Hán để tạo ra hệ thống chữ viết riêng. Hệ thống thực dụng đầu tiên được chế tạo ra là **Man'yōgana**.

A-1. Lược sử Man'yōgana

Một di tích có thể cho là hình tích thô sơ và lâu đời nhất của hệ thống chữ viết Man'yōgana, là thanh kiếm Inariyama bằng sắt được khai quật tại phần mộ Inariyama vào năm 1968; đến năm 1978, phân tích bằng tia X cho thấy thanh kiếm này có lẽ đã được làm vào năm 471, **thế kỷ thứ 5**, có một dòng chữ dát vàng bao gồm ít nhất là 115 chữ Hán có cả **vài tên người Nhật Bản**, như tên nhà vua, tên người chế kiếm, ...

Việc khai quật được tiếp theo đó những di tích bằng gỗ có ghi khắc chữ cho biết đến **thế kỷ thứ 8**, khoảng năm 712 thì có sách Kojiki (古 事 記, *cổ sự ký - sổ ghi chuyện đời xưa*), rồi đến năm 720 thì có sử Nihon Shoki (日 本 書 紀, *Nhật Bản thư kỷ - sử biên niên Nhật Bản*), hai bộ sách này phần lớn viết bằng Hán văn, Hán tự, nhưng cũng đã có những chữ theo kiểu Man'yōgana dùng chữ Hán chỉ để ghi chú các âm tiết tiếng Nhật.

Đến năm 783, cũng **thế kỷ thứ 8** thời Nara (710 – 794) mới có tập thơ ca Man'yōshū (万 葉 集, **vạn diệp tập** - *tập thơ ca có vạn lá hay vạn tờ*) dùng nhiều ký tự Man'yōgana hơn, và có tính cách hệ thống hơn, nên tên sách này đã được dùng để đặt cho hệ thống chữ viết Man'yōgana.

A-2. Cấu tạo của Man'yōgana

Như thế, Man'yōgana (万 葉 仮 名, *vạn diệp giả danh*) là loại **ký tự** (仮 名 *kana – giả danh)* thực dụng đầu tiên dùng nguyên chữ Hán để ghi âm tiếng Nhật, có tất cả khoảng **8.970 chữ Hán** đã được dùng.

Người Nhật đọc mỗi **Hán tự** (*Kanji*) theo hai cách: **On-yomi** và **Kun-yomi**. **On-yomi** 音 読 み (***Âm độc*** – *đọc theo âm nghe được*) là phát âm kiểu Nhật Bản của chữ Hán như họ nghĩ là đã nghe được từ miệng người Hán, từ đây xin gọi là **âm Hán Nhật** của chữ Hán. Còn **Kun-yomi** 訓 読 み (***Huấn độc*** – *đọc theo nghĩa tiếng Nhật của chữ Hán như đã được dạy*) là âm đọc của từ đồng nghĩa tiếng Nhật để diễn tả ý nghĩa của chữ Hán ấy. Ví dụ người Hán nói "我 Wǒ" (*Ngã, theo âm Hán Việt*), âm **Wǒ** này không có trong tiếng Nhật, nên người Nhật nghe thành âm gần nhất trong tiếng Nhật là "**ga**", đọc theo cách **On-yomi**, tức là âm Hán Nhật; và cũng chữ 我 đó, người Nhật còn đọc là "**ware**" theo ý nghĩa (**Kun-yomi**) trong tiếng Nhật, có nghĩa là *"tôi, ta"*. Hoặc chữ Hán "川" (*xuyên*) người Nhật nghe ra là "**sen**" theo **âm Hán Nhật** (**On-yomi**); và cũng chữ đó, người Nhật còn đọc là "**kawa**" theo ý nghĩa (**Kun-yomi**) trong tiếng Nhật cùng có nghĩa là *"dòng nước"*.

Man'yōgana tùy người viết chữ mà dùng âm theo On-yomi hay Kun-yomi của chữ Hán để ghi mỗi âm tiết trong một **từ ngữ Nhật Bản vốn đa âm tiết**, chứ không đơn âm như từ ngữ Hán.

Ví dụ, bài thơ 17- 4025 (*bài thứ 4025 trong cuốn thứ 17*) của Man'yōshū được viết như sau:

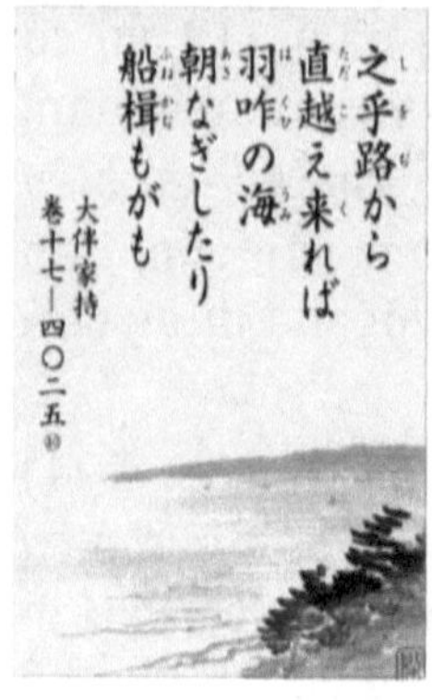

Man'yōgana	之乎路可良	多太古要久礼婆	波久比能海	安佐奈藝思多理	船梶母我毛
Katakana	シオジカラ	タダコエクレバ	ハクヒノウミ	アサナギシタリ	フネカジモガモ
Modern	志雄路から	ただ越え来れば	羽咋の海	朝凪したり	船梶もがも
Romanized	*Shioji kara*	*tadakoe kureba*	*Hakuhi no umi*	*asanagi shitari*	*funekaji mogamo*

Hàng thứ nhất là dòng chữ Man'yōgana đúng như trong nguyên bản Man'yōshū, gồm toàn chữ Hán.

Hàng thứ hai là cũng dòng chữ ấy viết lại theo hệ thống ký tự Katakana chỉ ghi âm Nhật mà thôi.

Hàng thứ ba là cũng dòng chữ ấy viết lại theo hệ thống ký tự Nhật Bản ngày nay, gồm cả Hán tự *(Kanji)* và Hiragana để đọc âm và nghĩa tùy theo chữ.

Hàng thứ tư là cũng dòng chữ ấy ghi theo ký tự La Tinh cho người nước ngoài có thể đọc lên.

Và dưới đây là **câu văn thời nay giải thích ý nghĩa của bài thơ** đó, viết theo hệ thống ký tự Nhật Bản ngày nay, gồm cả Kanji và Hiragana.

志雄街道からまっすぐ越えて来ると、羽咋の海はいかにも穏やかだ

。この海を漕ぎ渡って行く船やかじがあればいいのだが。

Ý nghĩa này có thể dịch ra tiếng Việt là:

Đi thẳng đến hết đường núi Shio thì thấy biển Hakui lúc này đang thực sự tĩnh lặng. Phải chi có một con thuyền, một mái chèo cũng qua được vùng biển này.

Xin lưu ý là trong nguyên bản, các âm mo (**母,毛**) và shi (**之,思**) đã được viết với hai ký tự khác nhau. Và trong khi hầu hết các từ đều được viết theo ngữ âm (*On-yomi - âm Hán Nhật*), ví dụ: **多太** tada, **安佐** asa; thì các từ ji (**路**), umi (**海**) và funekaji (**船梶**) lại được viết theo ngữ nghĩa (*Kun-yomi - phát âm của tiếng Nhật*).

Đây là **tính cách thiếu nhất quán** của Man'yōgana, tùy theo người viết mà dùng một trong các cách tạo ký tự sau đây:

A-2-1. Cách dùng On-yomi:

Âm của tiếng Nhật có thể được ghi bằng âm của chữ Hán đọc theo On-yomi trong cách thức gọi là **Shakuon** 借音 (tá âm - mượn âm Hán) để tạo ra ký tự ghi âm Nhật, ví dụ:
- Một chữ Hán cho một âm:

以 (い i), 呂 (ろ ro), 波 (は ha),安 (あ a), 楽 (ら ra)
- Hay một chữ Hán nhưng chỉ lấy âm đầu tiên:

信 (しな shi na, *chỉ lấy âm* し shi), 覧 (らむ ra mu, *chỉ lấy âm* ら ra)

A-2-2. Cách dùng Kun-yomi:

Âm tiết của tiếng Nhật có thể được ghi bằng âm của chữ Hán đọc theo Kun-yomi trong cách thức gọi là **Shakkun** 借訓 (*tá huấn*) mượn âm từ tiếng Nhật đồng nghĩa, để tạo ra ký tự ghi âm Nhật, ví dụ:
- Âm duy nhất của tiếng Nhật đồng nghĩa của một chữ Hán:

女 (め me)
毛 (け ke)
蚊 (か ka)

- Hay âm đầu tiên của tiếng Nhật đồng nghĩa của một chữ Hán:

蟻 (あり a ri, *chỉ lấy* あ a)
巻 (まく ma ku, *chỉ lấy* ま ma)

A-3. Ký tự Hiragana và Katakana từ nền tảng Man'yōgana

Man'yōgana có tính cách thiếu nhất quán như thế: có **hai cách tạo ký tự** khác nhau, và dùng **nhiều chữ gốc quá** (*có đến 8,970 chữ Hán được dùng tùy theo người viết*) khiến lắm khi khó xác định được là từ cách nào hay từ chữ Hán nào, do đó phải đọc ra làm sao; vả lại dùng **nguyên chữ Hán vốn có nhiều nét phức tạp**, nên người Nhật đã tiến thêm một bước nữa, dựa trên căn bản Man'yōgana này mà tạo ra hai hệ thống ký tự **Hiragana và Katakana giản dị hơn**, để ghi **âm tiếng Nhật căn bản chỉ cần có hơn 50 âm tiết khác nhau**.

Hiragana phát triển từ Man'yōgana viết Hán tự bằng lối chữ "**thảo**" sōsho (草 書, *thảo thư*) được phụ nữ Nhật sử dụng phổ biến; còn **Katakana** phát triển do các nhà sư Phật giáo như một dạng viết tắt, trong hầu hết các trường hợp chỉ sử dụng một vài bộ phận nhỏ, ví dụ một vài nét đầu tiên hoặc cuối cùng, của các ký tự Man'yōgana viết bằng lối chữ "**khải**" kaisho (楷 書, *khải thư*).

Ký tự Hiragana có thể có gốc Man'yōgana dùng chữ Hán khác với ký tự Katakana **đồng âm**, ví dụ, Hiragana る (**ru**) có nguồn gốc từ Man'yōgana 留 *(lưu – giữ lại)*, trong khi Katakana ル (**ru**) có nguồn gốc từ Man'yōgana 流 *(lưu – dòng chảy)*.

Dưới đây là bản liệt kê toàn bộ **ký tự Katagana** căn bản, mỗi ô ghi một âm Nhật, từ trái qua phải là các cột A, I, U, E, O; từ trên xuống dưới là các hàng A, Ka, Sa, Ta, Na, Ha, Ma, Ya, Ra, Wa, N; mỗi ô có **ký tự cho âm Nhật** ngay trước **gốc Man'yōgana chữ Hán** viết theo lối chữ khải, phần **màu đỏ** là bộ phận đã được trích ra để tạo nên ký tự Katakana này.

ア 阿	イ 伊	ウ 宇	エ 江	オ 於
カ 加	キ 機	ク 久	ケ 介	コ 己
サ 散	シ 之	ス 須	セ 世	ソ 曽
タ 多	チ 千	ツ 川	テ 天	ト 止
ナ 奈	ニ 仁	ヌ 奴	ネ 祢	ノ 乃
ハ 八	ヒ 比	フ 不	ヘ 部	ホ 保
マ 末	ミ 三	ム 牟	メ 女	モ 毛
ヤ 也		ユ 由		ヨ 與
ラ 良	リ 利	ル 流	レ 礼	ロ 呂
ワ 和	ヰ 井		ヱ 恵	ヲ 乎
ン 尓				

Còn sau đây là bản liệt kê toàn bộ **ký tự Hiragana** căn bản, mỗi ô ghi một âm Nhật, từ phải qua trái là các cột A, Ka, Sa, Ta, Na, Ha, Ma, Ya, Ra, Wa, N; từ trên xuống dưới là các hàng A, I, U, E, O; mỗi ô có **gốc Man'yōgana chữ Hán** viết theo lối chữ khải (*cho dễ nhận ra*), rồi đến chữ viết tháu theo **lối chữ thảo của chữ Hán** đó, và dưới cùng là **ký tự Hiragana** được tạo ra cho âm Nhật.

N	Wa	Ra	Ya	Ma	Ha	Na	Ta	Sa	Ka	A
无 → ん	和 → わ	良 → ら	也 → や	末 → ま	波 → は	奈 → な	太 → た	左 → さ	加 → か	安 → あ
	爲 → ゐ	利 → り		美 → み	比 → ひ	仁 → に	知 → ち	之 → し	機 → き	以 → い
		留 → る	由 → ゆ	武 → む	不 → ふ	奴 → ぬ	川 → つ	寸 → す	久 → く	宇 → う
	恵 → ゑ	礼 → れ		女 → め	部 → へ	祢 → ね	天 → て	世 → せ	計 → け	衣 → え
	遠 → を	呂 → ろ	与 → よ	毛 → も	保 → ほ	乃 → の	止 → と	曽 → そ	己 → こ	於 → お

    Xem thế, Hiragana và Katakana **đơn giản** (*chỉ có khoảng 50 ký tự cho âm tiết Nhật Bản*) và tiện dụng hơn Man'yōgana (*có đến 8.970 chữ Hán quá nhiều nét*) rất nhiều, nhưng đều đã được tạo ra nhờ vào căn bản là Man'yōgana.

    Ký tự **Katakana** cổ nhất tìm thấy được có lẽ là bộ kinh Phật giáo "Daihōkō Butsu Kegon Kyō" (大方広仏華厳経 – *kinh Hoa Nghiêm*) từ thời Nara (710-794) **thế kỷ thứ 8**, có các chữ khắc giống như chữ katakana. Còn ký tự **Hiragana** cổ nhất tìm thấy được trên di tích đồ dùng bằng sành thì vào khoảng **thế kỷ thứ 9, thời Heian** (794-1192) ở Kyoto.

    Katakana có trước Hiragana là điều dễ hiểu, hợp luận lý. Bởi vì giới tăng lữ thời bấy giờ có **nhu cầu khẩn thiết** phải có ngay một loại ký tự để ghi chú âm đọc và ý nghĩa tiếng Nhật của kinh điển truyền sang, **cho mục đích hoằng pháp** phổ biến Phật giáo đến mọi giai tầng trong xã hội Nhật Bản. Điều đáng khâm phục là hệ thống ký tự Katakana đã được sư tăng Nhật Bản sáng tạo từ các nét đơn giản của chữ-gốc Man'yōgana **thật nhanh**

chóng ngay trong **thế kỷ thứ 8** không bao lâu sau khi ký tự Man'yōgana thành hình.

Sau đó **Hiragana** xuất hiện vào khoảng **thế kỷ thứ 9**. Ở đây, xin "mạo hiểm" **phỏng đoán** rằng: thế nào cũng phải có **bàn tay nam giới** trong việc sáng tạo hệ thống ký tự Hiragana được giới phụ nữ ưa chuộng sử dụng. Bởi lẽ thời xưa, **nam giới quý tộc mới được học và dùng Hán văn Hán tự** (*cho công việc hành chánh và văn bản chính thức, kể cả những sáng tác văn học bằng Hán văn*). Có lẽ do tình thân gia đình mà nam giới đã giảng giải về **văn chương, chữ khải, chữ thảo, và ký tự Katakana** cho thân nhân phụ nữ, từ đó chung sức sáng tạo ra Hiragana cho phụ nữ dùng. Và họ đã chọn lối viết **chữ thảo** của các chữ-gốc Man'yōgana vì hai lý do chính (1) **để phân biệt với tư liệu chính thức** hay hành chánh (*dùng Katakana*), và (2) **để có nét mềm mại uyển chuyển được phái nữ ưa chuộng**, chứ không cứng cỏi như các ký tự Katakana. Thời xưa, nam nhi quý tộc chỉ thích viết Hán văn bằng Hán tự mà thôi, còn giới phụ nữ mới viết Nhật văn bằng Hiragana, sáng tác những tác phẩm văn học được truyền tụng đến ngày nay.

Chính vì Hiragana (và Katakana) **đơn giản dễ học**, nhờ vậy đã phổ biến **đến cả những tầng lớp trước kia bị thất học, mù chữ** thời phong kiến, phần lớn nhất là nông dân. Đã có nhiều cuộc kiểm kê dân số trong khoảng năm 1877-1889 cho thấy **thời đại Edo** Phủ Chúa Tokugawa *(1600-1868)*, suất biết đọc biết viết đạt đến khoảng **36.3% (nam 55%, nữ 16.5%)** cao không kém gì nhiều nước Âu Tây cùng thời, trong thành tích đó có công lớn của hệ thống ký tự thực dụng Hiragana (và Katakana). Năm 2019, suất biết đọc biết viết của Nhật Bản vào khoảng 99%.

oOo

Ngày nay, Man'yōgana vẫn còn được thấy trong một số tên khu vực của Nhật Bản, đặc biệt là ở Kyushu. Và vẫn còn tồn tại một cách thức dùng chữ Hán tương tự như cách tạo chữ Man'yōgana, gọi là **"ateji"** (当て字 – *gán ghép chữ*), trong đó chỉ có phần ngữ âm Nhật Bản của các chữ Hán (*bỏ đi phần ngữ nghĩa*) được ghép lại để tạo ra từ ngữ Nhật Bản mới, ví dụ 俱楽部 (kurabu, *câu lạc bộ, chữ "lạc" ở giữa đọc theo On-yomi là **raku** nhưng chỉ âm tiết đầu là "ra" được dùng*) dịch từ **"club"** trong tiếng Anh. Hoặc từ 冗句 (jo-ku, *những cú – câu nói đùa*) dịch từ "**joke**" trong tiếng Anh. Hay từ 野暮 (**yabo** – *chỉ dùng âm của hai chữ Hán "dã mộ"*) để viết, gán cho từ やぼ (**yabo** – *viết bằng Hiragana, ý nghĩa là quê kệch, xưa cũ*) là một từ thuần Nhật.

oOo

B. Trường hợp Việt Nam

Chữ Hán nhập vào Việt Nam thời Hán thuộc khoảng năm 111 **BC (thế kỷ thứ 2 trước Công nguyên)**, từ đó tầng lớp cai trị dùng tiếng Hán và chữ Hán vì nhu cầu hành chính. Ngay cả sau khi Việt Nam được độc lập năm 938, tiếng Hán và chữ Hán vẫn tiếp tục được dùng, và được chính thức công nhận là ngôn ngữ hành chính vào năm 1010, **thế kỷ thứ 11**.

Tất nhiên, người Việt Nam cũng đã **cần có một hệ thống ký tự để ghi lại những từ ngữ của tiếng Việt**, và giống như người Nhật, họ cũng đã cố gắng dựa vào chữ Hán để tạo ra hệ thống chữ viết riêng. Do đó đã tạo ra hệ thống ký tự gọi là **Chữ Nôm**.

B-1. Lược sử Chữ Nôm

Các học giả so sánh đối chiếu hệ thống ngữ âm tiếng Hán và tiếng Hán Việt đã đi đến kết luận rằng **âm Hán Việt** (*âm của người Việt đọc chữ Hán như đã nghe được từ người Hán*) đã bắt nguồn từ thời nhà Đường hoặc nhà Tống **thế kỷ 8 - 9**. Do đó, chữ Nôm vốn dựa trên âm Hán Việt chỉ có thể ra đời sớm lắm cũng khoảng **thế kỷ thứ 10** khi người Việt thoát khỏi nghìn năm Bắc thuộc với chiến thắng của Ngô Quyền vào năm 938. Có thể tên nước **Đại Cồ Việt** 大瞿越 dưới thời Đinh Bộ Lĩnh (924–979), có chữ **Cồ** là tiếng Việt đầu tiên được ghi bằng chữ Nôm.

Chứng tích lịch sử sớm nhất là một số chữ Nôm khắc trên quả chuông chùa Vân Bản, Hải Phòng đúc năm 1076, **thế kỷ thứ 11**; rồi đến bài ký viết trên bia ở chùa xã Hương Nộn, huyện Tam Nông tỉnh Phú Thọ tạc năm 1173, **thế kỷ thứ 12**. Còn trước tác thơ văn thì phải sang thời nhà Trần mới có dấu tích rõ ràng với thơ chữ Nôm của Nguyễn Thuyên (tức Hàn Thuyên) viết khoảng năm 1282, **thế kỷ thứ 13**, dưới thời Trần Nhân Tông.

B-2. Cấu tạo của Chữ Nôm

Tiếng Việt cũng có tính cách căn bản là **đơn âm như tiếng Hán**, chứ không đa âm như tiếng Nhật. Và người Việt Nam ngày xưa đã dùng tiếng Hán suốt hai ngàn năm trong triều đình, trong giới học thuật, khoa cử, trong văn kiện, văn học,... ; tuy nhiên ngay trong nước thì họ nói hay đọc theo **âm Hán Việt** chứ không dùng âm Hán giọng Quảng Đông, Phúc Kiến, Triều Châu, Bắc Kinh, Hải Nam, ... Trong đời sống hàng ngày, giới có học này nhiều khi dùng cả những từ ngữ tiếng Hán với nhau, và dạy bảo cả cho người thân không thuộc giới có học nữa. Do đó dần dần nhiều tiếng Hán đã thẩm thấu vào tiếng Việt trở thành những **từ Hán Việt**, ngày nay có thể chiếm đến 70% trong ngôn ngữ Việt Nam. Và lắm từ ngữ, lắm thành ngữ Hán Việt lại có ý nghĩa lệch đi, thậm chí hoàn toàn khác với từ gốc trong tiếng Hán, một phần cũng vì dùng theo văn phạm, văn pháp tiếng Việt vốn ngược với văn pháp tiếng Hán. Ví dụ từ "**tử tế**" tiếng Hán có nghĩa là "*nhỏ nhặt, tỉ mỉ*" đã được người Việt dùng làm từ Hán Việt có nghĩa là "*hay giúp đỡ, thương người*" hoặc "*đàng hoàng*"; hay từ "**tiểu tâm**" tiếng Hán có nghĩa là "*cẩn thận*" đã được người Việt dùng làm từ Hán Việt có nghĩa là "*nhỏ mọn, hẹp hòi*", ...

Việc tạo ra một hệ thống ký tự Việt Nam gọi là "**Chữ Nôm**" thì đã tiến hành như sau:

Đối với những từ Hán Việt trong ngôn ngữ Việt thì đã có sẵn chữ Hán, chỉ cần giữ nguyên mà cho vào chung trong hệ thống ký tự Nôm là được.

Đối với những từ thuần Việt trong ngôn ngữ Việt thì có các cách tạo chữ Nôm căn bản sau đây:

B-2-1. Giả tá (*vay mượn*)

Là cách người Việt mượn nguyên chữ Hán nào có **phát âm Hán Việt giống hệt hoặc gần giống âm của từ ngữ Việt Nam** để viết thành ký tự Nôm cho tiếng Việt cho dù hoàn toàn khác nghĩa.

Ví dụ **phát âm Hán Việt giống hệt**: chữ Hán 沒 - "**một**" nguyên nghĩa là "*chìm*" hay "*mất đi*" được mượn dùng để ghi từ "**một**" của tiếng Việt trong nghĩa "*một mình*"; chữ 卒 - "**tốt**" nguyên nghĩa là "*binh lính*" được mượn dùng để ghi từ "**tốt**" của tiếng Việt trong nghĩa "*tốt xấu*".

Ví dụ **phát âm Hán Việt gần giống**: chữ Hán 別 âm Hán Việt là "**biệt**", nguyên nghĩa là "*khác biệt*" hoặc "*ly biệt*", được dùng để ghi âm "**biết**" của tiếng Việt trong nghĩa "*hiểu biết*".

B-2-2. Huấn độc (*mượn nghĩa*)

Xin mượn từ Hán Nhật "**Kun-yomi**" (âm Hán Việt là "**Huấn độc**") ở phần **A-2-2** (Trường hợp Nhật Bản) trên đây để gọi cách thức tạo chữ Nôm này. "**Huấn độc**" có nghĩa là "đọc lên theo ý nghĩa trong tiếng Việt (hoặc tiếng Nhật) của chữ Hán đó như đã được dạy từ trước, chứ không dùng âm Hán như đã nghe người Hán phát âm mà ghi lại thành âm Hán Việt (hay Hán Nhật) của chữ Hán đó".

Là cách người Việt mượn nguyên chữ Hán nhưng đọc ra theo **ý nghĩa của nó trong tiếng Việt như đã được dạy từ trước,** để viết thành ký tự Nôm đọc lên hoàn toàn khác với âm Hán Việt nguyên thủy của chữ Hán đó. Ví dụ: chữ 腋 - âm Hán Việt là *"dịch"* nguyên nghĩa là "**nách**" được dùng để ghi lại từ "**nách**" trong tiếng Việt nghĩa là "*cái nách*" (chứ không dùng âm Hán Việt là "*dịch*"); hoặc chữ 能 - âm Hán Việt là "**năng**" nguyên nghĩa là "*có tài*" được dùng để ghi lại từ "**hay**" của tiếng Việt trong nghĩa "*văn hay chữ tốt*" hoặc trong nghĩa "*thường khi*" (chứ không dùng âm Hán Việt là "*năng*" và cũng không dùng nghĩa nguyên thủy là "*có tài*").

B-2-3. Hình thanh (*ghép âm và nghĩa*)

Là cách ghép hai chữ Hán với nhau, một chữ Hán gợi âm, chữ Hán kia gợi nghĩa, để cấu tạo một chữ Nôm mới.
Ví dụ chữ Nôm "**chân**" 蹎 trong nghĩa "*chân tay*" được cấu thành từ hai chữ Hán: 足 - "**túc**" là "*cái chân*" biểu ý, và chữ 真 - "**chân**" nghĩa là "*thực*" biểu âm, trong chữ Nôm mới ấy.

oOo

C. So sánh trường hợp Việt Nam và Nhật Bản

So với Nhật Bản đã đọc và viết tiếng Hán trong triều đình và văn bản chính thức vào khoảng cuối **thế kỷ thứ 4**, thì Việt Nam dùng tiếng Hán và chữ Hán vì nhu cầu hành chính vào **thế kỷ thứ 2 trước Công nguyên, sớm hơn** ít nhất là **sáu thế kỷ**. Nhưng nếu chữ Nôm đầu tiên xuất hiện vào **thế kỷ thứ 10**, thì đã trễ hơn đến **5 thế kỷ** so với chữ Man'yōgana trên thanh kiếm Inariyama ở **thế kỷ thứ 5**. Và thơ Nôm của Hàn Thuyên xuất hiện ở **thế kỷ thứ 13** thì cũng đã trễ hơn **5 thế kỷ** so với các sách sử Nhật Bản dùng ký tự Man'yōgana ở **thế kỷ thứ 8**.

C-1. Những điểm giống nhau

- Nhật Bản và Việt Nam đều có **ngôn ngữ** riêng khác với tiếng Hán, nhưng **chữ viết** ban sơ thì có lẽ đã quá thô sơ không thực dụng, nên từ ngày xưa đã phải mượn chữ Hán để chế tạo hệ thống chữ viết riêng để ghi lại tiếng nước mình, đó là Man'yōgana và Chữ Nôm. **Sáng kiến đó giống nhau** và hợp với trực giác hay luận lý gần như tự nhiên.

- Cách tạo ra chữ Man'yōgana từ **âm Hán Nhật** On-yomi kiểu người Nhật đọc Hán tự, cũng giống như cách tạo ra chữ Nôm từ **âm Hán Việt** kiểu người Việt đọc Hán tự.

- Cách tạo ra chữ Man'yōgana từ **nghĩa tiếng Nhật** của Hán tự theo Kun-yomi của người Nhật cũng tương tự như cách tạo ra chữ Nôm từ **nghĩa tiếng Việt** của Hán tự. Cách này đã xin gọi là "**Huấn độc**" mượn từ tiếng Nhật vì điểm giống nhau đó, như đã giải thích ở phần **B-2-2** trên đây.

- Cả Man'yōgana lẫn Chữ Nôm **đều có tính cách thiếu nhất quán**, vì có nhiều cách tạo ký tự khác nhau, và tùy người viết mà dùng nhiều chữ-gốc Hán tự khác nhau, cũng cùng do nguyên nhân chính là vì **Hán tự vốn đơn-âm-tiết** có số **âm căn bản quá ít**, hóa ra có **quá nhiều chữ đồng âm** mà ý nghĩa khác nhau và viết khác nhau, đưa đến hậu quả là ký tự Man'yōgana hay Chữ Nôm thường khó xác định được là từ **cách chế tạo nào**, hay **từ chữ Hán nào**, và phải **đọc ra làm sao**.

- Cả Man'yōgana lẫn Chữ Nôm đều nhiều nét, phức tạp, thiếu nhất quán, nên **khó học**, đòi hỏi công của và thì giờ đến mức xa xỉ đối với giới bình dân, rốt cuộc chỉ là **công cụ đặc quyền của giới có học** để ghi chú kinh sách hay sáng tác thơ ca văn chương, chứ đã chẳng giúp gì cho quảng đại quần chúng thất học mù chữ, chiếm phần lớn dân số.

C-2. Những điểm khác nhau

Tiếng Việt có tính cách căn bản là **đơn âm** như tiếng Hán, chứ không đa âm như tiếng Nhật.

- Mỗi ký tự trong Chữ Nôm cũng là một **từ ngữ có ý nghĩa trọn vẹn**, không như ký tự Man'yōgana chủ yếu chỉ biểu thị một âm tiết không mang ý nghĩa riêng hay trọn vẹn.

- Phần lớn ký tự trong Chữ Nôm là do cách ghép hai chữ Hán hay thêm nét vào một chữ Hán làm gốc, trong khi ký tự Man'yōgana chủ yếu chỉ dùng **một chữ Hán giữ nguyên dạng** làm gốc.

- Nhưng **khác biệt lớn nhất và quan trọng nhất** về mặt kết quả hay hiệu quả, chính là: **người Nhật đã tiến xa hơn**, dựa trên Man'yōgana để tạo ra hệ thống Hiragana (và Katakana) **đơn giản hơn nhiều và thực dụng** cho đến ngày nay vẫn còn dùng. Trong khi Chữ Nôm thì không tiến thêm nữa, vẫn thiếu nhất quán, thiếu tiêu chuẩn, và phức tạp nên **kém thực dụng**, kết cuộc đã bị phế bỏ, thay vào đó hệ thống ký tự La Tinh hóa đã trở thành Chữ Quốc ngữ Việt Nam từ một trăm năm nay

Có **hai lý do chính** giải thích tại sao Chữ Nôm đã không tiến theo hướng giản dị hóa như ở Nhật Bản.

1. Lý do thứ nhất là vì người Việt đã nhắm **mục đích** là tạo ra một **hệ thống ký tự thống nhất cho cả các từ thuần Việt cần ký tự mới, cùng với các từ Hán Việt đã có sẵn ký tự Hán** rồi. Với Chữ Nôm, họ đã **đạt thành mục đích ấy**. Để Nguyễn Du có thể viết Truyện Kiều bằng hệ thống Chữ Nôm đó, gồm cả những ký tự Nôm mới và ký tự Hán Việt của những từ Hán đã được Việt Nam hóa hiểu theo ý nghĩa của người Việt. Và Đoàn Thị Điểm đã viết Chinh Phụ Ngâm Khúc cũng bằng hệ thống Chữ Nôm đó, dịch từ nguyên tác Chinh Phụ Ngâm mà Đặng Trần Côn đã viết bằng Hán tự. Không thể bảo là Nguyễn Du đã viết Truyện Kiều bằng **Chữ Nôm và chữ Hán**. Cũng không thể bảo là Đoàn Thị Điểm đã viết Chinh Phụ Ngâm Khúc bằng **Chữ Nôm và chữ Hán**. Vì cả hai người đều đã viết bằng **Chữ Nôm mà thôi!**

Thật sự, **mục đích tạo ra chữ Nôm** của các tăng lữ Phật giáo và trí thức Việt Nam ngày xưa chỉ là cần có ký tự để ghi từ ngữ thuần Việt, **thỏa mãn nhu cầu ấy của giới có học mà thôi, chứ hoàn toàn không có mục đích phổ** biến chữ viết đến các tầng lớp mà họ cho là không cần phải học chữ. Theo báo cáo của Sở Bình dân Học vụ thì thành phần biết chữ trong xã hội Việt Nam **năm 1945** chỉ là dưới **10% dân số**, mà đó là về chữ Quốc ngữ La Tinh hóa, dễ học dễ đọc dễ viết. Từ đó có thể đoán ra rằng suất biết chữ (Nôm, Hán vốn khó học khó đọc khó viết) ở các thời trước cũng khó mà cao hơn được. Kết quả là (hơn 90%) quảng đại quần chúng ngày xưa đã không hưởng được ân huệ của việc sáng tạo ra chữ Nôm, bởi vì đã **chẳng hề có mục đích quảng bá rộng rãi chữ viết đến cho mọi người Việt Nam.**

2. Lý do thứ hai là vì tiếng Việt vốn **đơn âm**, người Việt ngày xưa không phân tích âm tiết; với họ, một từ chỉ có một âm mà thôi. Tạo ra một ký tự Nôm để ghi một từ trong tiếng Việt, thì **ký tự đó phải biểu thị được cả ý nghĩa lẫn âm đọc.** Đã không có khái niệm âm tiết trong Chữ Nôm. Trong khi, tiếng Nhật đa âm, người Nhật phải chú ý đến âm đọc trước đã, khi tạo ra ký tự mới cho tiếng Nhật. Chính vì **ký tự mới không cần phải biểu thị ý nghĩa** của từ, cho nên người Nhật đã có thể **giản dị hóa cùng cực** những ký tự Man'yōgana, chỉ giữ lại vài nét tối thiểu vừa đủ để phân biệt giữa các âm với nhau (*căn bản chỉ có 50 âm!*) mà vẫn biểu thị được đủ số âm tiết cần có. Như thế, việc tạo ra chữ viết để ghi tiếng Việt đã bị hạn chế trong khuôn khổ đặc định của chữ Hán: mỗi ký tự phải có cả âm lẫn nghĩa, và dùng chữ Nôm có nghĩa là phải biết và dùng cả những chữ gốc Hán đã được Việt hóa.

Kết luận:

Các trang mạng của Wikipedia, Viện Việt học (ở nước ngoài), Viện Hán Nôm (ở trong nước), ... cho biết nhiều chi tiết cặn kẽ hơn về hai hệ thống ký tự Man'yōgana và Chữ Nôm mà bài viết này đã ghi lại **sơ lược;** chủ ý của người viết chỉ là vài điểm sau đây:

- **Tiếng Việt** (ngôn ngữ Việt Nam) là hệ thống gồm những từ thuần Việt và cả những từ Hán-Việt đã được Việt-hóa trở thành Việt ngữ. **Từ Hán Việt** cũng là một phần quan trọng không thể thiếu trong ngôn ngữ Việt Nam. Nếu thành phần từ thuần Việt là xương cốt, thì thành phần từ Hán Việt cũng là máu thịt của tiếng Việt. Không có lý do gì để ghét bỏ từ Hán Việt như thể một thứ quá khứ nô lệ cần quên đi. Từ Hán Việt còn là vốn quý, có tiềm năng phát triển lớn, giúp tạo ra được nhiều từ ngữ mới đáp ứng nhu cầu của tiếng Việt theo kịp với thời đại.

- Trên căn bản ấy, **Chữ Nôm** là hệ thống gồm các **ký tự thuần Việt** và cả các **ký tự Hán-Việt đã được Việt-hóa**. Nhờ có Chữ Nôm mới lưu truyền và bảo tồn được tài sản văn học văn hóa Việt Nam gần như trọn vẹn đến ngày nay. Và vẫn còn phải tiếp tục nhờ vào Chữ Nôm để tiếp tục nghiên cứu và nhận thức về lịch sử của dân tộc.

- **Hai lý do chính** cố gắng giải thích tại sao Chữ Nôm đã **không tiến thêm** theo hướng giản dị hóa như ở Nhật Bản. Điều căn bản vẫn là: **mục đích** của việc tạo ra Chữ Nôm, đó là tạo ra **một hệ thống ký tự thống nhất cho cả các từ thuần Việt cần ký tự mới, cùng với các từ Hán Việt đã có sẵn ký tự Hán** rồi, trong khuôn khổ và rập theo mẫu ký tự của tiếng Hán cùng **đơn âm (*mỗi từ một âm*)** như tiếng Việt. Chủ đích là để thỏa mãn nhu cầu cần có ký tự để ghi từ ngữ thuần Việt, **cho giới có học mà thôi, chứ hoàn toàn không có mục đích phổ biến chữ viết đến các tầng lớp mà họ cho là không cần phải học chữ**. Và **mục đích đó đã đạt thành** nên đã không tiến thêm gì nữa.

oOo

Dù vậy, có thể vẫn thấy đáng tiếc là nỗ lực của tiền nhân đã ngừng lại, không tiến thêm được đến mức thực dụng như trường hợp Nhật Bản, bởi đã **không hề có thêm mục đích quảng bá chữ viết xuống đến cả giới bình dân**. Do đó rốt cuộc Chữ Nôm đã chỉ là **công cụ đặc quyền của giới có học** để ghi chú kinh sách hay sáng tác thơ ca văn chương, chứ đã chẳng giúp gì cho quảng đại quần chúng thất học mù chữ, chiếm phần lớn (có thể hơn 90%) dân số.

Phạm Vũ Thịnh
12 Jun 2021, Bổ sung 12 Jan 2022

HIỀN NGUYỄN
CŨNG LÀ MỘT CƠN MÊ

Huệ nằm trơ trơ như con búp bê tình dục bằng cao su, mặc dù đã ngoài bốn mươi nhưng thân hình vẫn gọn ghẽ và thon thả, eo nhỏ như con gái xuân thì, cặp vú mơn mởn phinh phính thật khó có được ở người phụ nữ ở lớp tuổi này. Gương mặt Huệ đẹp nhưng không có một nét cảm xúc gì, nàng tránh ánh mắt của Linh, môi khép hờ cố né tránh để không chạm vào môi Linh. Linh vẫn hì hục làm việc của một con giống đực, cái năng lượng dồn lại hơn hai tuần chưa được giải tỏa. Linh cứ như con hổ đói vồ mồi ngấu nghiến, hai bàn tay cứng như thép nắn bóp cặp vú săn tròn, vuốt ve tấm thân bốc lửa nhưng nằm im không hưởng ứng sự nồng nhiệt. Đôi lúc Linh dừng lại dùng ngón tay tọc mạch hòng gây cảm xúc đánh thức sự ham muốn của Huệ, nhưng tuyệt nhiên chẳng có chút dấu hiệu cảm ứng nào.

Linh nhìn chằm chặp vào cặp vú và phần thân thể từ cổ Huệ trở xuống, đôi lúc nhìn xem phản ứng trên mặt Huệ nhưng cố ý không để chạm phải mắt Huệ. Linh thở dồn dập, những cú dập mãnh liệt hơn, dường như đã gần đến lúc bùng nổ tuôn trào. Thật sự Linh làm tình lúc này vì sự bức bách của bản năng và dục vọng của bản thân chứ chẳng phải cảm xúc ân ái yêu đương. Trong thâm tâm Linh cũng chẳng muốn chung đụng với Huệ, đã hơn hai tuần nay hai người đều tránh gặp mặt nhau, có gặp thì cũng nói dấm dẳng vài lời cần thiết. Tuy còn ngủ chung giường nhưng cả hai quay lưng lại với nhau, thỉnh thoảng trở mình thì cũng cố gắng để không đụng đến người kia. Linh và Huệ cùng đeo đuổi ý nghĩ riêng của mình. Huệ chiều Linh để giữ cái tổ ấm. Huệ quá đam mê công việc, chẳng để ý đến cảm xúc của mình, chẳng thấy có nhu cầu làm tình hay yêu đương lãng mạn. Cái chung duy nhất là cả hai cố duy trì cuộc hôn nhân này.

Linh cưới vợ về, họ hàng ai cũng bảo là may mắn mang phước báo về nhà. Huệ vốn con nhà lành, ngoan, nề nếp lại biết làm ăn, chu đáo vun vén... Ban đầu Linh cũng thấy thế nhưng chỉ chừng năm sau thì thấm thía.

oOo

- Anh đi đâu mà giờ này mới về? Huệ tra gạn
- Ừ, thì đi nhậu nhẹt với bạn bè
- Anh nên nhớ là anh đã có vợ rồi, không phải như thanh niên độc thân!
- Không lẽ có vợ thì phải ru rú ở nhà? Con người ta cũng cần bạn bè giao tiếp ngoài xã hội
- Bạn bè gì? Toàn ăn không ngồi rồi, tụ tập ăn chơi hao mòn tài sản, tốn thời gian vô ích
- Em kỳ quá, cuộc sống phải có bạn bè chứ đâu có thể nào đi làm về ở mãi trong nhà.

Cứ như thế, những cuộc đấu khẩu liên lỉ. Huệ kiểm tra từng tin nhắn, từng thư điện tử, thậm chí cô ấy còn xem trên người Linh có vết gì lạ không. Huệ ghen bóng ghen gió đến từng lời nói hay cử chỉ vô tình nhất. Linh nhường nhịn vợ nhưng Huệ càng lúc càng độc tài hơn, quản Linh như một món đồ hay một đứa con. Tiền lương để chung một tài khoản nhưng Huệ gần như độc chiếm, hàng tuần cô ấy chỉ bỏ vào bóp Linh vài chục đồng đủ để uống cà phê tiêu vặt. Hễ Linh mà dùng thẻ nhà băng để mua hay chi trả việc gì là Huệ tru tréo xét hỏi:
- Anh rút tiền làm gì?
- Anh cần phải chi tiêu chứ em!
- Chi tiêu việc gì? Em đã bỏ tiền mặt vào bóp anh rồi, đồ ăn thức uống thì em đã mua sẵn ở nhà, quần áo của anh em cũng sắm không thiếu món nào, nói chung chẳng thiếu chi cả.
- Không phải cái ấy, anh cần phải chi tiêu linh tinh và giao tiếp xã hội.

- Thật hoang phí, không cần thiết tí nào! Anh phải biết là tiền bạc làm ra khó, cần phải để dành lỡ khi túng bấn hoặc để về già có của mà ăn, để cho con cái nữa.

Linh giơ hai tay lên trời, không thể nào chịu nổi cái lối quá đáng của Huệ. Huệ như một bà quản gia, mới năm nào trước khi cưới còn là một thiếu nữ xinh đẹp dễ thương, vậy mà giờ thay đổi nhanh quá. Huệ y như một con mèo đã lột xác thành con sư tử. Đành rằng Huệ vun vén cho gia đình, quán xuyến cửa nhà vì đời sống chung của hai người nhưng cái kiểu lo tương lai mà quên mất hiện tại như thế này thì là mê muội quá. Cuộc sống là hiện tại, không thể tất cả để dành cho tương lai mà tương lai thế nào và đến đâu thì làm sao mà biết được, liệu để dành cho tương lai, khi đã già không còn sức sống nữa thì những của để dành liệu có ích gì? Có lần Linh rút một ít tiền trong tài khoản nhà băng để gởi cho mẹ dưới quê. Huệ đi làm về lập tức ào ào tới tấp:

- Anh mới rút tiền trong nhà băng để làm gì?

- Mẹ bệnh, anh gởi mẹ ít tiền để chi tiêu.

- Thật là báo cô, cứ rúc rỉa hoài, mẹ có tiền của mẹ, có anh chị hai lo.

- Em nói vậy mà nghe được à? Anh ở thành đô xa mẹ, không chăm được mẹ, gởi biếu mẹ có tí tiền để phụ thuốc thang thôi mà!

- Tôi không biết, tiền của tôi, để dành cho con tôi.

Linh nghẹn, biết không thể nói được nên bỏ lên lầu, những ngày kế thật nặng nề u uất, nhiều lúc Linh tan sở nhưng không muốn về nhà, về đụng phải mặt Huệ, về thì cái không khí trong nhà ngột ngạt quá nhưng vẫn phải về. Linh thương con bé Lệ mới bảy tuổi đầu, nó không có tội tình gì phải gánh chịu hậu quả của người lớn. Linh suy nghĩ nhiều lắm và nhất định chịu khổ chứ không để cho con bé phải khổ vì người lớn. Linh hy sinh tất cả những thú vui riêng tư của mình, chấp nhận cuộc sống chán ngắt này với tất cả cay đắng không đáng có này. Thật tình mà nói thì Linh cũng quá mềm yếu, thiếu tính cả quyết. Linh đã để cho Huệ lấn lướt ngay từ đầu và càng ngày càng quá quắt. Bạn bè cười Linh sợ vợ cũng có lý. Linh gia đình tan vỡ, sợ ly hôn thì tội con gái lắm! Linh sợ cha mẹ buồn và không dám đối mặt với thử thách nên cứ nhẫn nhục chịu đựng. Lương công chức của Linh quả là thấp hơn nhiều so với tiền kinh doanh của Huệ. Cái sai lầm lớn nhất là khi lấy vợ về và đã để chung tiền trong một tài khoản. Giờ Linh như con cua bị buộc dây, con cá bị xỏ mang không giãy giụa hay cục cựa gì được. Huệ nắm tay hòm chìa khóa, quản hết mọi thứ. Linh cảm giác mình như một đứa trẻ con chứ chẳng phải người chồng trong gia đình. Huệ quá sắc sảo, tính toán chi li đến độ quá quắt. Huệ tự làm khổ bản thân và làm khổ Linh, làm khổ cái gia đình này. Huệ soi bói để ý từng lời nói và hành vi của Linh, hành xử cứ như là một gián điệp. Huệ sợ Linh chia sẻ tình cảm với những cô gái trẻ đẹp khác. Bởi vậy chỉ có việc chi cho quần áo của bản thân là Huệ không so đo mà thôi. Huệ nghe lén điện thoại mỗi khi Linh bắt máy hay gọi cho người khác, có khi cô ấy vật vấn:

- Ai gọi cho anh vậy? Anh nói chuyện với ai thế?

Cứ như thể là một điều tra viên. Một lần Linh đi bar với bạn học cũ, có thể nói là lần hy hữu lắm, kể từ sau khi cưới vợ. Về đến nhà lúc hai giờ sáng, Huệ không mở cửa, may mà chìa khóa nhà luôn đính kèm với chìa khóa xe nên Linh mới vào được. Sáng hôm sau Huệ khảo:

- Anh quá đáng lắm, chơi bời như một thằng độc thân!

- Em xem lại đi, bao nhiêu năm rồi mới đi chơi với bạn học cũ có một lần.

- Bạn bè gì, toàn những kẻ ăn chơi hư hỏng.

- Em thật quá đáng!

- Tui nói vậy đó, tui biết anh có tình ý với con Mai, đừng hòng mà qua mắt tui.

Linh giơ tay kêu trời, Mai là cô bạn mới chuyển đến làm chung. Linh giúp đỡ cô ấy tìm chỗ trọ và vài việc cần thiết với sự vô tư. Con gái của Mai cũng trạc tuổi con gái của Linh, vì thế Linh rủ cô ấy cùng đưa con ra công viên cho hai đứa trẻ chơi. Con bé hồn nhiên về kể với Huệ:

- Con có bạn mới, ba và mẹ bạn ấy chở tụi con ra công viên chơi, vui lắm mẹ ơi!

Huệ nghe thế lập tức sa sầm nét mặt, Linh thấy nhưng vẫn làm lơ, mấy tuần sau lại cùng Mai đưa hai con bé ra công viên chơi. Linh không hề có tình ý gì với Mai, hoàn toàn trong sáng, tuy nhiên Linh cảm nhận Mai có mến mình, anh giả vờ không biết để giữ lấy tình bạn. Con bé Lệ tối về lại kể cho mẹ nghe, lần này Huệ lu loa:

- Con đó làm sao mà sánh được với tôi! Tôi biết ngay từ đầu mà, cứt chó với thài lài gặp nhau.

Huệ còn nói những lời rất khó nghe khác, mặc cho Linh có giải thích thế nào cũng chẳng ăn thua gì, những tưởng thế thôi, nào ngờ cô ấy còn tìm ra số điện thoại của Mai, cô ấy gọi cho Mai và mạt sát thậm tệ. Mai để lại tin nhắn cho Linh:

- Em với anh chỉ dẫn con đi chơi công viên thôi, nào có gì với nhau đâu, vậy mà vợ anh mạt sát em, chửi em quá trời, thôi từ nay không dám liên lạc với anh nữa.

Linh xin lỗi Mai, đây chẳng phải là lần đầu. Linh càng ngày càng cô độc, bạn bè lảng ra hết, chẳng ai muốn mời gọi Linh, tất cả đều ngán sự quá quắt của Huệ, duy chỉ có mình cô ấy là không biết mà thôi, cô ấy lại còn tự hào mình là người vợ tốt, biết vun vén xây dựng gia đình. Dù gì thì cũng phải công nhận Huệ là một người chung thủy số một, có thể nói là tuyệt đối. Cô yêu Linh rất sâu đậm, yêu đến độ muốn biến Linh thành món đồ trong túi, không muốn san sẻ với bất kỳ ai. Huệ đã biến gia đình thành một thứ lãnh cung, một loại ngục tù tình ái và Linh như một tình nhân trong ngục tù ấy. Huệ ngỡ như thế mới bảo toàn được hạnh phúc nhưng đâu có ngờ đã làm hại, làm tổn thương đến người thương của mình. Sự sắc sảo đã biến Linh thành đứa trẻ lớn xác, một con chim trong chiếc lồng son, một con cá trong bể kiếng. Linh ngạt thở, ngán sợ Huệ, đôi lúc đánh đồng Huệ là tất cả đàn bà. Trong những lần cãi vã, thật ra thì chỉ có Huệ nói chứ Linh luôn im lặng, hoặc có nói thì cũng chỉ một vài câu cần phải nói. Chuyện vợ chồng vì thế mà cũng dần nguội lạnh, có đôi khi cả tháng mà không làm tình. Linh đành tự xử lúc nằm trong chăn, hoặc là tự tìm khoái cảm trong lúc tắm rửa.

Một lần sau ngày làm việc, Linh ghé vào một tiệm mát-xa ở khu phố ăn chơi có tiếng của thành đô. Cô gái mát-xa đã làm cho Linh đê mê, những ngón tay điệu nghệ xoa, bóp, ấn, day, vuốt... làm cho thân thể Linh nóng bừng lên, cộng với những lời thỏ thẻ ngọt ngào của cô làm cho Linh như tỉnh giấc sau quãng thời gian ngủ đông. Linh vùng lên như một con dã thú. Cô tiếp viên vòi vĩnh và Linh boa cho cô ta hậu hĩ với số tiền mà Linh cất riêng ở sở làm. Linh có một trận mây mưa tuyệt vời sau một thời gian bó buộc. Mặc dù cái cảm giác cực khoái làm cho Linh như trẻ lại nhưng trong thâm tâm Linh thấy có lỗi với Huệ, thương hại Huệ, cô ấy đã mê muội tự đánh mất cái hạnh phúc lẽ ra cô hưởng với Linh chứ không phải để Linh đi chia sẻ với cô tiếp viên mát-xa. Trong lúc nằm nghỉ ngơi sau khi dốc sức leo đỉnh, Linh nghĩ thầm: "Đàn bà quái lạ, họ có thể cho mình sự sung sướng đê mê nhưng cũng họ sẽ cho mình sự khổ đau". Linh thương Huệ, thương con gái, thương cho chính bản thân mình, cái hoàn cảnh trì trệ bế tắc không biết tiến lui làm sao. Linh hoàn toàn không muốn ly dị, chỉ muốn sao vợ thức tỉnh, bớt quá quắt đi thôi! Cái hy vọng mong manh của Linh thật khó thành hiện thực vì người ta bảo: "Giang san dễ đổi bản tánh khó thay". Linh nhiều khi thầm nghĩ: "Phải có một biến cố nào đó tác động mạnh vào tâm trí Huệ thì ra mới hy vọng cô ấy hiểu ra vấn đề". Linh lẩn quẩn trong cái vòng không muốn ly dị nhưng muốn cuộc sống phải thay đổi, vì thế cứ như cá chậu chim lồng. Linh không có bản lãnh để vực mình lên, càng ngày càng chìm sâu vào sự cô đơn trong nội tâm. Nhiều lúc lại tìm đến tiệm mát-xa để xả bớt tâm sự nặng trĩu để rồi lại về nhà đóng vai chỉnh chu như lâu nay. Linh thấy dằn vặt vì sự dối vợ, biết thế là sai nhưng những lúc như thế thì chẳng biết làm gì hơn.

Linh thương Huệ, thấy Huệ quá cần mẫn, quá chịu thương chịu khó mà quên cả sự hưởng thụ của bản thân. Linh quý Huệ, trong thời buổi hôm nay, đàn bà con gái cũng ăn nhậu chơi bời không kém gì đàn ông thanh niên. Nhiều người phụ nữ ăn chơi đua đòi rất dữ, chẳng coi gia đình ra gì, họ chỉ biết hưởng thụ cho bản thân thôi. Người vợ như Huệ là quý lắm, khó tìm có người thứ hai như thế. Linh cứ dằn vặt giữa cái ý nghĩ quý mến vợ và vừa ngán ngẩm vợ, đây là mấu chốt thắt nút trong lòng Linh. Linh thật sự chẳng biết mình nên làm gì, chẳng biết là mình có phước hay vô phước, nhiều đêm trằn trọc muốn tìm một lối thoát nhưng dường như mọi toan tính đều đụng phải ngõ cụt cả. Linh muốn trọn vẹn cả hai, điều này thật khó mà có được trong cuộc sống đời thường. Có một lần sau khi đi mát-xa về, Linh cảm thấy có lỗi với vợ nên muốn làm một việc chi đó để vợ vui. Linh chủ động:
- Em, đã lâu hai vợ chồng mình không đi chơi xa, mình lấy phép đi nghỉ xả hơi nhé! Em không cần phải lo toan nhà cửa quá nhiều như vậy đâu!
Đáp lại sự lãng mạn của Linh, Huệ bĩu môi:
- Vẽ chuyện, việc nhà em làm hổng hết mà đi nghỉ với đi chơi! Lãng mạn là chuyện phim ảnh.

Linh cụt hứng, từ đó không muốn đề nghị đi đâu với Huệ nữa. Huệ vốn thế, chu đáo, lo toan mọi việc một cách quá kỹ càng. Huệ làm tất cả việc nhà, chẳng để Linh đụng vào, lo cả những việc không cần thiết mà quên đi đời sống tinh thần của chính mình. Huệ vừa là một quản gia, một bà vú em, thậm chí như một con sen. Linh thì khác, Linh cần một người vợ, một người tình để thủ thỉ, để hưởng cuộc sống này. Cuộc sống để hưởng chứ không phải là sự vụ phải thi hành. Có không ít lần Huệ nói:
- Anh được voi đòi tiên, có người vợ nào quán xuyến chu đáo trong ngoài như em không? Vậy mà còn chưa vừa lòng, cứ ham mấy con

nhỏ chân dài ỏn ẻn như mèo, ăn chơi, lười biếng! Lấy mấy con nhỏ chân dài đó về chỉ có mà hầu hạ nó, cung phụng không đủ thì nó bỏ như bỏ một chó ghẻ!

Đúng thế, Linh muốn một con mèo ỏn ẻn chứ không phải một con sư tử cay nghiệt, chẳng có ai muốn một con sư tử cả! Những ông chồng gặp phải vợ sư tử cũng là bất đắc dĩ mà chịu thôi. Những bà vợ ngu xuẩn tự biến mình thành sư tử, tự hoại hạnh phúc của mình và của người mình thương. Trời sanh đàn bà có máu ghen đáng sợ, nếu những cơn ghen có chứng cớ cũng không có gì để nói, cái đáng sợ là những cơn ghen bóng ghen gió vô căn cứ, nó như những dòng chảy ngầm làm xói mòn hạnh phúc, làm đau khổ chính người đàn bà ấy và làm khổ người đàn ông của họ. Những cơn ghen quá đáng không phải là sự yêu thương mà là sự ích kỷ cao độ, nó là sự ngu muội muốn chiếm hữu người họ thương như một món đồ, khi cơn ghen bộc phát thì họ dễ dàng gây tội ác hòng nhục mạ hay hành hạ đối phương để thỏa mãn sự ích kỷ của mình. Khi một người ghen tuông thì chính họ cũng là nạn nhân, tâm họ cháy phừng phừng như hỏa ngục.

oOo

Đêm về khuya, cuộc làm tình càng lúc càng gần đến đỉnh điểm, âm thanh phạch phạch đầy nhục cảm, Linh cũng đã cố giữ ý tứ không để gây tiếng động mạnh nhưng phút cao điểm đã đánh thức con bé Lệ đang ngủ ở phòng bên cạnh. Cánh cửa buồng mở ra, con bé thút thít:
- Ba ơi, mẹ ơi! Con sợ quá, con gặp ác mộng dễ sợ quá. Con thấy ba, mẹ bỏ con đi.
Linh lập tức nằm bẹp xuống, kéo chăn trùm kín lại. Huệ cũng phản ứng nhanh không kém, mặc lại quần áo trong lớp chăn rồi bước xuống giường ôm con bé vỗ về
- Không sao đâu con, ác mộng thôi! Ba mẹ không bao giờ bỏ con!
Huệ đưa con bé trở lại phòng ngủ của nó và ở bên đó luôn. Linh nằm mơ màng trong chăn và đi vào giấc ngủ nhanh chóng, trong mơ còn văng vẳng:" Ác mộng cũng là một cơn mê"

Hiền Nguyễn
Ất Lăng thành, 01/22

DAN HOÀNG
BÓNG CHIỀU

Chiều nay ra phố thương màu nắng,
Lấp lánh soi nghiêng những mái nhà.
Hàng cây vẫy gió theo triền sóng,
Tiễn bóng chiều đi khuất nơi xa.

Lạc lõng mình ta trên hè phố,
Hoa đèn rực rỡ ánh sao sa.
Gặp người khách lạ trông quen quá,
Mái tóc huyền xưa lấm tấm hoa.

Tình xót xa một thời sống lại,
Kỷ niệm buồn vui chốn quê nhà.
Cổng trường áo trắng bay vương mãi,
Cơn gió mùa Đông thổi buốt da.

Muốn nói một lời mà nấc nghẹn,
Mấy mươi năm nào đã có xa ?
Bốn mắt nhìn nhau nhiều lưu luyến,
Nỗi buồn len lén chiếm hồn ta?

Nhạt nhòa mưa tan vào bóng tối,
Người đi vội vã chốn sân ga.
Tôi đứng trông theo lòng bối rối,
Đoàn tàu mất hút trong sương mờ. ∎

NGUYỄN VĂN GIA
Tương Tư

(Thử vật tối tương tư - Vương Duy)

Ngắt trộm một nhánh tương tư
nơi ngõ vắng
Anh mang về anh trồng ở trước sân
Mong một hôm nào tình cờ em đến
Sợi tương tư
nghịch ngợm quấn quanh chân

Nhìn mấy vì sao trên trời rồi thề -
kiếp sau không chồng vợ
thì mình cũng tình nhân
Anh lạy trời...
ba ngàn thế giới có đi đâu rồi anh cũng gặp em
Đừng ai bắt anh làm thầy dạy em -
chỉ xin làm cái gì đó vui hơn
Để được mê cái má em hồng ngực em tròn
và một cái eo thon

Anh chán rồi
cái kiểu yêu rất tinh thần
Đó là cách yêu của mấy triết gia
hay mấy ông nhà thơ hết rồi xí quách
Những bài-thơ-thất-tình
đọc hoài nghe chán ngắt
Ôi anh chỉ muốn cầm trong tay
từng sợi tóc em thơm

Nhánh tương tư anh trồng trước sân
giờ đã phổng phao
(Hình như cây vui nên cây lớn nhanh như thổi
Cây có tình - tặng người rất nhiều trái tim đỏ)
Còn mình hẹn nhau -
Như mây trời hẹn hò với gió
Mây theo phương mây - rất vội
Gió theo hướng gió - về ngàn
Đâu đó ở hai bìa trái đất
có hai người ngơ ngác đứng nhìn nhau. ∎

NGUYỄN VĂN ĐIỀU
CÒN MÃI THANH XUÂN

Và như thế với tay người chăm bón
Cây lên chồi và cây sẽ cho hoa
Bên hiên nhà khóm hồng đang cho nụ
Ta còn em bước tiếp cõi người ta

Mỗi buổi sáng chuông đồng hồ báo thức
Lòng nghe vui một ngày mới thân thương
Đã quen rồi áo cơm ngày xa xứ
Nên thản nhiên ta bước vội ra đường

Bên bờ giậu đôi chim vờn trong nắng
Nó cho ta cảm giác thật êm đềm
Hãy trân quý những gì ta đang có
Gởi lòng mình trong bến đỗ bình yên

Chiều cuối tuần đưa nhau vào siêu thị
Ta dung dăng nhìn thiên hạ vui đùa
Bỗng quên đi những nhọc nhằn cuộc sống
Dạo dài dài chọn những thứ cần mua

Và như thế với tình yêu hai đứa
Ta và em vui sống giữa đường trần
Dù năm tháng có phai màu mái tóc
Tình cho nhau vẫn thắm ngát thanh xuân. ∎

HUỲNH THỊ QUỲNH NGA
Ru Trên Đồi Hoa Vàng

Nắng xanh trên mi
Hoa vàng trong mắt
Em về huyễn hoặc
Gọi chiều anh đi

Khói sương miên di
Qua vùng cỏ lạ
Cánh môi vào hạ
Khát muộn điều chi

Trời à ơi xanh
Mây à ơi rộng
Nghe chiều gió lộng
Qua triền sông anh

Nghe trăm năm đợi
Vàng lên áo người!
Nghe trăm năm gọi
Ơi à tình ơi

Về đồi hoa vàng
Ta hôn nhau muộn
Mùa xuân cúi xuống
Ru tình trăm năm ∎

NGUYỄN HÀN CHUNG
HÀNH TRẠNG TUỔI ĐÀN BÀ

Mười tám tuổi em trái banh bóng đá
hai mươi hai cầu thủ quyết tranh giành
cầu dự bị cũng học đòi cợt nhả
dù đấu trường còn vài phút tanh banh

Hai tám tuổi em trái banh bóng rổ
mười sáu tên nhảy nhót tranh hùng
ai cũng hám ném đời em trúng lỗ
không người nào rốt cuộc tình chung

Ba tám tuổi chỉ còn hai racket
của hai tay thiện nghệ bóng bàn
em trái bóng họ xoáy lên giật xuống
thua trắng rồi còn tính điểm ăn gian

Bốn tám tuổi thân bóng chày cằn cỗi
mà tên nào cũng muốn ném ra xa
chúng hể hả vò thân em nhức nhối
xâu xé nhau chẳng thương tiếc ngọc ngà

Năm tám tuổi tưởng nương nhờ bóng golf
họ hất em nằm trong lỗ cho rồi
em nằm xuống loi ngoi lóp ngóp
ly rượu mừng chúc tụng đêm vui

Rứa là hết đời nữ nhi lạc lối
xót xa thay thân phận ngọc ngà
năm sáu chục đời chìm trong cõi tối
có còn gì ngoài nhăn nhíu làn da

May mắn lắm mới không làm bong bóng
mũi kim cùn cũng tan nát đời hoa
khi khuất biệt không ai còn nhớ nữa
chốn vô cùng thui thủi kiếp yêu ma ∎

NGUYỄN AN BÌNH
Mùa Hoa Đào Hồng Trong Mắt Em

Một ngày tôi trở lại
Nhuộm sắc hồng ban mai
Cành đào vừa chớm nụ
Thơm trên từng ngón tay.

Mùa hoa đào phố núi
Hồng nở khắp núi đồi
Cánh mềm như lụa mỏng
Run rẩy cả lòng tôi.

Nhà em bên sườn dốc
Bát ngát một đồi hoa
Vườn chè xanh nõn lá
Gởi mùa đông đi xa.

Hoa đào như thắp lửa
Ấm nồng mắt môi ai
Em ngồi bên khung cửa
Mơ màng trong chiều phai.

Đi qua từng con dốc
Thầm lặng bên đời nhau
Mùa hoa mang sắc nhớ
Tình gởi vào đêm sâu.

Mùa hoa nào lỡ hẹn
Người đi tìm sắc hương
Tóc sầu từ năm trước
Còn ai đợi bên đường?

Biết bao giờ trở lại
Đà Lạt ngày cuối năm
Sắc hồng trên dốc đợi
Hoa đào trong mắt em. ■

Đà Lạt, những ngày cuối năm 2021

NGÀN THƯƠNG
Vẫn Mơ Trong Lòng

Gươm còn đâu mà tuốt
thôi chém gió cũng đành
cho đỡ buồn tủi hận
thời lính thú tàn canh

Nhắc làm chi dĩ vãng
chuyện khanh tướng, công hầu
xênh xang xe, áo, mão
đã lùi vào núi cao

Chuyện "Nhất tướng công thành"
"vạn cốt khô"- đừng luận
vận nước vốn an bày
khoanh tay đành chịu vậy

Ôi mấy chục năm ròng
bạn bè xưa ly tán
có nhớ nhau hãy cười
dẫu không về thăm viếng

Chẳng cần chi hơn thế!
an ủi lúc cuối đời
hai phương trời ước lệ
nấm mồ chung dâu bể
chôn sao hết ngậm ngùi

Biết đâu ta gặp lại
trong tiền kiếp hồi hương

chỉ tiếc rằng khi ấy
miền đất Hứa tan hoang
trái đất như huyền thoại
không gian chạm thời gian
người quên đi nguồn cội
nhưng vẫn mơ trong lòng... ∎

TRẦN ĐÌNH SƠN CƯỚC

NĂM DẦN NHỚ NGƯỜI BẠN GÁI TUỔI DẦN

Bạn và tôi cùng tuổi DẦN
Cầm can CANH
(canh cô mậu quả)
Cả hai
Mồ côi cha khi vừa lên ba
Mẹ tôi ở góa nuôi con
Mẹ bạn bước thêm bước nữa
Bạn lớn lên trong vòng tay ông nội
Ông cũng góa bụa
Gà trống nuôi con
và cháu...

Ấu thời
chúng ta chơi cùng nhau
Nhà bạn nhà tôi cách một vườn cau
Chạy loanh quanh đường trước ngõ sau
Bẻ que, lượm vỏ sò, chơi trò buôn bán
Chơi trốn tìm, nhảy cò cò
Chơi trò bịt mắt bắt dê
Chơi suốt mùa hè
Quên cả mùa đông
mưa dầm và lạnh...

Lớn lên
Tôi đi học
Bạn vẫn lui thui bên ông nội
Tối ngày mót củi thổi cơm
tập tành đi chợ bán buôn
Láng giềng xầm xì
Con ni
Con gái tuổi DẦN
Lận đận
Con ni

Con gái tuổi DẦN
Cao số
Mai sau
Đường chồng con
Sẽ khổ...

Tôi xa nhà
Một năm chỉ đôi ba lần về quê thăm mẹ
Nghe mẹ kể
chuyện dựng vợ gả chồng
Gái trai trong xóm
Chiến tranh
Đạn bom
Ly tán...

Bạn lấy chồng năm mười tám
Chồng bạn, một chàng trai làng bên
Chưa hề quen nhau
Chưa hề gặp mặt
Gả được con gái tuổi DẦN
Ông nội mừng trút xong gánh nặng...

Chưa đầy năm
Chồng đi quân dịch
Bạn làm dâu
Mẹ chồng khắc nghiệt
Đầu tắt mặt tối
Ngày bán buôn hai chợ
Đêm nhớ chồng
Nuốt lệ khóc thầm...

Đầu đông
Mưa lâm thâm
Tờ báo tử báo về
Chưa kịp nhận tử tuất
Mẹ chồng đay nghiến
Kẻ xấu miệng giềm vô
Cái số sát chồng
Tuổi DẦN cao số...
Mãn tang chồng

Về lại mái nhà xưa
Ông nội qua đời
Hết nơi nương tựa

Mùa hè đỏ lửa (1972)
Thân cô chạy vô Đà Nẵng
Giữa lao đao của cuộc chiến sắp tàn
nhờ bè bạn cưu mang
rổ cá Lăng Cô
Chiều chợ Cồn độ nhật...

Một năm hai năm
Rồi bảy lăm (1975) xiêu dạt
Nhảy tàu thống nhất
Bán mua hàng cấm
Buôn quế buôn trầm
Ném thân cho tài xế Bắc Nam...

"Thằng Thỏ" ra đời
Tông tích cha phải giấu
Mặc miệng thế gian
"Con voi, voi giấu
Con châu châu, chấu yêu"
Tuổi xế chiều
Có nơi lá rụng...

Bạn tôi ơi
Đã qua bao mùa biển động
Nay lưng đã còng
Tóc rụng răng long
Bạn nơi đâu giữa cuộc đời chong chóng
Qua mấy năm DẦN
SỐ vẫn còn lận đận mãi chăng!

Quê nhà trong ký ức xa xăm
Vườn xưa đường cũ dặm dài
Nơi phương xa mỗi khi DẦN đoái
Thương chúng mình
Tuổi lận đận long đong... ∎
(Chicago 1/22)

HUỲNH LIỄU NGẠN

Vô Lượng Sầu Bi

anh về mang
nỗi nhớ đi
thương em vô lượng
sầu bi vô thường

cầm tay
thoắt đã mười phương
hỏi em còn đó
hay
đường đã chia

sao trời chớp sáng
lia tia
bờ môi mọng lá
sen kia đã mòng

thương tóc rối
rối rẻ bồng
mưa hay gió
hay bão bùng
mặc anh. ∎

9.1.2022

TRẦN DZẠ LỮ
Trang Thơ

Những Người Vợ Có Chồng Làm Thơ

Tặng chị Kim Vân - vợ thi sĩ Vũ Hữu Định

Những người vợ có chồng làm thơ
Là những hoàng hôn tím đợi chờ
người đi xa ngái như là mộng
Còn thực u hoài trong gió mưa...

Lầm Lỡ

Ta đã trót một thời lầm lỡ
Nên bây giờ ngồi gặm nhấm ăn năn
Gõ cửa hoài thiên đường đâu hé mở
Đấm ngực đời nghe cô độc hồi âm...

(Xuyên Mộc 2022)

LƯU PHƯƠNG
Gió Của Dòng Sông

Bến xưa bên lở bên bồi
Gần nhau nên núi có đôi
Người không xa khuất chân trời
Sao lạc loài ngọn gió mồ côi

Mồ côi trăng rụng lưng đồi
Người lạnh lùng tạt gió vào thơ
Rong chơi nơi sóng cồn hiu quạnh
Gió lan tràn xao xác một dòng sông

Dòng sông bóng con đò đã vắng
Chiều vọng đưa ai hát khúc qua cầu
Lạc trôi những mùa phù sa đỏ
Thôi cầm bằng như nước cuốn rong rêu

Rong rêu những ân tình dâu bể
Rượu nhạt tàn khuya người có say
Cuộc tình bỏ lại chân trời đó
Ta ngắm mình gương vỡ nhạt nhòa son... ∎

BEN OH
Xin Em Đừng Trách

Em có giận xin quay lưng lại
Tri kỷ buồn đá lạnh bờ vai
Đây ly rượu nồng xin nâng cạn
Cười khúc khích đời chẳng mấy ai

Nào men say mấy đứa đã say
Say sớm hôm say thuở lưu đày
Khoai sắn ướp tơ lòng cay đắng
Nỗi đau nào vá lại hôm nay

Rêu phủ kín một mai nào hay
Cô đơn rồi mới hiểu đắng cay
Trong ánh mắt đêm về trăn trở
Đăm chiêu này vạn vật đổi thay

Tôi có lỗi xin em tha thứ
Vì chưa tròn sợi tóc chân răng
Em hứng chịu lòng không do dự
Cao quý này trời đất hiểu chăng

Cuối mùa thu đừng đợi nắng vàng
Từng chiếc lá lìa bỏ trần gian
Men say chiều chỉ là thoảng chốc
Ngẫm nghĩ đời ai cũng xuống mồ

Đừng bận tâm cho lòng thanh thản
Nhân quả trong đời chẳng phải xa
Một kiếp người không phải riêng ta ■

LÊ HỮU MINH TOÁN

EM CỨ ĐI

Ừ thôi!
Em đi, có sao đâu
Lời phân bua nước chảy qua cầu
Trăng sặc sụa co ro đáy nước
Chút vô ưu vọng động nỗi đau

Em giận ta
bảo em nhún nhảy
Đâu khác chi ví với ngựa trời
Ta vốn thật không cần đưa đẩy
Có gì đâu chua ngọt một đời

Mưa tháng Giêng
ướt mềm tóc rối
Em cuối trời đắm đuối môi hôn
Ta đưa em hồn sầu chới với
Những tình xa - tình nhớ - tình buồn

Em cứ đi
và cứ quay về
Không níu kéo cầm bằng níu kéo
Nếu em còn vương chút đam mê
Bờ tục lụy có ta cuối nẻo ∎

LÊ NA
Người Uống Cùng Ta Một Chén Này

Hãy uống cùng ta một chén này
Ta ngồi cạn kiệt giữa cơn say
Người nhìn cho kỹ giùm ta nhé
Ta có khóc đâu mà lệ đầy
Ngồi xuống cùng ta cạn chén này
Người kiếm tìm chi phía đường mây
Đâu đâu cũng chỉ là sương khói
Ai người bày biện nhạt phai này?
Uống nữa cùng ta thêm chén này
Dại khờ đánh cược với mê say
Này môi, này mắt, này mộng ảo
Này những đêm thâu rạc bóng gầy
Ta uống cho ta giọt đắng này
Nghe hồ tiếng dế khản triền mây

(Mi còn được khóc trong lòng đất)
Ta ở giữa trời mà lặng câm
Uống nốt cùng ta chén sau cùng
Ta cầm ta níu một trống không
Rồi người quay bước, người quay bước
Bỏ lại mình ta giữa khốn cùng ∎

30/6/2021

THY AN
BÀI THƠ KHÔNG BUỒN

tặng M.A.

khi những phong linh cất tiếng reo đầu vườn
dưới chân cầu thang đen
là lúc mặt trời mỉm cười đồng lõa
kêu gọi một trở về
ai đó và đông người nữa
hãy vui như bình minh

thỉnh thoảng làm bài thơ không buồn
cười theo chim non
cành lá màu xanh đang chớm nở
có ai dưới hiên nhà
tóc thay màu theo năm tháng
tưới chậu hoa

trong vui hãy giữ một im lặng
trân quý như cuộc sống
thời gian đôi khi nói lên thật thà
lời không tên của bản tình ca
lòng trải rộng như sân đón nắng
áp mặt vào nhau nghe thiết tha

cảm nhận mùa xuân trở về
buổi sáng ân cần dịu mát
nhìn mặt trời ửng đỏ
sợi nắng xuyên qua cành lá
trao đóa hồng vừa hé nụ
hy vọng thật hiền trên cánh hoa...∎

THIÊN DI
HOA VÀNG VẪN NỞ MÙA ĐÔNG

Có gì nhẹ hơn hơi thở
mỏng manh hơn sợi tơ lòng
một tiếng reo vui khe khẽ
 nụ hoa vừa nở bên song

Mở cửa hồn mình cho gió
tràn hương cây cỏ thanh tao
thơm nức trái chín ngọt ngào
Của mùa đến mùa luân chuyển

Hãy lặng nghe bao kỳ diệu
âm thanh của lá chạm reo
dòng nắng li ti hạt bụi
dát vàng ký ức thềm rêu

Kìa chú chim xanh vui hót
lích rích chuyện trò cành cao
bầy ong đi gom hương mật
đem tặng tình yêu ngọt ngào

Gió hát trên những con đường
con đường có những ngày sương
con đường có nhiều ngày nắng
cho hoa nở nụ yêu thương

Có gì nhẹ hơn hơi thở
mong manh hơn sợi tơ lòng
diệu kỳ phút ta rung động
giản dị trong sớm mai trong... ∎

TRẦN HOÀNG VY
NHỚ THÈO LÈO ...!

1.

Khi ngọn gió xuân rón rén trở về, mơn man trên các cành cây ngọn cỏ. Mấy luống vạn thọ sau nhà xanh um, nhu nhú những búp hoa như nụ cười chúm chím của những cô bé, cậu bé, chúng tôi của ngày xa xưa, xưa lắm. Mừng rỡ mong chờ những ngày Tết thêm tuổi mới. Từng ngày, từng ngày, lấy than gạch lên trên vạch nhà đếm những ngày cận Tết, trong cái tâm trạng nôn nao, lẫn hồi hộp như ngong ngóng mẹ đi chợ mua về cho bộ đồ mới cứng, còn thơm phức mùi vải, mùi hồ...

2.

Một buổi sáng, mẹ và bà ngoại, bày biện ra trước hiên nhà nào thúng, nào sàng, nào mẹt với những rổ đậu phộng, mè, gừng, đường, bánh tráng, bột mì... Mẹ bảo chuẩn bị để làm kẹo thèo lèo cúng ông Táo và để biếu cho bà con họ hàng ăn ba ngày Tết.

Kẹo thèo lèo, mà hồi ấy, chúng tôi chỉ được ăn mỗi năm một lần trong những ngày Tết, sau khi đã được bày biện lên dĩa, cúng đưa ông Táo vào trưa ngày 23 tháng Chạp, và cũng chỉ là những viên kẹo... vụn, được vét ra sau khi mẹ đã ngào xong mẻ kẹo, còn nóng hổi hổi, và thơm phưng phức mùi đường, mùi đậu. Và chỉ là những viên kẹo, bể vụn, hay những "đầu thừa, đuôi thẹo" cắt ra từ những lát kẹo hình chữ nhật, hoặc vo viên nhỏ. Đặc biệt với cái màu sắc của loại mè đen, nên cả người lớn và tụi nhóc chúng tôi thường gọi vui sau cái tên "kẹo thèo lèo" là hai chữ... "cứt chuột", vừa hình tượng nhưng cũng rất dân dã và thú vị?

Ngày ấy, cứ mỗi dịp 23 tháng Chạp, theo tục lệ truyền thống của người Việt Nam, đều làm "cỗ bàn" để đưa ông Táo, bà Táo về chầu trời, báo cáo những câu chuyện xảy ra ở dưới trần gian sau một năm "cai quản". Cỗ bàn đơn sơ, nhưng phải đủ lễ với những phẩm vật không thể thiếu như ba bộ áo (cho hai ông Táo và

... một bà Táo), mũ mão, hia giấy, dĩa kẹo thèo lèo, bày biện đẹp mắt, một con cá chép, trà rượu, cau, trầu, nhang đèn. Nhà giàu có còn thêm thịt heo quay, khác với ngày nay, bánh mứt cầu kỳ sang trọng, gói trong giấy bóng kiếng đẹp mắt và rất nhiều rượu thịt. Điều mà bọn trẻ con chúng tôi thắc mắc, khó hiểu là sao chỉ cúng "áo" cho ba vị Táo công, mà không thấy có... "quần"? Sau này khi lớn lên, chúng tôi mới biết truyền thuyết về ông Táo, là Thần lửa, thần bếp, gần với nước, lửa nên không mặc áo quần. Áo giấy cúng là áo dài che tới đầu gối... cho đỡ phạm thuần phong mỹ tục? Vì ở bếp nên không cần lo cái ăn, cái mặc nên ca dao có câu: *"Ông Cả ngồi trên sập vàng/ Cả ăn, cả mặc, lại càng cả lo./ Ông Bếp ngồi trong đống tro/ Ít ăn, ít mặc, ít lo, ít làm."* Và một nhà thơ trào lộng đã "làm tặng" ông Táo hai câu thơ khi ông không mặc quần, rất thú vị là: *"Hăm ba ông Táo đi chơi xuân/ Đội mũ, mang hia, chẳng mặc quần!".*

Trở lại dĩa kẹo thèo lèo, cứt chuột, do chính tay mẹ và bà ngoại làm luôn hấp dẫn lũ trẻ chúng tôi với các hương vị thật đậm đà: giòn, ngọt, thơm mùi đường, mùi gừng. Càng nhai càng ngọt béo, thấm tận kẽ răng, mà khi lớn lên, tôi không thể tìm đâu được cái mùi vị thấm đẫm tình thương và khéo tay của mẹ, của ngoại, dù đã từng nếm trải đủ thứ bánh kẹo của các hãng xưởng danh tiếng ở trong nước, lẫn nước ngoài! Mà lạ cái, thèo lèo vụn... ăn lại càng hấp dẫn, cứ đọng hoài cái mùi thèm, mùi nhớ suốt những năm tháng xa nhà đi trọ học!

3.

Giờ thì tuổi tác của lớp chúng tôi đã vượt qua cái ngưỡng "Lục thập nhi nhĩ thuận", song cứ mỗi năm đến ngày cúng tiễn đưa ông Táo, có thêm chai rượu... Tây, dĩa thịt ngon cùng những bánh mứt đắt tiền, sang trọng. Chúng tôi vẫn trân trọng đặt ngay chính giữa dĩa kẹo thèo lèo mua ở ngoài tiệm. Và dĩa thèo lèo ấy khi chia cho lớp con cháu, chẳng có đứa nào... tỏ ra thích thú! Sao vậy? Tôi tự tay lột lớp giấy bao đúng tiêu chuẩn vệ sinh và mỹ thuật, đưa lên miệng nhâm nhi và ngộ ra là... chúng không còn ngon như những viên kẹo thèo lèo ngày xưa mẹ làm nữa. Bất chợt nhìn khói hương nhang bảng lảng, như nhìn thấy mẹ về, khẽ khàng chia những vụn thèo lèo, cứt chuột cho đám con cháu đang xúm xít vây quanh! Thèo lèo ơi, thật nhớ...

Trần Hoàng Vy

TRANG THÙY
Những Người Đất Quảng Tài Hoa Với Nghệ Thuật Ca Huế

Sinh ra trong gia đình có truyền thống âm nhạc nghệ thuật, ba anh em trai Văn Công Lê, Văn Công Hoàng và Văn Công Vỹ quê gốc Duy Xuyên, Quảng Nam được thừa hưởng niềm đam mê nghệ thuật cũng như trí tuệ thông minh từ cha mình là Văn Công Cương (thầy Nhạ), vốn là thầy dạy chữ Nho và thầy thuốc Đông y. Tên nhóm Tam Văn của các anh được nhiều người biết đến xuất phát từ sự tài hoa và đam mê trong bộ môn nghệ thuật Ca Huế - một môn nghệ thuật truyền thống của người dân xứ Thần Kinh.

Trong một chương trình của Đài Phát thanh Truyền hình Thừa Thiên Huế (TRT) khi làm phóng sự "Nhóm Tam Văn", khán giả đã nghe các anh tâm sự về cơ duyên khi đến với bộ môn Ca Huế rằng: Bà cô của các anh trước đây là một ca nương chuyên biểu diễn Ca Huế trong các phủ đệ Huế. Sau này lớn tuổi bà về quê và gánh bánh bèo đi bán; bà thường mang theo một cây đàn nguyệt. Bà vừa bán bánh bèo vừa đàn ca, ông cụ thân sinh của các anh đã được bà chỉ dạy qua những tháng ngày như thế và niềm đam mê bộ môn nghệ thuật dân tộc này của các anh là sự tiếp truyền từ thân sinh.

Và không chỉ những người Huế mới yêu Ca Huế, ở Quảng Nam cũng có nhiều người yêu thích và biết đến loại hình nghệ thuật này. Từ tiền và hậu bán thế kỷ 19, Quảng Nam đã thịnh hành nghệ thuật Ca Huế trong quá trình mở mang đàng trong của các quan triều đình, từ sự tha hương của các ca nương, nhạc công, những người trí thức đương thời đã đem theo và nuôi dưỡng loại hình âm nhạc truyền thống. Họ lập thành nhiều nhóm tri âm, tri kỷ để cùng đàn ca cho nhau nghe mỗi lúc thanh nhàn rảnh rỗi. Cũng có một quãng thời gian do những biến thiên của thời cuộc mà loại hình Ca Huế tạm thời bị gián đoạn, nhưng thẳm sâu trong tâm hồn những ai đã từng biết đến và yêu thích bộ môn Ca Huế vẫn âm thầm nuôi dưỡng niềm đam mê môn nghệ thuật mang tính bác học sang trọng này. Riêng gia đình Tam Văn từ thập niên 60 đã có duyên gặp gỡ và giao lưu với những danh ca, danh cầm của Quảng Nam có thầy Ba Dé, thầy Ba Đợi, thầy Nhạ; xứ Huế gồm các thầy Tôn Thất Thể, nghệ nhân Nguyễn Kế, bác Liệu, thầy Bửu Lộc, ca nương có Thu Tâm, Diệu Liên, Thanh Tâm, Kim Cúc... là những người đã đến và sinh hoạt ở Quảng Nam. Đó là những dịp để ba anh em Tam Văn được giao lưu và chủ yếu là học hỏi, tiếng đàn lời ca, phong thái khoan thai của những danh ca, danh cầm Quảng - Huế đã thấm dần vào tâm hồn, nuôi dưỡng niềm đam mê Ca Huế trong các anh.

Được biết nhà thơ Võ Quê, Chủ nhiệm CLB ca Huế thính phòng có lần tình cờ nhìn thấy trên kênh Youtube hình ảnh ba anh em xứ Quảng ngồi đàn và Ca Huế một cách thuần thục, nhuần nhuyễn. Cảm mến và đồng cảm cùng mạch nguồn yêu Ca Huế của mình, muốn kết nối và lan tỏa những giá trị nghệ thuật truyền thống nên nhà thơ đã viết bài *"Cơ Chi Gặp Được Tam Văn"* và chữ Tam Văn được nhà thơ yêu mến dùng để gọi tên của ba anh em tài hoa xứ Quảng với mong ước gặp được họ để kết giao mối thâm tình trong tình yêu nghệ thuật. Và ông trời không phụ tấm lòng, với những cơ duyên thuận lợi để một ngày vào năm 2014 nhà thơ Võ Quê đã lặn lội từ Huế vào tận Duy Xuyên, Quảng Nam để tìm gặp ba anh. Vậy là mong nguyện được gieo duyên lành ấy, từ mối sơ giao ngày đầu tương ngộ, những tâm hồn đồng điệu đã bắt gặp được tiếng lòng chung, từ đây nhanh chóng dần hình thành nên mối tơ duyên trong âm nhạc. Nhóm Tam Văn xứ Quảng và những người bạn Huế mà điển hình là những thành viên của Câu lạc bộ Ca Huế thính phòng ở số 25 Lê Lợi Huế đã xích lại gần nhau hơn, thắt chặt hơn mối tình thâm giao, tri âm tri kỷ. Từ đây hai xứ Quảng - Huế tuy xa mà gần, nhờ tiếng đàn giọng ca mà ngày càng thắt chặt tình tri ngộ, tri âm, tri kỷ.

Từ lâu tôi vẫn mong ước một lần được diện kiến nhóm Tam Văn, và rồi lần đầu tiên tôi gặp các anh trong dịp sinh nhật lần thứ 33 (1983 – 2015) của Câu lạc bộ Ca Huế thuộc Trung tâm Văn hóa Huế. Ấn tượng của tôi trong ngày đầu gặp các anh là sự hòa nhã và khiêm tốn của ba anh em người đất Quảng, tôi đã đi từ ngạc nhiên này đến bất ngờ khác, không nghĩ rằng những người con xứ Quảng lại dành tình yêu cho Ca Huế sâu nặng đến như vậy.

Phải nói rằng, ắt hẳn bên cạnh niềm đam mê và tài hoa còn có tình yêu Huế, thấu hiểu về Huế cũng như am tường về bộ môn nghệ thuật Ca Huế nhiều lắm, các anh mới có thể đàn được tất cả những làn điệu Ca Huế một cách nhuần nhuyễn như thế. Nhìn những ngón tay điêu luyện rung lên những giọt đàn thanh thoát, nỉ non, những âm điệu lúc trầm, lúc bổng tôi mới giật mình nhận ra rằng lâu nay mình tuy là người Huế chính gốc nhưng những kiến thức và cảm nhận về môn nghệ thuật của xứ mình tôi vẫn còn mơ hồ so với các anh. Nói đúng hơn là bấy lâu nay tôi đã hờ hững, vô tình với những giai điệu quê hương nơi mình đang sống, và hôm nay hình ảnh của ba anh em xứ Quảng say sưa trong tiếng đàn của mình đã khơi dậy niềm đam mê trong tôi, từ đó tự hào hơn về nghệ thuật Ca Huế.

Người anh cả Văn Công Lê tiếp nối sự nghiệp đông y của cha với tiệm thuốc Đông y cổ truyền tại Đà Nẵng. Bên cạnh sự thành công trong việc bốc thuốc chữa bệnh cứu người anh vẫn luôn giữ gìn niềm đam mê nghệ thuật, thỉnh thoảng ngoài đàn ca anh còn soạn lời Ca Huế và người em út Văn Công Vỹ cũng vậy.

Riêng anh Văn Công Hoàng ngoài tài năng ca và sử dụng nhiều loại nhạc cụ anh còn soạn rất nhiều bài Ca Huế với những làn điệu và bài bản lớn như Phẩm tiết, Nam ai, Nam bình, Phú lục, Tương tư khúc, Hành vân... Những ca từ của anh sâu sắc, giàu chất thơ, và âm bằng trắc của anh rất chuẩn nên có nhiều nghệ sĩ thích ca bài của anh bên cạnh những tên tuổi thuộc hàng "cây đa cây đề" xưa như Ưng Bình, Á Nam Trần Tuấn Khải, Tản Đà Nguyễn Khắc Hiếu, Bửu Lộc, Kiều Khê, Thanh Tùng, Vu Hương... và sau này là

Minh Khiêm, NNƯT Kim Vàng, NSƯT Thái Hùng, NSƯT Phan Dy, Tôn Nữ Lệ Hoa, Đỗ Trung Hùng... Những sáng tác của anh phong phú, có thể trình bày trong nhiều dịp khác nhau như trong những dịp hội ngộ, trong những ngày lễ tôn giáo như Phật giáo, Giáng sinh... Gần đây nhất, anh đã vinh dự được trao tặng giải Ba trong cuộc thi Sáng tác lời Ca Huế do Thừa Thiên Huế tổ chức. Không chỉ nổi trội trong lĩnh vực đàn ca, soạn lời Ca Huế, anh còn sáng tác tân nhạc và viết thư pháp. Những tác phẩm thư pháp của anh được nhiều người đánh giá cao khi thưởng lãm.

Tuy ba anh em đều thành danh trên những sự nghiệp riêng và mỗi anh định cư mỗi nơi (hai anh Văn Công Lê và Văn Công Vỹ tại Đà Nẵng còn anh Văn Công Hoàng ở Duy Xuyên, Quảng Nam) nhưng niềm đam mê nghệ thuật bên những cây đàn dân tộc luôn được các anh nuôi dưỡng trong tâm hồn.

Đã có những lúc người xứ Quảng ra thăm Huế và người Huế cũng mặn nồng đem tình cảm xứ Thần Kinh vào hòa âm với người Xứ Quảng tài hoa, điệu nghệ, trong đó có Đêm rằm phố cổ Hội An. Bao giờ cũng vậy, hành trang của người nghệ sĩ ngoài tấm chân tình với nhau, thứ họ luôn mang theo bên mình là những cây đàn nguyệt, đàn bầu, tranh, nhị... và giọng ca, câu hò ấm áp. Họ ngồi bên nhau, đôi khi chỉ là tách trà ấm cúng, cùng cất lên những thanh âm trầm bổng, đem những tấc lòng của mình tâm sự cho nhau nghe qua những làn điệu Ca Huế.

Chỉ thanh giản vậy thôi, ấy vậy mà nghĩa tình người Đất Quảng với người Huế ngày càng bền chặt qua thú chơi tao nhã này như lúc trên vuông chiếu họ đàn ca cho nhau nghe: *"Ra với đời nửa thực nửa chơi, đời nghệ sĩ thế thôi! Cũng vậy thôi, mà nhân nghĩa hòa hai, kém chi sắc tài, sắc với tài, danh với lợi tàn phai, tình văn nghệ không phai..."* (Đời nghệ sĩ - Bửu Lộc).

Trang Thùy
Huế, 01.01.2022

BAN MAI
"NÍU MỘT ĐỜI, GIỮ MỘT THỜI"

Việt Nam, sau năm 1975 kết thúc chiến tranh giữa hai miền Nam – Bắc.

Hòa bình đã đến sau mấy thập niên tang tóc vì bom rơi, đạn nổ. Người Việt Nam cảm thấy hạnh phúc khi đất nước không còn chiến tranh, không còn người chết.

Thế nhưng, người Miền Nam đã không thể tưởng tượng nổi, tiếp sau đó là một thảm cảnh kinh hoàng. Sau tháng 4 năm 1975, phần lớn người Miền Nam làm việc cho chính phủ Cộng Hòa đều bị tập trung cải tạo. Cuộc sống của nhiều gia đình đảo lộn. Vì sau khi đổi đời, họ bị thất nghiệp, nhiều người lâm vào cùng quẫn. Cảnh quan thành phố tiêu điều xơ xác, thiếu lúa gạo khiến dân phải ăn độn bo bo và mì sợi. Trầm trọng hơn nữa: Sự xơ xác tinh thần của trí thức Miền Nam không còn được tự do trình bày suy nghĩ, không còn được tự do hấp thu tri thức nhân loại. Thay vào đó là những đợt học tập chính trị triền miên, theo một định hướng duy nhất: Chủ nghĩa Marx. Tất cả sách báo, văn học nghệ thuật bị tịch thu tiêu hủy, nền văn chương Miền Nam hoàn toàn bị bôi xóa. Giống như thời man rợ của Tần Thủy Hoàng năm 210 trước công nguyên, Tần Thủy Hoàng cho đốt sách và chôn sống nhiều học giả, nhằm dập tắt những ý kiến trái chiều và áp đặt tư tưởng mới của ông trên toàn lãnh thổ Trung Quốc sau khi thống nhất.

Bắt đầu sau năm 1975, những thế hệ sinh ra và lớn lên ở Việt Nam không hề biết đã từng có một nền văn học nghệ thuật Miền Nam vô cùng giá trị với nhiều thể loại "trăm hoa đua nở", đề cao tự do, dân chủ, với ý thức khai phóng, nhân bản, theo kịp trào lưu thế giới.

Thế nhưng, ở một nơi xa kia, có một ông già gầy gò, ốm yếu, tóc bạc hàng ngày đến thư viện các trường đại học ở Mỹ để photo các tài liệu về văn chương Miền Nam Việt Nam, hàng ngày ông "ngồi khâu lại di sản", vá lại một nền văn học đã bị đốt cháy trên chính quê hương mình, tự mình thành lập tủ sách Di sản Văn chương Miền Nam nhằm lưu giữ, chia sẻ lại cho đời sau, đó là nhà văn Trần Hoài Thư.

"Trần Hoài Thư tên thật Trần Quí Sách, sinh năm 1942 tại Đà Lạt. Tuổi thơ thất lạc cha, theo mẹ sống khổ cực ở thành phố Nha Trang, có một thời gian sống trong cô nhi viện Hòn Chồng Bethlehem. Sau đoàn tụ với thân phụ mới theo học Quốc Học Huế, đại học Sài Gòn. Từ năm 1964-1966 là giáo sư trường trung học Trần Cao Vân tỉnh Quảng Tín (nay đã sát nhập lại vào Quảng Nam).

Năm 1967, nhập ngũ khóa 24 SQTB Thủ Đức. Phục vụ tại đại đội 405 Thám kích sư đoàn 22 bộ binh trong 4 năm. Sau đó về làm phóng viên chiến trường ở vùng IV trong 2 năm. Ông đã từng bị thương 3 lần.

Sau 30 tháng 4 năm 1975, đi học tập cải tạo hơn 4 năm.

Năm 1980 Trần Hoài Thư vượt biển, định cư tại Mỹ, sống ở nhiều nơi khác nhau và cuối cùng về sống ở tiểu bang New Jersey. Khi sang đến Mỹ, ông đi học trở lại, tốt nghiệp Cử Nhân Điện Toán và Cao Học Toán Ứng Dung. Ông được nhận vào làm cho công ty AT&T và sau đó chuyển sang làm cho công ty điện toán IBM. Chức vụ cuối cùng trước khi nghỉ hưu là Project Leader.

Khởi sự viết văn từ năm 1964. Truyện ngắn đầu tay Nước Mắt Tuổi Thơ đăng trên tạp chí Bách Khoa Sài Gòn. Ngoài Bách Khoa, còn cộng tác với Văn, Văn Học, Đời, Bộ Binh, Thời Tập, Vấn Đề, Khởi Hành, Ý Thức...

Sau khi nghỉ hưu vào năm 2004, ông cùng Phạm Văn Nhàn sáng lập tạp chí Thư Quán Bản và nhà xuất bản Thư Ấn Quán. Cho đến nay, phần lớn các tạp chí văn học dạng báo giấy ở Mỹ đã đóng cửa nhưng Thư Quán Bản Thảo vẫn tồn tại và đã phát hành đến số 75[3].

Mùa hạ năm 2010, tôi tình cờ đọc bài viết của nhà thơ Du Tử Lê giới thiệu về tác phẩm "Những cơn mưa mùa Đông" của tác giả

Lữ Quỳnh do nxb Thư Ấn Quán ở Mỹ xuất bản, thời gian này tôi đang tìm hiểu dòng văn chương Miền Nam nên liên hệ, ngay lập tức nhà văn Trần Hoài Thư và Lữ Quỳnh trả lời, tôi biết họ từ ngày ấy.

Bắt đầu từ đó, tôi tìm đọc dòng văn chương Miền Nam Việt Nam do nxb Thư Ấn Quán phát hành, vì ngày xưa trước năm 1975 tôi còn quá nhỏ chưa hiểu biết gì, tôi sinh ra và lớn lên ở Quy Nhơn, thuộc Miền Nam Việt Nam vì vậy tôi không muốn văn chương Miền Nam bị thất lạc và bôi xóa, tôi cần phải tìm hiểu và phổ biến lại cho thế hệ trẻ ở trong nước biết.

Thật may mắn, mùa thu năm 2011 nhà thơ Vũ Trọng Quang từ Sài Gòn photo cho tôi trọn bộ "Văn Miền Nam" (4 tập) và 2 tập "Thơ Miền Nam thời chiến" do Thư Ấn Quán phát hành năm 2009. Cuốn sách mới nhất tôi được Trần Hoài Thư tặng là cuốn "Những tạp chí Văn học Miền Nam" do ông sưu tầm và nhận định in năm 2018, ông đã sưu tầm được 15 tạp chí đã từng xuất bản ở Miền Nam Việt Nam gồm các tạp chí: Ý thức, Bách khoa, Văn, Sáng tạo, Khởi hành, Vấn đề, Trình bầy, Thời tập, Hiện đại, Văn nghệ, Nghệ thuật, Mai, Văn học, Văn hóa nguyệt san, Tình thương.

Nhờ ông, tôi có được một cái nhìn khái quát về diện mạo nền văn chương Miền Nam Việt Nam mà hiện nay ở trong nước đã không còn nữa.

Nếu không đọc bốn tập bộ "Văn Miền Nam" làm sao tôi biết tên tuổi và sáng tác của 159 nhà văn Miền Nam, trong đó có 13 nhà văn nữ, với những trang sách giá trị đầy tính nhân văn.

Đây là một bộ sách hiếm, công trình sưu tập này là một kỳ công của nhà văn Trần Hoài Thư và những người bạn ông, nó hoàn toàn được làm bằng phương pháp thủ công, ông một mình layout, trình bày bìa, in ấn, một nhà in chỉ có một nhân viên vừa là chủ vừa là thợ, cần mẫn hàng ngày, hàng đêm đánh máy lại những tác phẩm văn chương nhằm khôi phục lại diện mạo Văn học Miền Nam.

Trong lời đề từ bộ sách, tác giả Trần Hoài Thư đã thổ lộ ông "mạn phép đăng lại để độc giả hôm nay và mai sau có thể đọc lại những sáng tác này và cũng để chứng tỏ rằng văn chương Miền Nam, dù có bị bôi nhọ, trù dập hay hủy diệt, nhưng cuối cùng, nó vẫn không chết. Nó vẫn có mặt ở hải ngoại, mà bộ sách này là một bằng chứng".

Ngoài ra Trần Hoài Thư còn chủ trương tạp chí văn học nghệ thuật "Thư quán bản thảo" ra không định kỳ ở Hoa Kỳ, bắt đầu từ năm 2001 đến nay đã 20 năm.

Nếu không có ông, làm sao tôi biết 462 tác giả trong hai tập "Thơ Miền Nam trong thời chiến", mà phần nhiều là những người lính cầm bút đã chết, đó là "những trang thơ được sưu tập từ một thời kỳ đen tối của quê hương, khởi điểm bằng lệnh tổng động viên và chấm dứt bằng ngày 30 tháng 4 năm 1975. Tập sách này là một nguồn tài liệu giúp cho những nhà phê bình văn học, những người nghiên cứu văn học sử, và những ai chưa có dịp tiếp cận với nền văn chương Miền Nam trong thời chiến tranh để họ có cái nhìn rõ và đúng đắn hơn về một dòng văn chương tình tự, tự do, khai phóng, sáng tạo và nhân bản".

Nhà phê bình Đặng Tiến từng nhận định:
"… Đã là thơ thời chiến thì phải nói đến chiến tranh. Vậy thơ ấy nói gì về khói lửa? Xin lấy bài Phan Xuân Sinh làm ngày Tết 1972 "Uống rượu với người lính Bắc Phương" làm tiêu biểu:

Hãy rót cho ta thêm cốc nữa đi
Ngồi với bạn hôm nay làm ta hứng chí
Chuyện ngày mai có chi đáng kể
Dẹp nó đi cho khỏi bận tâm

(…)

Những thằng lính thời nay không mang thù hận
Bạn hay thù chẳng có một lằn ranh
(tr 617) - tập 1

Trong bài "Kỷ vật cho em" của nhà thơ Linh Phương được Phạm Duy phổ nhạc, đã kể trong bài Hành Quân:
Dăm thằng đánh trận. Dăm thằng chết
Chỉ sót mình ta cứ sống nhăn
Đù má, nhiều khi buồn hết biết
Lo mãi sau này cụt mất chân.
Chiều qua xém chết vì viên đạn
Du kích bên sông bắn tỉa hù
Cũng may gặp phải thằng cà chớn
Thấy mặt ta ngầu bắn đéo vô.
Nhớ hôm bắt được em Việt cộng
Xinh đẹp như con gái Sài Gòn
Ta nổi máu giang hồ hảo hán
Gật đầu ra lệnh thả mỹ nhân. (!)
(tr 305)

... Dĩ nhiên những thái độ buông thả nói trên không tiêu biểu cho cuộc chiến ác liệt, hay tinh thần chiến đấu, hay kỹ thuật và kỷ luật quân sự của quân lực VNCH. Nhưng nó là sắc thái đặc biệt của một tâm lý (NHÂN BẢN). Tâm lý ấy là nhược điểm trên bản đồ quân sự, mà là ưu điểm trên trang thơ, bằng cớ là hơn một ngàn năm nay, người ta ngợi ca, ngâm nga mãi câu "túy ngọa sa trường quân mạc tiếu" của Vương Hàn; say sưa như vậy nhất định ông không phải là một quân nhân thiện chiến.

Lẽ thường trong chiến tranh là thắng hay bại. Điều lạ trong tập thơ này là không có chiến thắng, dù trong mơ ước hay ngông nghênh (...)

Khát vọng thiết thân thời đó là hòa bình, như lời người mẹ trong bài "Đêm giáng sinh ở Việt Nam" của Hồ Minh Dũng:

Dù chỉ một ngày ngưng bắn đó con
Cũng đem chiếc áo lành ra mặc
Cũng ăn một bữa cơm cho no
Cũng ngủ một giấc trên giường trên chiếu
Khổ đau lúc này mẹ gói trong mo
Nguyễn Dương Quang trong bài "Đêm cuối năm viết cho má":
Hình như cây súng con lạ lắm
Sao nó run lên khi đạn lên nòng
Tâm hồn nó như tâm hồn con vậy
Một kẻ nằm, kẻ đứng, xót xa không?
Trước mặt con: những ngọn đồi cát máu
Đêm thì thầm cùng những nấm xương
Ôi, trái tim con mãi tôn thờ má
Đã dạy con hai tiếng yêu thương
Từ má lỏng bàn tay dìu dắt
Con bơ vơ giữa cuộc phù sinh
Dòng nước nào xa nguồn mà không đục
Sợ một mai con lạc dấu chân mình
(tr 428)

Đã đành, đành vậy, "Thơ Miền Nam trong thời chiến", trong tất cả bề thế của nó, nếu muốn, có thể thu lại trong bốn chữ: "Thơ lính học trò", với tất cả nội hàm sâu lắng của mỗi chữ. Thơ lính học trò? Là cậu học sinh, từ sân trường bước ngay vào quân trường, chiến trường, nhiều khi chưa kịp kinh qua cuộc sống xã hội.

Họ làm thơ, gọi là "làm văn nghệ" trên báo nhà trường, báo địa phương. Làm thơ như một tâm thế, một lối ứng xử với đời. Không phải thành danh hay đi vào lịch sử văn học... rồi đời bắt kẻ làm thơ đi làm lính, học bước chân vào chiến cuộc, *mang trong đầu những ý nghĩ trong veo/ xem chiến cuộc như tai trời ách nước* (Nguyễn Bắc Sơn). Và không biết bao nhiêu người đã gục ngã giữa tuổi xuân xanh, khi vừa mới bước vào chiến trường.

Bắt đầu nền thơ này là chuyện văn nghệ, trao đổi, thù tạc giữa bạn bè, nhưng sau cùng trở thành huyết mạch của một thế hệ, mà Trần Hoài Thư gọi là "tội tình". Vì đã bị lịch sử làm tình làm tội. Có thể mới hiểu vì sao, khi đánh máy lại những bài thơ cũ, ba, bốn mươi năm sau, anh còn thấy "như gõ vào chính tim mình những niềm đau buốt". Và người đọc ngày nay, nhất định đâu đây còn có người thấu hiểu và chia sẻ niềm đau buốt ấy. Làm sao cho sưu tập này, và tấm lòng kia đến tay người nọ?"

Vì vậy "Thơ Miền Nam trong thời chiến" không chỉ là nguồn tư liệu – một nghĩa trang – văn học. Nó là cuộc sống đang thao thức và thao thiết... và cho đời sống nữa chứ. Chẳng riêng gì đời sống của những chúng ta" [4]

Hôm nay là ngày đầu tháng 1 năm 2022, đã bước sang năm mới, ngoài kia, mùa đông vẫn chưa qua, cái giá lạnh của miền New Jersey Hoa Kỳ vẫn không làm chùn bước nhà văn Trần Hoài Thư. Hàng đêm, người ta vẫn nhìn thấy một ông già gầy gò, cận thị với mái tóc bạc, vừa chăm sóc người vợ bị đột quỵ, vừa cần mẫn bên trang sách để lưu giữ nền văn chương Miền Nam cho hậu thế với một tâm hồn trong sáng vô vị lợi trong một xã hội thực dụng như ngày nay là một việc làm đáng kính, đáng trân trọng.

Ông xứng đáng với cách gọi trìu mến của người đương thời, người "khâu di sản văn chương Miền Nam".

Bên trong nước, mấy năm gần đây có một bạn trẻ Nguyễn Trường Trung Huy ở Sài Gòn cũng dày công sưu tầm Văn học Miền Nam và bộ sưu tập của bạn ngày một đồ sộ đáng cho ta kinh ngạc, đó là một kỳ công. Tôi tin rằng, trên đất nước Việt Nam này có nhiều người thầm lặng âm thầm tìm kiếm, lưu giữ một nền văn chương nhân bản mà ta tưởng rằng đã chết sau năm 1975. Ngày nay, giới nghiên cứu văn học trong nước đang ngày càng tìm kiếm để nghiên cứu. Mới đây trong một đề thi luận văn bậc trung học phổ thông, có một giáo viên đã đem bài thơ "Ta về" của Tô Thùy Yên cho học sinh bình giảng, với những câu thơ đầy tính nhân văn: *Ta về như lá rơi về cội/ Bếp lửa nhân quần ấm tối nay/ Chút rượu hồng đây xin rưới xuống/*

Giải oan cho cuộc biển dâu này". Tuy đây chỉ mới là một hành động đơn lẻ nhưng đó là một tín hiệu vui.

Tôi tin rằng, sẽ không còn bao lâu nữa dòng Văn chương Miền Nam (1954-1975) sẽ được đưa vào giảng dạy chính thức trong nhà trường, nó xứng đáng được trả về với đúng vị trí của nó trong tiến trình phát triển văn học Việt Nam hiện đại, không ai và không một thể chế nào có thể bôi xóa một thời đại lịch sử của nước nhà. Giữ gìn, bảo tồn và chia sẻ Văn học Miền Nam cho đời sau là trách nhiệm của chúng ta, của tôi và các bạn, những người yêu tiếng Việt, những người yêu văn chương Việt Nam.

Ban Mai
Quy Nhơn, 01.01.2022

(1) "Níu một đời", "giữ một thời" cách nói của nhạc sĩ Trầm Tử Thiêng

(2) Tủ sách DI SẢN VĂN CHƯƠNG MIỀN NAM của nhà xuất bản Thư Ấn Quán đã sưu tầm và in lại hàng trăm tác phẩm giá trị, đáng kể nhất là bộ THƠ MIỀN NAM gồm 5 tập với tổng cộng khoảng 3500 trang và bộ VĂN MIỀN NAM 4 tập với tổng cộng khoảng 2400 trang.

(3) Tiểu sử Trần Hoài Thư theo blog Phạm Cao Hoàng, đã được tác giả kiểm chứng.

(4) Trích phần giới thiệu "Thơ Miền Nam trong thời chiến" của nhà phê bình Đặng Tiến.

bạn đọc xem bài thơ
có khi nào vẫn vơ
nghĩ tiếp sức người viết
những câu đẹp bất ngờ

lhoán

HUỲNH DUY LỘC
CÂY BẦN Ở MIỀN TÂY NAM BỘ

Theo lời ngoại, bà không biết tự bao giờ dưới mé sông nhà tôi có gốc bần. Thường ở quê người ta hay trồng bần dưới mé sông để giữ bờ là chính, ăn trái, lá, hoa là phụ. Bần thuộc loại cây ngập mặn, rễ thở, thường mọc ở các vùng rừng ven biển, cửa sông, bãi bồi. Bần chua hay còn gọi là Bần sẻ có trái tròn dẹt và Bần ổi, trái hơi tròn trông giống như trái Ổi. Lúc còn xanh có vị chua, chát, chín có vị chua mùi thơm. Hoa màu trắng, không thơm, ngoại thường hát ru: *"Cây bần ơi hỡi cây bần. Lá xanh bông trắng lại gần không thơm"*. Mỗi khi mẹ tôi làm cá lỡ phạm đứt tay, bà thường ngắt lá bần nhai đặt nơi vết đứt, quấn vải lại cầm máu. Hồi nhỏ tôi nghịch phá, hay cùng lũ trẻ trong xóm, vào vườn hái trộm măng cụt xanh, mò ấu. Bị chủ vườn bắt, mắng vốn, mẹ giận dùng roi mây quất lên hai cái mông, hằn lên những lằn bầm đỏ. Tôi còn nhớ ánh mắt ngoại hoe đỏ, rưng rức vài giọt nước mắt, nhưng bà không dám can ngăn. Khi tôi đã nhận đủ số roi, ngoại dắt tôi ra sau hè, bà cầm chén lá bần đâm với muối, đắp lên những vết hằn cho tan máu bầm. Trái bần luôn theo tuổi thơ tôi, mỗi khi chơi nhà chòi với mấy đứa con gái, tôi trèo cây, hái trái chia nhau ăn. Cậu Út tôi là người chuyên sống bằng nghề cắm câu, nhưng chỉ dính được cá Rô, Trê, Lóc... còn con cá Bống Sao thì vô phương, nó ít ăn mồi câu. Khổ nỗi chỉ có nó là nấu món canh chua bần với môn núm ăn ngon tuyệt trần. Cậu dùng mấy cái lon đựng mỡ trừu, bình trà cũ, khạp nhỏ, thùng thiếc đem đặt ở một điểm cố định nào đó dưới sông hay lặn mò trong mấy lỗ bọng của những cây cầu dừa bắt chúng. Bông bần trộn gỏi ăn rất ngon, trái bần cũng được kho với cá hay ăn chung với mắm cá Sặc, Chốt... cùng với một số rau thơm khác.

"Muốn ăn mắm sặc bần chua. Chờ cho nước nổi ăn cho đã thèm". Vào tháng 10 đến Chạp, lúc này trên đồng lúa sắp chín nên lũ chuột tha hồ tổ chức những bữa tiệc linh đình, chúng ăn no mập ra. Thời điểm này không thể giậm cù mà phải đào hang bắt chúng, vừa bảo vệ cây lúa vừa là món ăn ngon. Thịt chuột xào với đọt Bần thì còn nói gì nữa về cái thú thưởng thức ẩm thực của người dân miền Tây Nam bộ.

Có lẽ từ đặc tính sinh sống, khi trái bần chín rụng trôi nổi theo dòng nước, bị sóng đẩy tắp vào bờ, trái rã ra, hạt bám đất nẩy mầm, mọc lên cây bần ở mé sông nhà tôi. Hình ảnh trái bần cũng rất thi vị trong tình yêu, người con gái đã mượn hoàn cảnh trôi nổi của trái bần để than thân trách phận: *"Thân em như trái bần trôi. Sóng dập gió dồi biết tắp vào đâu?"*. Cái tên bần đọc nghe đồng âm với sự nghèo khó của ông cha ta trong những ngày đầu đi khai phá, mở đất phương Nam: *"Giống chi toàn là giống đực. Thiếu tứ bề cam cực chung thân?"*. Người ta dí dỏm cho rằng cây Bần không có giống cái, vì qua hình ảnh những chiếc rễ đâm từ lớp bùn dưới đáy sông còn gọi là "Cặc Bần". *"Nước chảy cặc bần run lẩy bẩy. Gió đưa dái mít giãy tê tê"*. Chính từ đặc tính này nên bần được ưu ái trồng giữ bờ, chống những đợt sóng do gió, động cơ máy tàu, ghe, xuồng, dòng chảy. Nhắc đến "cặc bần nhét nút chai" thì tôi liền nhớ, mỗi khi nhà tôi có ai bị bệnh, ngoại thường mua nước suối Vĩnh Hảo, khi đã hết ngoại lấy chai, nấu nước chín cho vào để dành uống. Nhưng ngoại không dùng cặc bần làm nút mà dùng những chiếc phễu được xếp bằng giấy úp lên miệng chai. Riêng những chai đựng nước mắm, giấm, rượu thì dùng nút cặc bần, bởi vì nó rất khít giữ không bay hơi, dù cho có lỡ ngã chai các thứ nước cũng không chảy ra. Tôi còn nhớ các chai nước ngọt thời đó, khi khui nắp khoén, bên trong nắp có một miếng ron đệm được làm bằng cặc bần xay nhỏ, ép thành miếng, dùng để giữ hơi gas.

Mẹ tôi kể, vì tôi tuổi Thân nên mỗi khi ngoại đưa võng dỗ tôi ngủ hay hát câu: *"Tuổi Thân con khỉ ăn bần. Thấy ba ông địa ở trần nấu cơm. Ông kia xách dĩa lại đơm. Ông nọ ứ hự nồi cơm mới vần. Mới vần mặc kệ mới vần. Bây giờ đói bụng xúc lần ra ăn"*. Hay: *"Tuổi Thân con khỉ ăn bần. Chuyền cây hái trái lọt ùm xuống sông."* Rồi: *"Cây bần gie cây bần ngả cây bần quỳ. Cảm thương con khỉ đột lấy gì mà ăn"*.

Do đặc tính của vùng đất miền Tây Nam bộ, có nhiều sông, rạch. Người dân trồng trọt sản xuất, đánh bắt, khi thu hoạch họ chở rau, củ, gia cầm, cá tôm... trên những chiếc ghe, xuồng đi đến các vùng lân cận để bán. Tất nhiên, trong số các ghe đó cũng có các chiếc ghe hàng, bán bách hóa hay các ghe của những thanh niên đi cày, gặt, đào đất thuê. Khi đã xong phiên chợ, lỡ con nước, họ neo đậu, đàn ca tài tử, hò đối đáp thì trái bần đã đi vào thơ ca, tình cảm của những đôi trai gái. *"Hàng Dừa soi bóng Hàm Luông. Bến gie đóm đậu qua buồn nhớ em"*. Hay khi trên xuồng, ghe quăng chài, chàng trai thấy các cô gái đang tắm dưới cầu bèn liếc mắt đưa tình, huýt sáo bị phát hiện phản kháng: *"Anh kia trốn bụi bần non. Không lo chài lưới lo dòm các cô"*. Cây Bần còn có tên thi vị hơn là Thủy Liễu: *"Đóm đeo Thủy Liễu đôi chùm. Biết ai nhơn đạo chỉ giùm cám ơn"*. Vì Bần có nhiều cành giáp mí nhau tạo ra tán lá mát nên bầy đom đóm hay đậu để nấp mưa, hình ảnh này cũng được tỉ dụ cho lời phân trần khi đôi trai gái trắc trở tình duyên: *"Bần già đóm đậu sáng ngời. Lỡ duyên tại bậu trách trời sao quên"*. Khi người con trai đem lòng nhớ thương, tìm đón không gặp người trong mộng mà buồn than, mượn hình ảnh trái bần để nói về mình. *"Chiều chiều xuống bến ba lần. Bóng em không thấy thấy bần xơ rơ"*. Không gặp được nàng buồn tương tư, thầm nghĩ hay là người ấy chưa hiểu nỗi lòng mình. Chiều chiều chàng ngồi nơi sân nhà gửi lời hò theo gió: *"Bần gieo đom đóm bu quanh. Lập lòe sáng tối, lòng anh nhớ nàng"*. Hay: *"Đem anh treo tại nhánh bần. Rủi đứt dây mà rớt xuống, anh cũng lần mò kiếm em"*. Khi đôi trai gái yêu nhau thật lòng, họ đồng chia sẻ những buồn vui, gian khó của cảnh nghèo. Người con gái an ủi, động viên để người yêu mình có thêm niềm tin, nghị lực: *"Cây bần soi bóng ghe nghèo. Qua sông gặp gió em chèo giùm anh"*. Khuyên chàng vững lòng tin lên đường tìm công ăn việc làm: *"Lẻ đôi, em chịu lẻ đôi. Hoa tàn em cũng đợi bần trôi em cũng chờ"*. Nhưng cũng không thiếu các cô gái khi giận dỗi, thay đổi lòng. Dù chàng trai hết lời xin lỗi, cô vẫn chanh chua hờn mát kiểu: *"Ví dầu tình bậu muốn thôi, bậu gieo tiếng dữ cho rồi bậu đi"*. Cô gái đã dùng hình tượng cây bầu để từ chối, đuổi xô: *"Bần gieo, bần liệt diệc đau chờ mồi. Anh với em duyên nợ hết rồi, đi tìm chỗ khác đừng ngồi kế em"*. Cây bần còn đi vào lịch sử, địa danh, như ở Cần Thơ quê tôi ngày xưa có địa danh Cầu Rạch Bần, sau năm 75 thì người ta cho san lấp con rạch này, đập bỏ cây cầu để mở rộng con đường. Giờ mấy đứa trẻ nghe nhắc tên Cầu Rạch Bần, chúng ngơ ngác không biết ở đâu mà lần. Ở Bạc Liêu có địa danh Cây Bần Bạc Liêu, ở Long An có Ngã ba Bần quỳ.

Ngày nay do điều kiện kinh tế cũng như công nghệ xây dựng vật liệu gạch, đá, xi măng... phát triển, những gia đình khá, họ cho tấn đá xanh, xây bờ kè chống lở. Còn những gia đình khó khăn, họ chuộng trồng cây mắm, vì gỗ chắc và dừa nước. Bởi vì trái dừa nước đã thành món ăn giải khát vui miệng, không những của người dân nông thôn mà cả người dân thành phố cũng ưa chuộng. Bên cạnh đó, tận dụng được tàu lá dùng che chòi, rạp trong các ngày lễ cưới, lợp mái nhà, cặp vách, trầm lá, chẻ dây lạt, đan phên phơi bánh tráng... Chính vì vậy cây bần giờ không còn phát triển, dần đi vào mai một cũng như cái tên của nó: *"Khoanh tay lo nghèo, là trái bần ổi"*. Tất nhiên, từ từ các gia đình khác, họ cũng có khả năng xây dựng bờ kè để chống cho bờ đừng sạt lở. Rồi mai đây khi trở về quê, con đường cặp bờ sông sẽ không còn những hàng cây xòe xanh tán lá mát mẻ và thơ mộng. Nắng sẽ rót vàng triền sông cùng sức nóng, nhất là vào mùa hè không còn được nghe giọng ru hời lời hát ca dao hòa cùng nhịp võng dưới tán lá. Nếu còn chăng là nhắc lại một thời quá vãng.

Huỳnh Duy Lộc

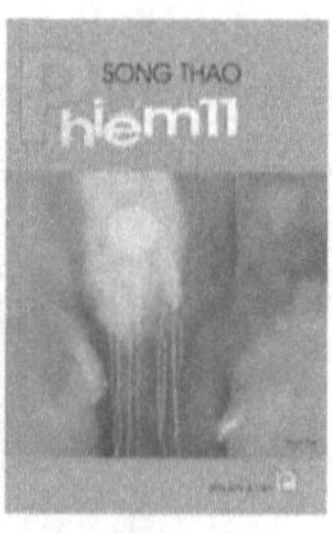

xem xong một bài văn
không ít người băn khoăn
gặp chút mình trong đó
tác giả mê ta chăng ?

lhoán

NGUYỄN ĐỨC TÙNG
Khói Bếp Trên Sông

Đó là buổi sáng sớm, trước khi mặt trời mọc. Hai anh em thức dậy trước cổng chùa, nhìn xuống. Trên sông sương mù trôi dày đặc, bãi cát vàng dọc bờ sông chưa có bóng người. Chúng tôi sẽ đi xuống đó, nơi có bến đò, sẽ qua sông để về nhà. Mẹ tôi sẽ chờ ở cửa, trách mắng vài câu cho có lệ, rồi sẽ vuốt tóc, ôm tôi vào lòng. Năm ấy tôi sáu tuổi, anh tôi lớn hơn tôi hai tuổi. Ngày lễ, chú bé và anh trai dẫn nhau qua đò ngang lên thị xã vào chợ, đi xem lễ. Hai đứa trẻ lang thang giữa đám đông, đứng rướn cổ nhón chân coi diễu hành, lễ tắm hoa rước Phật. Chúng tôi tranh nhau với những đứa trẻ khác để nhặt những cái vỏ chai, nắp chai, dây cao su, những thứ làm đồ chơi trẻ con, chúng tôi đi mãi, lạc mất vào rừng người, may còn nắm được tay nhau. Hai đứa quên cả tối. Bên kia sông mặt trời vừa lặn sau núi, nắng tắt trên sông, chuyến đò ngang trước chùa đi chuyến cuối cùng rồi ngừng đưa khách, người lái đò chân đi khập khiễng đã gác mái chèo lên mạn thuyền ì ọp sóng, kéo dây buộc vào bãi cát, lững thững đi lên quán rượu. Khi chúng tôi nhận ra mình là những kẻ sau cùng trên bãi cát bên này, thì đã muộn.

Ngơ ngác sợ hãi, tìm cách về nhà nhưng không dám hỏi ai, trong một thành phố xa lạ, đèn đường bật sáng, chúng tôi chạy từ góc phố này tới góc phố khác. Bên hàng rào kẽm gai trước tòa hành chánh, một người lính mặc quân phục màu xanh bồng súng đứng im lặng. Dưới ngọn đèn đường vàng vọt tiếng ve hót vang rền, chộn rộn, dưới những cây bàng, cây phượng một cặp tình nhân đi đi lại lại. Người thanh niên cao lớn tóc chải dầu bóng loáng, người thiếu nữ nhỏ nhắn kẹp tóc, để lọn tóc dài thả xuống thắt lưng. Chị đi guốc cao gót, nên trông nhún nhảy. Họ đi hết một đoạn đường, đi qua trước mặt chúng tôi rồi quay ngược lại và đi như thế đều đặn nhiều lần, nhẹ nhàng nhưng nghiêm nghị, không ai nói gì. Mỗi lần đi qua trước mặt chúng tôi, người thanh niên nhìn thẳng, người thiếu nữ đưa mắt nhìn chúng tôi, kín đáo, không biết chị tò mò hay quan tâm đến hai đứa nhóc tì. Tiếng guốc gõ nhịp đều đều trên mặt đường nhựa. Khung cảnh vắng lặng làm tôi ngẩn người: một thế giới huyền bí. Đi bộ đau ở bắp chân, lo lắng, mệt mỏi, chúng tôi kéo nhau vào cổng tam quan trước chùa. Đêm càng về khuya, sân chùa càng vắng lặng. Trên ngọn ngô đồng cao vút một con chim đi ăn đêm về muộn kêu mấy tiếng rồi im bặt. Hai đứa trẻ chui vào một góc tối trước sân chùa nằm ngủ. Không dễ gì ngủ được. Lo âu, cảnh lạ, đói. Nhất là đói.

Sau này thỉnh thoảng lớn lên tôi vẫn còn cảm giác ấy, bỗng nhiên trong một góc, ở giữa nơi chập choạng một thành phố châu Âu, tôi bỗng bồn chồn lo lắng như sắp lạc đường. Sự hiện hữu của tôi dừng lại, sự mệt mỏi làm tôi loãng ra. Một nỗi bồn chồn dâng lên. Như cha nhớ con, chồng nhớ vợ, em nhớ anh, như kẻ lãng du muốn quay về quán đầu làng, ngồi xuống cái ghế bành đã cũ, nhìn vào gương, nhắm mắt lại, nghe tiếng mài dao tanh tách của người thợ hớt tóc. Những giây phút ấy trong đời không giúp được gì cho tôi cả, ngoài việc nhắc nhở rằng dù từng trải bao nhiêu, khôn ngoan đến mấy, cũng có lúc bạn đi lạc đường. Chú bé mệt ngủ thiếp đi trước anh nó. Nhưng đói bụng, chẳng bao lâu chú lại thức giấc. Người anh nằm xuống bên em, cố ý che trước mặt, ngăn gió ngoài sông thổi lại. Đứa trẻ thức giấc hẳn, chạm tay vào anh. Chúng không biết ở đây có an toàn không. Chú dụi mắt trong bóng tối.

- Anh ở đâu rồi?

- Ở đây nè.

Đứa anh bảo đứa em cầu nguyện. Chúng cầu nguyện như mỗi khi đi chùa chúng vẫn được dạy. Một lát sau lại ngủ thiếp đi, rồi thức dậy. Gió từ ngoài sông thổi vào, lạnh buốt, rùng mình. Một vật gì lạnh hơn nữa, chạm vào chân chú. Chú ngồi lên: những đồng tiền của ai để rơi lấp lánh dưới ánh trăng. Mới đầu chú tưởng chỉ một hoặc hai đồng, nhưng nhiều hơn, nhiều lắm, dễ đến chín hay mười đồng tiền kẽm. Đồng tiền có hình cây trúc, giá trị năm mươi xu và một đồng. Hai đứa trẻ cầm mấy đồng tiền chạy qua quán tạp hóa bên cạnh chùa, dưới gốc cây sầu đông. Bà chủ quán, một bà già khó tính, càu nhàu vì bị mất ngủ, hé cửa liếp, đếm tiền, rồi bỏ vào tay chúng những viên kẹo bi tròn tròn đủ màu sắc xanh đỏ tím vàng. Hai đứa ngửa tay ra, bụm lại không hết. Chúng ngồi im lặng ăn kẹo trên cổng tam quan nhìn qua bên kia sông, trăng sơ huyền đã treo lơ lửng trên rừng dương liễu đầu làng. Trăng đẹp đến nỗi chú bé tin rằng nó sinh ra trên trời vì một mục đích nào đó. Anh chú bảo rằng lời cầu nguyện của chúng hồi đêm đã được lắng nghe. Quả thật, những đồng tiền kẽm ấy là phép lạ đầu tiên trong đời. Nhưng ăn xong tạm no bụng thì cảm giác nhớ nhà lại tới, xao xuyến đau thắt cả ruột. Căn nhà của cha mẹ chú nằm ngay dưới vầng trăng ấy, ngay sau rừng dương liễu tối om tưởng chạm tay là tới mà hóa ra xa quá. Nhiều năm sau, sau mùa hè đỏ lửa, chú sẽ còn cảm giác ấy một lần nữa.

Nằm ngủ chập chờn đến tinh mơ hai đứa trẻ ngồi dậy, đi xuống bờ sông chỗ đò ngang vẫn đậu, nhưng lúc ấy sớm quá, đò chưa qua, bến vắng lặng. Đứng ngơ ngác ở đó, chú bé nhìn thấy một con thuyền có mui của dân chài lưới đi đánh cá cắm sào trong sương sớm. Chúng nắm tay nhau xắn quần đùi lội ra. Chúng muốn năn nỉ người chủ thuyền chở qua sông, nhưng nước sâu quá không ra xa được nữa. Mùi thơm ngào ngạt xông lên từ mui thuyền. Mùi của cơm mới nấu, vừa chín tới, ngào ngạt. Mùi của canh mướp mà mẹ chú thường nấu trong những ngày nóng nực. Mùi mướp ngọt, mùi ruốc, bay thoang thoảng trên mặt nước, lặng lẽ như một lớp sương mù thứ hai không màu sắc nhưng đầy mùi vị. Một người đàn ông chắc là chủ thuyền đang ngồi vá lưới ở cuối khoang ngẩng đầu lên nhìn bọn trẻ rồi cầm mái chèo khoắng mấy cái đưa chiếc thuyền vào gần bờ. Ông ta chỉ tay cho hai đứa leo lên. Khi chúng theo nhau leo lên được mạn thuyền, mới nhận ra một đứa bé gái lớn hơn chú vài tuổi, có lẽ bằng tuổi của anh chú, thắt hai cái bím bằng dây cao su xanh đỏ, đang ngồi bên bếp lửa. Nồi cơm đã chín, ghế qua một bên. Trên ngọn lửa liu riu một soong canh mướp nhỏ bốc khói nghi ngút. Mùi ruốc thơm. Bếp của nhà đò là một cái nồi than bằng gạch có thể di chuyển được, đặt trên một cái mâm nhỏ, cái mâm đồng cũ đầy tro tàn. Cô bé có nét lanh lợi nhường chỗ cho chúng, quay lại hỏi người đàn ông, cha của nó, rồi chui vào khoang thuyền lấy thêm hai cái bát. Cô bé thoăn thoắt múc cơm vào hai cái bát lớn, múc canh mướp nóng vào đó. Đang đói bụng và khát, hai đứa trẻ húp cơm lia lịa, không kịp cảm ơn.

Bất kỳ một đứa trẻ nào khi lớn lên cũng giữ mãi kỷ niệm về tiếp xúc với người lạ đầu đời, nhưng đó là cảm xúc gì thì chú không biết vì hãy còn quá nhỏ. Sự xúc động trước một điều gì không diễn tả được. Ví dụ trước lòng tốt của người đàn ông đánh cá, lòng tử tế của cô bé. Nhưng chỉ thế thôi sao? Còn hơn thế nữa. Điều gì tựa như lòng nhân từ của người phụ nữ, dù đó là một phụ nữ bé xíu, nhanh nhẹn, thỉnh thoảng còn đưa mắt lườm chú một cách chế nhạo và tinh nghịch. Như bất kỳ một cuộc gặp gỡ nào cũng ở lại lâu hơn trong lòng ta không chỉ vì cuộc gặp gỡ ấy, những nhân vật trong ấy, mà còn vì cái khung cảnh mà nó xảy ra, mặt nước êm đềm gợn sóng, con sào cắm bên cạnh chiếc thuyền nhỏ, vầng trăng bạc sắp biến mất trên nền trời, một bàn tay nhỏ nhắn bưng tô cơm. Nhiều năm trôi qua, đôi khi anh muốn tìm lại cô bé kia, giờ này chắc đã có con có cháu đầy đàn. Làm sao tìm lại được?

Anh nhớ họ. Một người ngã xuống trong tuổi thanh xuân, trên cánh đồng cỏ cháy, một người nay có lẽ đã trở thành người lái đò hay bà chủ tiệm hay lưu lạc giang hồ thân gái dặm trường. Anh làm sao biết được. Anh nhớ chùa Tỉnh Hội, nhớ cổng tam quan, nhớ cặp tình nhân đi đi lại lại lặng lẽ và nghiêm nghị bên rào kẽm gai, nhớ người lính bồng súng đứng nghiêm. Nhớ hai đứa trẻ thức dậy giữa những đồng tiền kẽm có hình cây trúc như phép lạ sáng bạc lấp lóa trắng, như từ trên không ai thả xuống mặt đất, nhớ mùi cơm gạo mới trên mặt nước, thứ gạo xay không hết, có vệt nâu nâu, mùi canh mướp ngọt thơm phức lan đi như lớp sương mù của ký ức, bàn tay nhỏ nhắn của đứa bé gái bưng tô cơm lên đặt trước mặt đứa trẻ, tia mắt nhìn tinh nghịch, trêu chọc, ngọn lửa của cái lò bếp trên thuyền nhấp nháy sáng như ảo tưởng, như một con mắt. Ngôi chùa Tỉnh Hội bị bom đạn phá nát, cũng như mọi thứ khác, sau này đã được xây lại trên nền cũ, nhưng hàng phượng vĩ không còn. Bãi cỏ xanh không còn. Bãi cát vàng biến mất. Bến đò biến mất. Người lái đò đã chết.

Chúng ta sống nhiều cuộc đời, nhưng chúng ta chỉ nhớ lại một cuộc đời. Một bếp lửa trên thuyền; ba đứa trẻ ngồi vây quanh; một đứa sẽ nhớ lại hai đứa kia. Một lần đứa trẻ lớn bảo em nó rằng: ta sẽ đi xa một ngày nào đó, chú hỏi lại anh, đi đâu, đi về một nơi thật xa, không có chiến tranh, đứa anh bảo. Vì sao phải thế, chú bé hỏi, vì khi người ta lớn lên, người ta phải đi xa, anh chú trả lời. Nhưng anh có lớn lên đâu, chú hỏi lại, chú vòng tay ôm ngang lưng anh mình, và bảo, anh hãy còn nhỏ lắm. Vào lúc ấy chú tin rằng mọi thứ sẽ vĩnh viễn ở đó, dù có lớn lên rồi khi quay trở lại, bến sông vẫn là bến sông kia, con đò vẫn cắm sào đứng đợi. Một lần sau nhiều năm, chú bé về thăm thành phố cũ, một mình ngồi xuống bậc thềm tam quan chùa trong chiều chạng vạng, bóng tối lan nhanh. Một lát sau, một người khác ngồi xuống bên cạnh. Không ai nói gì, cả hai cùng ngồi đó, bên nhau, im lặng thật lâu cho đến khi bên kia sông trăng lên sáng ngời sau rặng liễu.

Nguyễn Đức Tùng

NGUYỄN VĂN TUẤN
Giới Thiệu Tuyển Tập II –
Chân Dung Văn Học Nghệ Thuật Và Văn Hóa
Của Ngô Thế Vinh

*"Tuyển tập II - Chân dung văn học nghệ thuật và văn hóa"
là một công trình mới của Nhà văn Ngô Thế Vinh, giới thiệu 15 văn
nghệ sĩ và nhà văn hóa thành danh thời trước 1975 ở miền Nam
Việt Nam. Những tác phẩm, chân dung và chứng từ trong tuyển tập
này minh chứng cho một nền văn nghệ nhân bản, năng động và đột
phá đã bị bức tử sau biến cố 30/4/1975. Do đó, tuyển tập là một
nguồn tham khảo quý báu về di sản của nền văn nghệ và giáo dục
thời Việt Nam Cộng Hòa.*

Để cảm nhận đầy đủ ý nghĩa của Tuyển tập này, cần phải điểm qua diễn biến của nền giáo dục và văn nghệ miền Nam thời Việt Nam Cộng Hòa trước và sau 1975. Việt Nam Cộng Hòa (VNCH) chỉ tồn tại vỏn vẹn 20 năm. Nhưng trong một quãng thời gian tương đối ngắn ngủi đó, VNCH đã để lại một di sản quý báu về một nền giáo dục mà ngày nay có người 'tiếc nuối vô bờ bến'. Nền giáo dục VNCH được xây dựng trên ba trụ cột Nhân Bản, Dân Tộc và Khai Phóng. Nhân Bản là lấy con người làm gốc, là cứu cánh chứ không phải phương tiện của đảng phái nào. Trụ cột Dân Tộc là nền giáo dục đó có chức năng bảo tồn phát huy các giá trị truyền thống của dân tộc. Trụ cột Khai Phóng là nền tảng để nền giáo dục tiếp nhận những thành tựu và kiến thức khoa học kỹ thuật trên thế giới, tiếp nhận tinh thần dân chủ và các giá trị văn hóa nhân loại, giúp cho Việt Nam hội nhập thế giới.

Ngoài giáo dục, VNCH còn để lại một di sản đồ sộ về văn học - nghệ thuật. Người viết bài này cảm thấy mình may mắn vì lớn lên và được thụ hưởng những tác phẩm trong nền văn học đậm chất nhân văn đó, được tiếp xúc với những tư tưởng mới từ phương Tây qua những sách dịch và sách triết học. Nếu phải mô tả một cách ngắn gọn nền văn nghệ đó, tôi sẽ tóm tắt trong bốn chữ: *nhân bản, tươi tắn, năng động,* và *đột phá.* Tính nhân bản và tươi tắn có thể thấy rõ qua những tác phẩm thơ và nhạc được giới thanh niên yêu thích. Tính năng động và đột phá được minh chứng qua những diễn đàn quan trọng như tạp chí Bách Khoa, từng làm say mê chúng tôi một thời. Nhà văn Võ Phiến từng nhận xét rằng, *"Trước và sau thời 1954 - 1975, không thấy ở nơi nào khác trên đất nước ta, văn học được phát triển trong tinh thần tự do và cởi mở như vậy."*

Tuy nhiên, sau biến cố 1975, nhà cầm quyền mới với chủ trương "chuyên chính vô sản" đã có nhiều biện pháp nhằm hủy diệt những di sản đó. Với sự phụ họa của một số cây bút ngoài Bắc và một số người 'nằm vùng' trong Nam, họ kết án rằng nền văn nghệ VNCH là *"văn học thực dân mới"* hay *"văn học tư sản"* có mục đích phục vụ cho thực dân. Họ quy chụp cho các tác giả miền Nam là *"những tên biệt kích văn hóa"*, *"phản động và suy đồi"*, *"thù địch với nhân dân"*, *"phục vụ đắc lực nhất cho Mỹ Ngụy"*. Không chỉ vu khống và quy chụp, nhà cầm quyền còn phát động nhiều chiến dịch lùng sục tịch thu và tiêu hủy sách báo cũ, và bắt giam nhiều tác giả nổi tiếng trong các trại tập trung để *'cải tạo tư tưởng'.*

Chiến dịch tiêu diệt di sản của nền văn nghệ VNCH được thực hiện một cách có tổ chức và kéo dài đến 20 năm.

Hậu quả của sự vùi dập đó là một thế hệ người Việt hoặc là không hiểu biết gì về nền văn nghệ VNCH, hoặc là hiểu biết một cách méo mó do chánh sách tuyên truyền gây ra.

Tuy nhiên, trong thời gian chừng 10 năm trở lại đây, quan điểm của giới cầm quyền về nền văn nghệ VNCH đã thay đổi đáng kể. Theo thời gian, họ đã nhận thức rằng nền văn nghệ thời VNCH là một di sản văn nghệ của dân tộc. Theo đó, nhiều tác phẩm văn học và sách khảo cứu văn hóa thời VNCH đã được tái xuất bản, và khá nhiều nhạc phẩm sáng tác từ trước 1975 đã được 'cho phép' lưu hành. Nhiều tác giả từng bị vu cáo là 'biệt kích văn hóa' cũng được ghi nhận đúng đắn. Theo một ước tính gần đây, đã có chừng 160 tác giả thời VNCH đã được 'phục dựng'.

Song song với sự ghi nhận giá trị của nền văn nghệ VNCH, người ta cũng bắt đầu tìm hiểu và đánh giá đúng hơn về nền giáo dục VNCH. Ở miền Bắc Việt Nam trước 1975 và Việt Nam sau 1975 nền giáo dục không có triết lý giáo dục. Người ta loay hoay đi tìm một triết lý giáo dục cho Việt Nam, nhưng dù đã có nhiều cố gắng mà vẫn chưa đi đến một sự đồng thuận, có lẽ vì sự chi phối quá nặng nề của thể chế toàn trị.

Những nhận thức mới đó và sự loay hoay đi tìm một triết lý giáo dục hiện nay gián tiếp nói lên rằng *nền văn nghệ và giáo dục VNCH đã đi trước thời đại.*

Trong bối cảnh đó, Tuyển tập chân dung văn nghệ sĩ của Nhà văn Ngô Thế Vinh là một đóng góp có ý nghĩa. Tuyển tập I bao gồm 'chân dung' của 16 tác giả và 2 nhà giáo: Mặc Đỗ, Như Phong, Võ Phiến, Linh Bảo, Mai Thảo, Dương Nghiễm Mậu, Nhật Tiến, Nguyễn Đình Toàn, Thanh Tâm Tuyền, Nguyễn-Xuân Hoàng, Hoàng Ngọc Biên, Đinh Cường, Nghiêu Đề, Nguyên Khai, Cao Xuân Huy, Phùng Nguyễn, Phạm Biểu Tâm và Phạm Hoàng Hộ. Trong Tuyển tập II, bạn đọc sẽ 'gặp' 15 tác giả: Nguyễn Tường Bách & Hứa Bảo Liên, Tạ Tỵ, Trần Ngọc Ninh, Lê Ngộ Châu, Nguyễn Văn Trung, Hoàng Tiến Bảo, Lê Ngọc Huệ, Nghiêm Sỹ Tuấn, Đoàn Văn Bá, Mai Chửng, Trần Hoài Thư & Ngọc Yến, Phan Nhật Nam, John Steinbeck, và đặc biệt là Dohamide (Đỗ Hải Minh).

Viết chân dung của những tác gia là một việc rất khó khăn, nhưng Nhà văn Ngô Thế Vinh đã có một 'công thức' dung hòa giữa thông tin về cá nhân và thông tin về tác phẩm của họ. Không giống như các tuyển tập văn học khác thường chú trọng vào tác phẩm, Nhà văn Ngô Thế Vinh tập trung vào tác giả và hoàn cảnh sáng tác. Do đó, mỗi tác giả được mô tả bằng một tiểu sử ngắn, những tác phẩm chánh, và đặc biệt là những tâm tư cũng như hoàn cảnh ra đời của các tác phẩm. Qua những thông tin đó, có thể dễ dàng phác họa các tác giả như sau:

- Nguyễn Tường Bách: nhà cách mạng gian truân & Hứa Bảo Liên: nhà văn gốc Hoa mang tâm hồn Việt.
- Tạ Tỵ: một họa sĩ tiên phong và một nghệ sĩ đa tài.
- Trần Ngọc Ninh: một đời mang ước vọng duy tân cho Việt Nam.
- Lê Ngộ Châu: linh hồn của diễn đàn Bách Khoa khai phá những cái mới.
- Nguyễn Văn Trung: lập thuyết gia cánh tả nhiều lận đận.
- Hoàng Tiến Bảo: một nhân cách lớn.
- Lê Ngọc Huệ: điêu khắc gia làm tỏa sáng sự mầu nhiệm Mân Côi.
- Nghiêm Sỹ Tuấn: một tấm gương trí thức - y sĩ dấn thân thời chiến.
- Đoàn Văn Bá: một tấm gương sáng về lòng dũng cảm và y đức của một y sĩ.
- Mai Chửng: một tượng đài của cây lúa miền Tây.
- Trần Hoài Thư & Ngọc Yến: người nâng niu và bảo tồn di sản văn học nghệ thuật VNCH.
- Phan Nhật Nam: một cây bút nhà binh sắc bén và phân định chánh trị rạch ròi.
- Dohamide: một nhà khảo cứu văn hóa Chàm ôn hòa và đầy trăn trở.
- John Steinbeck: nhà văn cánh hữu với những trang viết thật về cuộc chiến Việt Nam.

Một trong những nhân vật mà tôi nghe nhiều trước đây, nhưng qua Tuyển tập này mới biết hơn: đó là ông Lê Ngộ Châu, chủ bút Tạp chí *Bách Khoa*. Có thể xem ông là một nhà báo. Có thể ông không lừng danh như các tác giả Mai Thảo, Du Tử Lê, Doãn Quốc Sỹ, Tô Thùy Yên, Thanh Tâm Tuyền, v.v..., nhưng ông là người giúp cho họ nổi tiếng qua tạp chí Bách Khoa. Đối với tôi, tạp chí Bách Khoa là một diễn đàn trí thức quan trọng nhứt nhì ở miền Nam về văn hóa, văn nghệ, xã hội, kinh tế, và cả chánh trị. Qua 426 số báo từ 1957 đến 1975, Bách Khoa đã giới thiệu hơn 100 tác giả đến công chúng, những người sau này trở thành nổi tiếng. Những người tử tế ngoài Bắc trước 1975 nhận xét rằng Bách Khoa là một tạp chí nghiêm chỉnh, ngôn ngữ đàng hoàng, và là diễn đàn giúp họ hiểu các vấn đề ở miền Nam. Qua Tuyển tập II, độc giả sẽ biết rằng ông Lê Ngộ Châu là 'linh hồn' của tạp chí Bách Khoa.

Nếu ông Lê Ngộ Châu là người tạo ra di sản văn hóa, thì Nhà văn Trần Hoài Thư và phu nhân Nguyễn Ngọc Yến là người phục hồi di sản đó. Nhà văn Trần Hoài Thư từng là một nhà giáo, quân nhân, đi tù cải tạo, và khi sang Mỹ thì thành chuyên gia về điện toán. Nhưng trước và trên hết, Trần Hoài Thư là người của văn chương. Ông khởi sự viết văn từ năm 1964, và từng có bài trên tạp chí Bách Khoa. Dù bị chi phối bởi 'cơm, áo, gạo, tiền' trong đời sống ở Mỹ, nhưng hai vợ chồng Trần Hoài Thư và Nguyễn Ngọc Yến dành nhiều thời gian cất công sưu tầm, hệ thống hóa, điện toán hóa, và kết quả là một thư mục quý báu về các tác phẩm văn học ở miền Nam Việt Nam trước 1975. Ông thổ lộ rằng *"... nhờ văn chương mà tiếng chuông ngân vang, như những niềm vui lẫn tự hào kỳ diệu. Nhờ văn chương mà ta quên đi thân phận nhục nhằn, nhờ văn chương mà ta thấy ta cao lớn hơn bao giờ."* Có thể nói một cách tự tin rằng so với những bài viết về Trần Hoài Thư trước đây, bài viết về Trần Hoài Thư trong Tuyển tập II là đầy đủ nhứt. Bài viết còn có những bức hình rất cảm động về đôi uyên ương này trong tuổi xế bóng. Sự tận tụy cho văn học của họ thật đáng ngưỡng phục.

Một học giả khác có nhiều đóng góp cho văn hóa học thuật trước 1975 là Giáo sư Nguyễn Văn Trung. Ông cũng là người có nhiều ảnh hưởng đến tư tưởng của sinh viên thời trước 1975 như tôi. Tuy thời đó (thập niên 1960 - 1970) ông còn tương đối trẻ, nhưng rất năng động trong các hoạt động văn hóa và học thuật. Ở tuổi 28, ông cùng với các đồng nghiệp ở Đại học Huế sáng lập ra các tạp chí nổi tiếng *Đại Học* (1958 - 1964). Sau đó, ông sáng lập các tạp chí như *Hành Trình* sau này là *Đất Nước* (1964 - 1966) và *Trình Bầy* (1970 - 1972). Có thể nói ông là một trí thức thiên tả, nên các tạp chí do ông phụ trách cũng mang màu sắc tả khuynh. Chẳng hạn như tạp chí *Hành Trình* tuyên bố chủ trương *'làm cách mạng xã hội không cộng sản'*. Hành trình trí thức của ông khá lận đận trong một Việt Nam với nhiều chao đảo. Nhưng những lận đận của một trí thức như ông là một bài học kinh nghiệm cho thế hệ trí thức tương lai.

Một nhân vật quan trọng được đề cập trong Tuyển tập là nhà văn người Mỹ John Steinbeck, người được trao giải Nobel văn học năm 1962. Có thể xem John Steinbeck là một trí thức cánh hữu, vì ông công khai ủng hộ sự tham chiến của Mỹ ở Việt Nam. Ông tin rằng, *"Nhà văn phải tin tưởng rằng điều hắn đang làm là quan trọng nhất trên thế giới. Và hắn phải giữ ảo tưởng ấy cho dù khi biết được điều đó là không thực."* Ông không tin vào những bản tin về cuộc chiến Việt Nam của giới báo chí cánh tả, nên ông xung phong đi Việt Nam vào cuối năm 1966 để tận mắt nhìn thấy cuộc chiến và ghi lại cảm nhận cho riêng mình. Những cảm nhận và nhận định đó sau này được sưu tập thành một cuốn sách 'Dispatches from the War' (xuất bản 2012). Như Nhà văn Ngô Thế Vinh nhận xét rằng những trang ông viết là một bài học cho các thế hệ tương lai.

Tuyển tập dành nhiều trang cho họa sĩ Tạ Ty, và hai nhà điêu khắc Lê Ngọc Huệ và Mai Chửng. Những trang viết về Tạ Ty thật hấp dẫn, vì cuộc đời và sự nghiệp đa dạng. Ông nổi tiếng là một họa sĩ, nhưng ông còn là người lính của hai chiến tuyến khác nhau, là tù nhân, là người tị nạn, và cũng là nhà văn. Cá nhân tôi biết đến Tạ Ty qua cuốn *Phạm Duy Còn Đó Nỗi Buồn* xuất bản trước năm 1975 và sau này là cuốn hồi ký *Đáy Địa Ngục* viết về những năm tháng ông đi tù cải tạo. Đó là những tác phẩm viết ra bởi 'người trong cuộc', nên chất chứa nhiều nỗi niềm về thân phận của người lính sau cuộc chiến và thân phận lưu vong.

Tuyển tập II có một tác giả mà tôi nghĩ rất mới đối với nhiều người: Dohamide hay Đỗ Hải Minh. Dohamide là người gốc Chàm (nay gọi là 'Chăm'), là một nhà khảo cứu về văn hóa và dân tộc Chàm. Từ năm 1962, ông là một trong những tác giả có nhiều bài viết khảo cứu về văn hóa Chàm cho tạp chí Bách Khoa. Tác giả Ngô Thế Vinh nhận xét rằng *"Dohamide với suốt một cuộc đời đau đáu đi tìm về cội nguồn, chỉ mong sao phục hồi được nền văn hóa Champa như một căn cước của dân tộc Chăm nhưng rồi cuối đời Dohamide cũng phải đứng trước những 'Cộng đồng Chăm đôi bờ'."* Tại sao đứng trước đôi bờ? Tại vì cộng đồng Chàm bị giằng co giữa một bên là mối hận 'mất nước' đòi ly khai và một bên là hòa nhập vào đại gia đình dân tộc Việt Nam. Dohamide muốn dùng văn hóa và những thành quả khảo cứu của ông để thuyết phục giới trẻ không bị lôi cuốn vào những trào lưu cực đoan. Trong bối cảnh căng thẳng giữa các sắc tộc, những học giả độc lập và ôn hòa như Dohamide có thể giúp cho các sắc tộc hiểu nhau hơn, và nhà cầm quyền hoạch định những chánh sách đem lại công bằng và nhân văn cho các sắc tộc.

Những trang viết về các nhân vật Nguyễn Tường Bách & Hứa Bảo Liên, Trần Ngọc Ninh, Hoàng Tiến Bảo, Nghiêm Sỹ Tuấn, Đoàn Văn Bá, và Phan Nhật Nam cũng giàu hàm lượng thông tin. Đó là những bài viết có nhiều dữ liệu mới chưa từng được công bố trước đây, giúp cho người đọc hiểu hơn về những suy tư đằng sau các tác phẩm của họ.

Một đặc điểm độc đáo của Tuyển tập là những hiện vật, hình ảnh, và thủ bút của tác giả. Những chứng từ mang tính lịch sử này rất đáng để thế hệ sau sử dụng làm chất liệu cho các nghiên cứu về văn học và văn hóa thời Việt Nam Cộng Hòa. Trong thời gian gần đây, một người cầm quyền chánh trị cao nhứt ở trong nước phàn nàn rằng Việt Nam thiếu những tác phẩm hay và lớn, thì Tuyển tập này sẽ giúp cho người đó suy nghĩ lại.

Nhà văn Ngô Thế Vinh là một bác sĩ, nên văn phong của anh mang dáng dấp khoa học: trong sáng. Độc giả sẽ không tìm thấy những ngôn từ hoa mỹ hay những ví von thái quá trong Tuyển tập; thay vào đó là những trang mô tả sự việc đã xảy ra như thế nào, ở đâu, và lúc nào. Văn phong trong tuyển tập không có những mỹ từ, nhưng là những chữ chính xác, và do đó, độc giả chỉ có thể hiểu theo logic đường thẳng.

Nền văn nghệ và giáo dục VNCH là tập hợp nhiều tác giả và tác phẩm. Qua hai tuyển tập chân dung văn nghệ sĩ, Nhà văn Ngô Thế Vinh dìu dắt độc giả đi qua một hành trình văn học và văn hóa, và gặp những tác giả tiêu biểu đã có những đóng góp mang tính khai phá trong nền văn học nghệ thuật đó. Là một người trong cuộc và chứng nhân của cuộc chiến vừa qua, tác giả mô tả hành trình văn nghệ đã qua như là người thư ký của thời cuộc. Nhưng là một người lưu vong lúc nào cũng trăn trở về quê hương, tác giả nhìn lại hành trình văn nghệ đã qua bằng một lăng kính mới, một cách hiểu mới, và đó chính là một đóng góp có ý nghĩa của Tuyển tập.

Nguyễn Văn Tuấn
Sydney, Australia, 23/12/2021

SẼ CÓ NGÀY GẶP LẠI

(viết trong mùa đại dịch Covid-19)

Mến tặng các trưởng du ca:
Hoàng Ngọc Tuệ, Nguyễn Thiện Cơ
Với niềm tin "Sẽ Có Ngày Gặp Lại"

ngày ta gặp lại nhau qua cơn đau qua cơn
điên ác mộng thế giới không nguôi
ngoai trong mỗi con người. Gặp
nhau rồi sẽ gặp nhau trong hân
hoan nụ cười ánh mắt. Gặp
nhau rồi phải gặp nhau trong câu
ca rộn vang đất trời. Ngày mai rồi sẽ đẹp
tươi bao thương yêu niềm vui đang tới.
Bàn tay giữ chắc vòng tay ta xa
nhau giờ gần bên nhau. Rồi có..

TRẦN DANH THÙY
"Tiếng Việt Yêu Dấu"

Là tên của một bài viết của Marko Nikolic (MN).

Anh là người Serbia, quốc tịch Pháp, sinh năm 1987. Anh là nhà báo và nhà văn, tác giả Phố Nhà Thờ, cuốn tiểu thuyết tiếng Việt đầu tiên do một... người nước ngoài viết và do nhà xuất bản Nhã Nam xuất bản. Anh sinh sống và làm việc tại Hà Nội từ năm 2014 đến nay.

Trong bài báo, MN đã nêu lý do anh học tiếng Việt là *"muốn thấu hiểu, trải nghiệm và gắn bó với văn hóa bản địa một cách sâu sắc hơn và muốn vượt qua rào cản ngôn ngữ để giao tiếp với những người Việt chưa thạo tiếng Anh"*.

Tuy nhiên, *"Thực tế cho thấy hiện rất ít người nước ngoài thành công trong việc học tiếng Việt. Cản trở hiển nhiên nhất là hệ thống thanh điệu và phát âm rất đặc trưng của tiếng Việt gây nhiều khó khăn cho người đến từ phương Tây."*

Và có một thực tế khác là: *"Mặt khác, tôi cũng từng gặp nhiều bạn sống ở Việt Nam trong nhiều năm trời nhưng vẫn còn mù tịt tiếng Việt và không biết nói gì ngoài từ "xin chào" và "cảm ơn". Tôi tự hỏi tại sao họ sống như vậy và ngoài thanh điệu phức tạp của ngôn ngữ, tôi nghĩ lý do khác là thiếu động lực."*

Cuối cùng thì tác giả nêu cách học tiếng Việt của bản thân và lý do yêu mến nó: *"Tôi thì học bằng cách đọc ngấu nghiến, từ điển luôn chờ sẵn trên tay. Cuốn sách tiếng Việt đầu tiên mà tôi đọc là "Cà phê cùng Tony" vào cuối năm 2015, chỉ sáu tháng sau khi tôi bắt đầu học. Hiện tại nhà ở Hà Nội tôi có cả một thư viện nhỏ với khoảng một trăm cuốn và mọi buổi sáng tôi bỏ một vài tiếng để say sưa đọc những tác giả lớn của văn chương Việt Nam và quốc tế. Khám phá những tác phẩm xuất sắc bằng ngôn ngữ mà tôi chỉ bắt đầu học ở tuổi 28 mang đến cho tôi một cảm giác kỳ diệu khó tả. Nhờ sách và văn học, tiếng Việt trở thành đam mê và tình yêu lớn trong đời tôi."*

Và anh kết luận bài viết của anh như sau: *"Tôi cảm phục cấu trúc linh hoạt, trí tuệ dân gian của muôn vàn tục ngữ và từ vựng dồi dào của tiếng Việt, một vốn từ phong phú mà tôi cho rằng là ngang bằng với các ngôn ngữ lớn của thế giới. Tiếng Việt đã giúp tôi gắn bó và đắm mình vào văn hóa của đất nước này ở một mức độ sâu hơn nhiều. Ngày nào tôi cũng sinh hoạt, đọc báo chí, xem bản tin, lướt qua mạng xã hội bằng tiếng Việt. Bên cạnh đó, nó giúp tôi tìm lại đam mê sáng tác viết lách, và năm ngoái tôi hoàn thành và xuất bản ''Phố Nhà Thờ'', tiểu thuyết đầu tiên do người nước ngoài viết bằng tiếng Việt. Hơn nữa, trong thời đại dịch tôi tranh thủ thời gian giãn cách để viết thêm một tiểu thuyết nữa."*

Sau khi đọc xong bài viết của MN, điều đầu tiên khiến tôi có ấn tượng tốt về nó là nó không có một lỗi ngữ pháp, chính tả, dùng từ, viết câu nào dù nó được viết bởi một người nước ngoài. Điều này "mâu thuẫn" với không ít, nếu không nói là nhiều, thậm chí rất nhiều người Việt không… yêu tiếng Việt.

Điều tiếp theo là tôi, một người Việt, rất hãnh diện là đã có một người nước ngoài vì yêu tiếng nước mình mà đã trở thành một nhà văn viết tiếng Việt với hy vọng điều này sẽ được nhân lên.

Cám ơn anh Marko Nikolic.

Và điều cuối cùng, là tôi "tự kiểm điểm" xem tôi, một người Việt, có yêu tiếng Việt không?

Từ lâu, trong kiến thức hạn hẹp của tôi, mỗi khi tôi có dịp nói chuyện với một bạn nước ngoài, tôi hay hỏi bạn ấy xem bạn ấy có biết từ "nói lái" không? Chưa ai có thể trả lời tôi câu hỏi này. Họ hỏi ngược lại. Tôi đã trả lời một cách hãnh diện: Chỉ có trong tiếng Việt mới có hiện tượng ngôn ngữ độc đáo này. Họ yêu cầu tôi cho ví dụ. Tôi cho họ một thí dụ tối đơn giản nhất: CÁ ĐỐI – CỐI ĐÁ. Cố nhiên, tôi phải viết hai từ đó ra, đọc lên và giải thích cho họ là chúng nó 'lái nhau' như thế nào và nghĩa khác nhau ra sao của mỗi từ bằng tiếng Anh (trong trường hợp này là "mullet" và "millstone"). Có bạn không thỏa mãn với chỉ một thí dụ. Họ yêu cầu tôi cho những thí dụ khác. Tôi phải thể hiện sự sử dụng 'thành thạo' tiếng mẹ đẻ của mình cho đến khi thuyết phục được tính hiếu kỳ của họ.

Tôi yêu tiếng nước tôi vì một lý do khác. Đơn giản chỉ có thế này. Bạn hãy đọc hai đoạn thơ sau đây được trích trong phần mở đầu Truyện Kiều của đại thi hào Nguyễn Du của chúng ta.

Trước hết là đoạn tiếng Việt:

"Trăm năm trong cõi người ta
Chữ tài chữ mệnh khéo là ghét nhau
Trải qua một cuộc bể dâu
Những điều trông thấy mà đau đớn lòng
Lạ gì bỉ sắc tư phong
Trời xanh quen thói má hồng đánh ghen
Cảo thơm lần giở trước đèn
Phong tình cổ lục còn truyền sử xanh
Rằng năm Gia Tĩnh triều Minh
Bốn phương phẳng lặng, hai kinh vững vàng
Có nhà viên ngoại họ Vương
Gia tư nghĩ cũng thường thường bực trung.
Một trai con thứ rốt lòng
Vương Quan là chữ, nối dòng nho gia
Đầu lòng hai ả tố nga,
Thúy Kiều là chị, em là Thúy Vân
Mai cốt cách, tuyết tinh thần
Mỗi người một vẻ, mười phân vẹn mười
Vân xem trang trọng khác vời
Khuôn trăng đầy đặn, nét ngài nở nang.
Hoa cười ngọc thốt đoan trang,
Mây thua nước tóc, tuyết nhường màu da.
Kiều càng sắc sảo, mặn mà,
So bề tài, sắc, lại là phần hơn."

Tiếp đến là đoạn đã được chuyển ngữ sang tiếng Anh. Và đây là một đoạn của bản dịch Truyện Kiều đang rất 'hot' so với những bản dịch trước vì nó có vần theo thể thơ (âm) lục bát. Điều mà trước nay chưa thấy ở bất cứ bản dịch nào:

"Long time in human life,
Fate is so bad for nice people.
Go through such difficult,
I saw and had struggle feelings.
One's full, others' lacking,
Heaven, it keeps hating beauty.
On light, read history,
Popular love story for teens.
Years of Jiajing (Gia Tĩnh) The Ming,
Country's in peace, nothing special.
Vương was a rich uncle,
Normal man with normal mansion.
Quan is his youngest son,
Study to pass entrance paper.
Among his two sisters,
Kiều is a bit older than Vân.
Both girls are excellent,
Despite the difference in charm.
Thúy Vân looks pretty calm,
Full moon face with ma'am body,
With jade-like melody,
Snow white skin with curly cloud hair...
Kiều even looks unfair,"
(Hoàng Minh Quân)

Có thể càng ngày chúng ta càng có những bản dịch Truyện Kiều xác thực hơn. Với bản dịch trên, sự tiếp cận với Kiều, với cụ Nguyễn Tiên Điền ngày càng gần gũi hơn, chan hòa hơn.
Tuy nhiên, phải nói rằng, còn lâu lắm, chúng ta mới có một bản 'copy' Truyện Kiều bằng bất cứ ngôn ngữ nào ...

Và, chúng ta còn có rất nhiều thí dụ khác. Với nhiều tác phẩm văn học nghệ thuật khác.

Vậy, công tâm mà nói, Marko Nikolic và chúng ta, và có thể có nhiều người khác nữa, đều có lý do để hãnh diện, để yêu tiếng Việt của mình...

Trần Danh Thùy

LÊ HÂN
Thanh Minh Gởi Hồn Tình Về

không về chạp mả cuối năm
quê hương khuất nắng mây trầm luân xa
làm sao lơ nỗi nhớ nhà
thình lình trợt gót gạch hoa trong phòng

con người lòng nặng núi sông
đâu dễ hít được mặn nồng cỏ hoa
mọc thơm bên chái hiên nhà
xanh tươi cùng dấu chân gà đất quê

muốn về chẳng dễ chi về
về được chưa chắc cận kề hồn xưa
cũng thì ngọn tre đong đưa
đã xa lăng lắc nắng mưa nữa là

sắp đến thanh minh tháng ba
bùi ngùi mộ mẹ mả cha lạnh lùng
xoa tay ngồi ngó tứ tung
ngờ mây bất lực ngại ngùng lòng giao

quen thơ đành cầu cứu thơ
cưu mang nỗi nhớ nằm chờ thiên thu
người qua người đọc phiêu du
tình về hồn đất tiếp thu bất ngờ ∎

MH HOÀI LINH PHƯƠNG
Bài Mùa Xuân Đất Khách

Khi đã nhận nơi này làm quê hương mãi mãi...
Cho một cuộc đổi đời
Qua một kiếp tái sinh
Sao em vẫn chưa thôi...
Ướt mắt tội tình
Quê cũ đã ngàn xa...
Những mùa Xuân đất khách

Muôn kiếp trong em
Hình ảnh lá cờ vàng tổ quốc
Vẫn bay cao ngạo nghễ giữa đoàn quân
Tuổi thơ chìm sâu
Nhưng ký ức thật gần...
Về chặng buồn lửa khói

Thung lũng La Ngà, mây ngàn, gió núi.
Người lính tiền đồn
Non nước nặng hai vai
Vẫn thương em Saigon tuổi ngọc mười lăm
Ngơ ngác, bàng hoàng...
Tập làm thân chinh phụ

Tình em trao về người
Biết làm sao thể đủ?
Qua bao biển đời
Xin son sắt tạ tình nhau
Người đã về đâu?
Giữa mịt mù bão tố?

Thêm một mùa Xuân hắt hiu bên trời Tây hoa vàng, rượu đỏ..
Năm mới rồi
Lòng vẫn cũ...
Vì sao? ∎

Washington D.C những mùa Xuân xa xứ

DUY DU
Đi Qua Mùa Cổ Tích

Còn mùa nào mây bay về cổ tích
Ngấn trời xanh con nước ngạt ngào
Thuở mùa thu em áo lụa ba đào
Phố tiểu thư thướt tha dòng suối bạc

Nắng thiên thanh đường chân trời gió mướt
Môi ửng hồng mọng trái chín thanh tân
Em xuân sắc thắm phố xuân xanh
Cửa đóng then gài miền cám dỗ

Thu chưa vàng áo sang sông bến lạ
Phố tiểu thư mưa ngập bước chân buồn
Gió heo may vỡ bóng nước hồng hoang
Bài tình ca nhạt nhòa bờ huyền thoại

Ngày trở lại già nửa đời hoang phế
Chim về nguồn lần mỏi cánh thiên cư
Phố tiểu thư đâu giữa cằn cỗi mùa thu
Bóng chim bay lặn chìm cùng tăm cá

Đêm tôi thắp muôn vì sao mờ tỏ
Ẩn náu mình trong lú lẫn chiêm bao ■

DZẠ LỮ KIỀU
Dòng Lạc Hồng

Trong huyết quản máu đào dòng Hồng Lạc
Bốn ngàn năm chưa thẹn mặt bao giờ
Nào Lê, Lý, Trần, Lê... còn sáng tỏ
Mối thù chung ghi đậm sắc màu cờ

Trang sử ấy giờ đã phai màu mực
Vẫn lưu tim người dân Việt bao đời
Quyết không để mai sau làm nô lệ
Dù máu hòa biển cả, xương núi đồi...

Để sử xanh đậm lời dân tộc Việt
Quyết noi theo lời tiên tổ ngàn xưa
Phải giữ hồn bốn ngàn năm dựng nước
Khi máu đào đã tô thắm màu cờ

Vẫn niềm tin con cháu dòng Hồng Lạc
Được cùng nhau từng thế hệ làm người
Nắm chặt tay với tin yêu sắt thép
Vang câu Tự do - Độc lập muôn đời...■

NGUYỄN HẢI THẢO
Chiều Và Tôi

Chiều thiu như chợ ế
cưỡi ngựa sắt ra đường
và tôi bất đắc dĩ
đóng vai chàng lang thang

Đóng vai chàng lang thang
thực ra có mục đích
bởi tôi đâu rỗi hơi
dạo phố không người đẹp!

Dạo phố không người đẹp
một mình buồn lắm nha
nhất là trong tâm trạng
chênh vênh giữa chiều tà!

Chênh vênh giữa chiều tà
làm sao mà vui được
làm sao mà thăng hoa
câu thơ đang muốn khóc?

Câu thơ đang muốn khóc
xe ơi kíp quay về
tạm biệt màu nắng nhạt
tạm biệt chiều sắp đi... ∎

BÙI DŨNG
CHIỀU – EM*

Gió nhẹ lưng chừng tóc em bay
Thu về dìu dịu nhẹ tình say
Chén trà thong thả chiêu ngụm nữa
Hoàng hoa một cõi tình vơi đầy

Xưa em xõa tóc buồn tơ liễu
Anh đưa tim nóng tỏa hồn đầy
Chiều nay diệu vợi ngày xưa cũ
Một chén trà thơm thảo những ngày...

Em ngồi mặt ngọc hình như đã...
Uống ngụm đi em sáng tâm ngày
Anh trao em nụ hồng tươi thắm
Môi ướt men tình trà cũng say

Chiều- em chất ngất loang tím biếc
Miên du tình thắm mộng tràn tay
Mốt mai cây cỏ tìm ủ mật
Có một chiều- em lững thững đầy... ∎

** mượn ý " giữa -chiều- em quân dữ bỗng qui hàng "
của Du Tử Lê*

TRẦN QUANG CHÂU
Thơ Viết Cho Em Trai

Từ buổi ấy,
em tôi vừa biết nói
Giọng đứt rời núm ruột tiếng quê hương
Khi đất nước không còn vang tiếng súng
Thì tiếng người kêu, nơi xó chợ đầu đường...
Buổi em lớn nước như dòng sông chảy
Trôi vào đời cùng cực nỗi áo cơm
Em có lẽ chưa quên mùa Thu cũ
Trên con đường
không có trạm dừng chân
Ngày em lớn,
sớm mai vui tiếng gọi
Là người người hối hả rủ lên nương
Khi đường phố,
vắng bóng em qua lại
Thì lao xao đủ thứ ở nông trường
Từ thuở ấy,
em như cây tre mọc
Đứng giữa trời,
cam chịu nắng mưa
Từ thuở ấy,
em làm quen với đất
Lẫn mồ hôi thấm ướt ruộng đồng chua
Bao hạt thóc đã qua mùa khô hạn
Quên sao đành,
mưa nắng buổi còng lưng
Chiếc áo cũ còn vương mùi rạ héo
Giấu trong lòng bông lúa nặng quê hương!

Ôi em trai,
của anh thường mơ ước!
Hãy bình yên theo giấc ngủ Ông Cha
Em ra đi như chu kỳ trở lại
Trên con đường muôn thuở lúc xưa xa...
Cho sợi khói lam chiều trong mắt Mẹ
Lấp nỗi buồn thương nhớ cõi người ta... ∎

TRUNG CHÍNH HỒ
Nỗi Nhớ Ban Chiều

Thôi em.
buồn đã nghinh xuân
Nắng lao xao nắng, mưa hừng hực mưa

Thôi em.
mặn ngọt cũng vừa
Ta nêm vào cõi mộng hờ hững nhau

Cũng đành.
hẹn kiếp xưa sau
Trong vô biên có tình-mầu-nhiệm-em

Cũng đành.
trả hết cho đêm
Tàn khuya, nguyệt lạnh, hương nguyền còn treo

Thôi em.
ngày đã qua đèo
Chút yêu thương
 gửi lại chiều-của-nhau. ∎

CHÀNG ĐÔNG RY NGUYỄN

Hạnh Phúc Như Một Chiếc Ghế

Em hỏi anh nơi nào hạnh phúc
Anh trả lời chiếc ghế bình yên
Ngồi xuống đây rồi em sẽ thấy
Có xa đâu mà phải đi tìm

Đời vốn dĩ thường lo viễn mộng
Bởi loài người ước vọng xa xôi
Khi ngẫm lại mới hay hạnh phúc
Rất giản đơn như một chỗ ngồi...

Ta đã lạc mất nhau từ thuở
Lấm bụi trần quên mất tiền căn
Đi tìm mãi người yêu truyền kiếp
Còn lưu trong vết tích vĩnh hằng

Gặp được nhau là điều không dễ
Cầm tay anh em chớ buông rời
Hôn anh đi và ngồi xuống ghế
Hạnh phúc nào hơn nữa em ơi! ∎

DUNG THỊ VÂN
Chỉ Là Em Vẫn Mãi Nhớ Anh

1-

Trái đất sẽ chẳng bao giờ tan được đâu anh
Nó sẽ vĩnh cửu với loài người
Cho nên chẳng bao giờ em quên được anh
Và chẳng bao giờ em thôi nhớ về anh

2-

Nếu như tình yêu mình là tất cả những kết duyên
Dù có ngàn năm sau ta cũng chẳng phải đi tìm
Thần Tình ái sẽ mang chúng ta về một phía
Em tin chắc một điều là như thế

3-

Chén canh Mạnh Bà uống vào là quên hết
Đi qua cầu Nại Hà là hết kiếp nhân sinh
Nếu như tình yêu là duyên kiếp
Ta đâu cần phải như vậy để mà quên

4-

Em chẳng hẹn anh để phải đợi chờ một ngàn năm
Mà lao mình xuống Vong Xuyên Hà cho uất xác
Em luôn bình tâm và chẳng ước điều này
Chỉ mong không hẹn mà kiếp nào mình cũng gặp

5-
Dẫu cho điều em nghĩ là những điều dị lý
Nhưng em tin vào niềm tin của chính trái tim mình
Đâu có Thần Tình nào cho chúng ta kiếp này xa cách
Mà kiếp sau chẳng kết hợp được đâu anh

6-
Chỉ là em vẫn mãi nhớ anh
Mà nỗi nhớ đã trở thành ảo vọng
Chỉ là em vẫn mãi nhớ anh
Nên nỗi nhớ hóa chiều không ■

ĐẶNG TIẾN (Thái Nguyên)
Ngẫu Hứng

Tặng Chị Nguyễn Thị Giáng Vân

Bỗng nhiên nhớ một ý thơ của ai...
Xót xa những chân trời không có cánh chim bay
Càng xót xa những cánh chim bay quẩn
Trong khu vườn nhân tạo lưới giăng vây
Những con chim ríu ran hót
Mê say
Mê say
Và mê say
Không còn chân trời xa vẫy gọi
Những con chim hài lòng với khu vườn
Một ngày hài lòng
Một tháng hài lòng
Một đời hài lòng
Những con chim tuyệt tự
Khu vườn trống rỗng
Những con chim máy thay vào
Những cái đập cánh được lập trình
Những đường bay được lập trình
Và tiếng hót cũng được lập trình
Chim robot tiếng nghe xem chừng lấn át
Giả tiếng chim nhai nhái tiếng quỷ ma
Hình như còn giả cả tiếng người
Những khu vườn vây lưới
Bầy chim
Những khu vườn
Và bầy chim thiếu chân trời... ∎

HỒ CHÍ BỬU
Ta – Người Lính Thất Trận

1.

Ra trường – trình diện sư đoàn 18
Qua đèo Mẹ Bồng Con sương khói mịt mù
Thuở 19 trong ta hừng hực lửa
Chơi mút mùa – quên luôn cả cái ngu

Bộ tư lệnh đẩy ta lên trung đoàn 52 thiện chiến
Đời nhà binh quyến luyến núi Chứa Chan
Chiều buồn theo xe thăm nuôi về Cây Gòn mua rượu
Quen một người mà suốt đời ta phải cưu mang

Có những lúc hành quân qua vùng Xuyên Mộc
Nắng cháy da – rượu cạn bi đông
Thịt hộp Mỹ ăn hoài cũng ngán
Đêm mưa rơi lạnh buốt chỗ nằm

Chiến dịch Lam Sơn 719
Ta theo sư đoàn hành quân qua Kampuchea
Sáng ở Kampong Cham chiều về Kreck
Có kẻ sáng đi chiều đã không về

Đụng trận Mê Lai đạn xơi chân trái
Trực thăng đưa về Tổng Y Viện Cộng Hòa
Hai tháng nằm đây với chân băng bột
Trên ngực lính rừng thêm một huy chương

Dưỡng quân ta về ăn chơi Long Khánh
Qua nhạc sĩ Dương Hồng Duyệt (*)
Diên Nghị - Tô Kiều Ngân giới thiệu ta vào
Hội Văn Nghệ Sĩ Quân Đội – 72 Nguyễn Du

Sau đó ta về Trung tâm Tiếp vận Khối Tài Chánh
Vì lý do gia cảnh nên được ưu tiên
Trong tháng chỉ một tuần phát lương cho lính
Còn ba tuần đi nhậu líp ba ga

Đầu tháng 4 đã nghe râm ran tin chiến sự
Buồn hay vui thì ta chẳng thay đổi được gì
30 tháng 4 cuối cùng rồi cũng đến
Điểm chốt này cho một cuộc phân ly

Rồi cải tạo – rồi đi lao động mút mùa lệ thủy
Rồi lâu lâu lên biên giới gỡ mìn
Tết 76 đón xuân trong nhà giam B4
Ra phiên tòa số 1 của tỉnh Tây Ninh

2.
Ta thức dậy khi bài thơ đã chín
Bài thơ buồn của những kẻ tha hương
Bài thơ có từ khi ta vào lính
Bài thơ ngông ta viết giữa chiến trường

Đã đến rồi cái tháng tư chết tiệt
Buồn nhiều người và vui của nhiều người
Thứ kỷ niệm về một thời chinh chiến
Ta quay về mà nước mắt rơi rơi

Ta dự đoán những gì khi đổi mới
Ở hay đi? Ta quyết định một mình
Ở thì mất những gì ta mong đợi
Đi thì hồn ôm mãi khúc điêu linh

Ta quyết định cứ chơi cùng với lũ
Bởi vì ta còn mồ mả ông bà
Ta còn có những nấm mồ vô chủ
Của một thời binh biến đã trôi qua

Ai đó nói thiên đàng và địa ngục
Dạ xin thưa tôi nghe đã nhiều rồi
Chỉ còn đây với nỗi buồn tủi nhục
Kẻ phương này
 – người phương đó – nổi trôi...

Ta đánh cược cả đời cho định mệnh
Tuồng hết rồi khán giả tự về thôi
Hãy chiêm nghiệm những tình ca rất sến
Rượu tràn ly – cứ uống để quên đời... ∎

(*) *Tác giả của bài hát ĐƯỜNG CHIỀU,
nổi tiếng trước 1975.*

HOÀNG XUÂN SƠN
VẼ DA

xăm mình hóa hiện đêm thâu
tôi xăm xăm bước qua cầu
(không hay)
nào.
ai di niệm   chốn này
cái lưng cuống thở
đông tây bít bùng
đi
về
kín. liệm như bưng
vẽ nên màu tối bừng bừng sắc da
với thị môn. ngõ, sa đà
vào thắp một chút hoàng nga
tự tình

hoàng xuân sơn
tháng giêng năm mười chín ∎

TRẦN HẠ VI
I'M FINE

Em ngồi trên sàn nhà
uống ly cà phê thứ hai trong ngày
buổi chiều chủ nhật buồn chầm chậm trôi
thấm khô những giọt nước mắt không lời
uống vời vợi cơn melt down của con gái
và cơn down bản thân

sàn nhà thảm xám ngọ nguậy ngón chân trần
em sẽ yêu bao nhiêu lần
đói ăn khát uống buồn khóc vui cười
yêu như một nhu cầu tất yếu của loài người
chịu đựng như một bản năng
Chúa, Phật, Trời đã muốn
đôi vai gầy gánh vác

Buổi chiều thật dài
hình như ngày trống rỗng
những clip truyện giọng đọc trầm ấm
một chút vui chẳng đủ xóa tan cơn buồn

Những tin nhắn Discord dập dồn
người chồng bận rộn bên bàn giấy
đứa con gái cấu tay mình sưng tấy
'I'm fine', chỉ là cố gắng ổn mà thôi

I'm fine, lời nói chưa chạm đầu môi
không khí di chuyển dòng đặc quánh
thở không thành tiếng
buồn không thành tiếng
một tin nhắn messenger
bài thơ viết dở

"Mẹ ơi, con giống mẹ điều gì?" ∎

TÔN NỮ MỸ HẠNH
CHẬP CHỜN LAU TRẮNG

Tôi đi qua mùa lau trắng
Trắng bạt ngàn triền đồi đầy gió heo may
Ngày ngủ đông chưa bật mầm hạt cỏ
Sương chùng chình giấu sợi thương sợi nhớ
Ký ức tinh khôi trôi dạt tự phương nào
Thả rong giữa miền đại hoang đầy nắng bụi
Giữa miền bão giông của tháng tận năm cùng
Phất phơ ngọn một ngày đông lạnh giá.

Lặng lẽ bên triền sông
Vạt lau trắng dịu dàng trổ mùa hoa năm cũ
Đợi người về làm cuộc viễn du
Chuyến hành trình xa ngái
Xóa dấu lạc đà lạc trong cơn bão cát
Ký ức hoài niệm một ốc đảo xanh
Khát khao mùa tình trong đêm ly biệt.

Cũng chỉ là bóng mây tan
Người đâu thấy mùa lau trắng qua đời nhau như thế
Tiếng hát chìm sâu giữa trùng trùng dâu bể
Nơi ghềnh cao đá dựng
Làm sao trở về tìm giấc mơ cổ tích
Rong chơi trên vùng đồi ngày xưa
Cùng tôi chơi trò cút bắt
Chỉ còn lại một mình "Chập chờn lau trắng trong tay"* ∎

Ca từ trong ca khúc Chiếc lá thu phai của Trịnh Công Sơn.

KC NGUYỄN
TÔI ĐÃ THẤY CỤM LAN DẠ HƯƠNG MÀU TÍM

Tôi thấy cụm lan dạ hương màu tím
trên khóm đất đen, cạnh gốc tùng già
dưới bầu trời cuối đông ảm đạm
khi mùa đại dịch vẫn chưa qua

nếu cần chấm điểm, tôi cho chín
cái hôn thứ nhất trong đời, ngây ngất ngất ngây
và cụm hoa thì tôi cho tám
ngất ngây ngây ngất, màu tím lan

tôi biết có người sẽ tức mình dữ lắm
con báo bị so bì với con mèo gấm
sẽ nghênh mặt, sẽ vùng vằng nói lẫy
em yêu, may mà em không là cô giáo
không thì đã bị cho nghỉ việc vì cái tội chấm điểm bất công

nhưng đây là mùa đông
là bốn mươi lăm ngày mặt trời ngủ quên không thức dậy
là hai năm hơi thở ấm bên người là cái gì vô cùng quí
là những đợt sóng đi để rồi trở lại
mang về một núi cao những bọt đen ngòm

tôi đã nhìn thấy dạ hương lan
mùa xuân sắp đến. nghĩa bóng nghĩa đen thế nào cũng được
miễn là trời trong và nắng mượt
tôi sẽ cứ cho hoa điểm tám
thay vì ba, điểm dưới trung bình ∎

LÂM BĂNG PHƯƠNG
Hạ Buồn

Về đâu hè của tôi ơi
Phượng hồng đã nở rợp trời nhớ thương
Cho tôi nhớ một làn hương
Chừng nghe nhịp bước bên đường áo bay.

Tóc thơm thả xuống ngang vai
Mắt bồ câu ấy đắm say thuở nào
Trường xưa kỷ niệm ngọt ngào
Cất giùm tôi cả tình đầu bướm hoa

Tình treo mật ngọt mùa qua
Nụ chồi xanh biếc nay đà phai phôi
Trên cao cánh Phượng đỏ ngời
Bâng khuâng thắp lửa góc trời tương tư.

Em giờ xa tít mịt mù
Còn mang nỗi nhớ tình cờ về chăng
Bài thơ còn ngủ trong ngăn
Thời hoa niên ấy trong ngần thiết tha.

Xôn xao hạt nắng chia xa
Chao nghiêng vụn vỡ giăng ngà trên cây
Nâng niu cánh Phượng trên tay
Để nghe tim nhịp nhớ ai hạ buồn ■

LƯƠNG THIỀU VĂN

Cảm Nhận Tập Thơ "Cõi Người"
Của Nhà Thơ Diệp Vy
Diệp Vy Đi Qua "Cõi Người" Mênh Mông

Cầm tập thơ "CÕI NGƯỜI" do Diệp Vy gởi tặng trên tay, tập thơ mỏng chỉ dày 96 trang với 45 bài thơ do nhà xuất bản Văn Hóa Dân Tộc in năm 2015 mà lòng cảm thấy vui vì người bạn thơ phương xa đã không quên mình. Đây là tập thơ thứ hai mà nhà thơ nữ xứ sở ngàn thông tặng tôi sau tập Mùa Rêu. Tôi quen Diệp Vy cũng là một dịp tình cờ khi chị đọc bài thơ "Chiều Ghềnh Ráng Mưa Bay"của tôi đăng trên Văn Đàn Việt. Chị nói rất thích bài thơ này và lâu lâu chị gởi cho tôi vài bài thơ đọc cho vui và để giao lưu. Tất cả tôi đều đưa lên blog của mình để giới thiệu cùng bạn bè.

Tập thơ đặt tên "CÕI NGƯỜI" có lẽ nhà thơ muốn đề cập đến những cảm nhận tình cảm của mình trong cuộc sống trong mối giao hòa với thiên nhiên, những mối quan hệ với con người, những hạnh phúc, nỗi đau của một kiếp người ngắn ngủi ở cõi nhân gian này chăng? Có lẽ vậy, như trong lời bạt đầu tập thơ Diệp Vy cũng thố lộ: "Trong cõi người, có lẫn lộn biết bao buồn vui, hạnh phúc, khổ đau và mất mát... nhưng không có nỗi buồn nào, khổ đau nào có thể làm cho con người gục ngã được, chỉ có tình yêu thương mới đủ sức làm trái tim con người tan chảy, mềm mại, chứa đựng những ngọt ngào, hạnh phúc tuyệt cùng" (trang 5).

Cõi người đó là thế giới quanh ta, thật thân quen nhưng cũng thật xa lạ. Ngày hôm nay không giống ngày hôm qua, tương lai thì không ai biết điều gì sẽ xảy ra. Nó như con xúc xắc nhiều mặt, mỗi lần tung lên không gian không ai biết được khi nó rớt xuống mặt nào sẽ hiện lên và chắc chắn rằng mỗi lần tái hiện là một mặt số khác hiện lên. Đó là một cuộc chơi cho mỗi con người, Diệp Vy hình như cũng nhận ra điều đó:

Chắt chiu
Mảnh vỡ cộng trừ
Vẽ lên một bức phù du
Cõi người
Trăm năm
Tựa một cuộc chơi
Tung con xúc xắc
Xem rơi mặt nào...? (Cõi Người)

Cõi người trong thơ Diệp Vy đó là quê nội xa xôi ở vùng cực bắc của đất nước, nơi đó có chợ Đồng Đăng, có phố Kỳ Lừa, có nàng Tô Thị. Không biết Diệp Vy xa quê từ lúc nào để theo gia đình vào lập nghiệp ở vùng đất Tây Nguyên đầy hoa dã quỳ vàng rực rỡ và chọn nơi này làm quê hương thứ hai của mình nhưng trong tâm hồn của người phụ nữ ấy bao giờ nỗi nhớ quê xưa cũng cồn cào tha thiết với những hình ảnh mù mờ chỉ còn trong quá khứ nhưng khi đọc lên cũng làm cho ta cảm thấy nao lòng:

Thương về xứ Lạng xa xôi
Bao năm lạc bước đơn côi phố người
Nhớ quê ruột rối bời bời
Sông Kỳ Cùng tắm một thời tuổi thơ
(Nhớ Lạng Sơn)

hay:

Con ở cao nguyên phố núi xa xăm
Nhìn hoa đào nhớ cội mai vàng xứ Lạng
Nhớ vườn hồi tỏa hương thơm bát ngát
Nhớ sông Kỳ Cùng nắng hạ đùa bơi.
(Nhớ Quê)

Cõi Người còn là những tình cảm thân thương đối với cha, với mẹ với những người thân trong gia đình. Viết về họ những câu thơ của Diệp Vy thật dung dị, gần như tả chân nhưng không vì thế mà kém đi niềm yêu thương luôn trào dâng trong con tim mỏng manh của mình:

Cha tôi nón kết đội đầu
Bao năm chiến trận dãi dầu gió sương
...
Tiếng cha rên suốt đêm khuya
Tưởng như dao khứa mới vừa khắc sâu
Đời cha nón kết đội đầu
Bộ quân phục mãi xanh màu yêu thương.
(Cha tôi)

Với hình ảnh người mẹ là những từ mà ta thấy tác giả dùng những từ thật quen thuộc như tóc trắng, còm cõi, chân run, biếng ăn, da nhăn nheo, mắt mờ đục nhưng cũng có những câu thơ rất hay:

Một đời/ Mẹ cõng gian nan
Tám mươi tư lẻ/Trăm ngàn khó khăn.
(Thăm mẹ)

Có lẽ trong cõi người quá ngắn ngủi, phù du và đầy những bất trắc, con người luôn khao khát được sống, được yêu thương. Với Diệp Vy cũng không ngoại lệ, người đàn bà đã có những bước chân trên vùng đất cao nguyên đầy nắng gió với trái tim của tuổi thanh xuân nồng ấm, những cánh hoa dã quỳ luôn bung nở, chim rộn ràng hót ca bên vách núi. Váy hoa xòe lả lướt trong đêm hội, tay vít cong cần rượu say, môi ướt mềm như thoa son, mùa xuân ở rẻo cao đó không phải là mùa xuân trong lòng con gái, trong lòng nhà thơ hay sao?

Rừng rực lửa cháy
Rộn ràng điệu xoang

Tròn căng vòm ngực
Bước chân nhịp nhàng.
(Đêm hội)

Em gùi hoa nắng vào trong phố
Đem ánh xuân tươi đến mọi nhà
Áo em vờn gió như cánh bướm
Váy nền thổ cẩm thắm màu hoa.
(Gùi hoa xuống phố)

Thơ Diệp Vy lúc nào cũng vậy chưa thật sự mới nhưng cũng làm người đọc luôn có những xúc cảm dạt dào như uống phải một ngụm rượu cần, tuy chưa say nhưng vẫn chếnh choáng hơi men:

Dã quỳ khoác áo
Tương tư
Tiễn người rớt vội câu thơ
Giữa chừng...
(Tiễn bước cỏ hoa)

Mong thơ Diệp Vy luôn làm say lòng và vững bước trên con đường thi ca của người xứ núi nhé.

Lương Thiếu Văn

Bên bờ sông Hậu, 11/08/2015, Viết lại ở Kênh Tẻ, tháng 1-2022

sống tốt cá nhân ta
là giúp đời có hoa
không đượm hương thắm sắc
nhưng cuộc sống đẹp ra

lhoán

LOAN NGUYỄN
BÙI GIÁNG THI SĨ

◊ *Phải chăng Bùi Giáng giả điên*
Lang thang chán lại ngồi thiền mần thơ!

Sau ngày lịch sử sang trang (30-4-75), Đại học Sư phạm khoa văn chương chúng tôi dọn nhà về cơ sở mới ở trường Vạn Hạnh cũ đường Trương Minh Giảng (giờ là Lê Văn Sĩ).

Ấn tượng đầu tiên khi vào ngôi trường này, tôi đã gặp một người đàn ông trung niên áo quần lôi thôi xộc xệch, gầy gò dáng vẻ không mấy bình thường. Khuôn mặt sạm đen chìm trong râu tóc bù xù, lỉa chỉa nhuốm bạc. Ông thường ngồi ở hành lang trong trường mơ màng như ngủ. Có khi nằm ngửa mặt nhìn trời, lưng đặt trên bồn cây vuông mất gốc, khoa chân múa tay. Cặp mắt trũng sâu, nhưng ánh nhìn sáng quắc sau cặp kính của ông lại không có vẻ gì... điên.

Một ký ức khó quên vào đầu Xuân năm 1976. Buổi trưa tan học ấy, tôi đứng chờ xe buýt trước chợ Trương Minh Giảng (nay đổi tên là chợ Nguyễn Văn Trỗi), cùng nhiều người đón xe. Bỗng từ đâu người đàn ông không bình thường đó đi tới. Đầu đội cái xô thay mũ. Áo quần lấm lem te tua, quấn quanh mình thêm chiếc bao bố cột chặt bằng sợi dây chuối. Một tay cầm roi tre, tay kia tung tẩy chai nhựa rỗng. Tò mò tôi chăm chú nhìn nam nhân quái dị đó. Bắt gặp vẻ e dè sợ sệt của tôi ông trừng mắt ngó lại, miệng lầm bầm: "Mi nhìn tau chi, nhìn tau chi!..." Thế là tai họa bắt đầu, bàn tay nắm lại đưa lên, ông hùng hổ tiến thẳng về phía tôi và cuộc rượt đuổi xuất phát. Vừa sợ, vừa xấu hổ, túm vạt áo dài tôi cắm đầu co giò chạy. Vừa hù, vừa chửi, ông đuổi theo, vòng vèo quanh mấy bà bán hàng trong chợ. Họ thi nhau cười chẳng ai thèm "cứu" tôi, chắc họ đã quen cái trò cút bắt này nhiều lần, và cảm thấy thú vị khi có nạn nhân mới là tôi. Khá lâu, chạy được vài vòng, có lẽ mệt hoặc chán ông dừng ngang, lững thững bỏ đi, miệng không thôi làu bàu hăm dọa. Cuộc diễn tập chạy marathon chấm dứt trong tiếng thở đứt đoạn của tôi. Từ đó mỗi khi đến trường tôi luôn cảnh giác, thấy ông là lảng tránh không dám đối mặt.

Mãi sau rồi qua sách báo, qua lời đồn tôi mới biết rõ về ông. Thi sĩ Bùi Giáng. Một nhân tài văn học, thi ca và tôi đã hân hạnh "quen" ông như thế đó.

Biết bao mùa Xuân qua đi. Giờ ông đã về bên kia thế giới, nơi không có những muộn phiền khiến ông nửa tỉnh nửa mê. Và tôi, không còn là cô sinh viên nhút nhát sợ ông hù dọa ngày nào. Tôi thầm nghĩ nếu ngày đó mình không bỏ chạy. Biết đâu... Ừ! biết đâu ông đã trao cho "bí kíp" làm thơ cũng nên. Giờ cũng đã nổi tiếng, cũng là người của... công chúng rồi chăng.

Đầu năm với nén hương lòng xin kính ông khi nhớ đến nhà thơ BÙI GIÁNG!

Loan Nguyễn

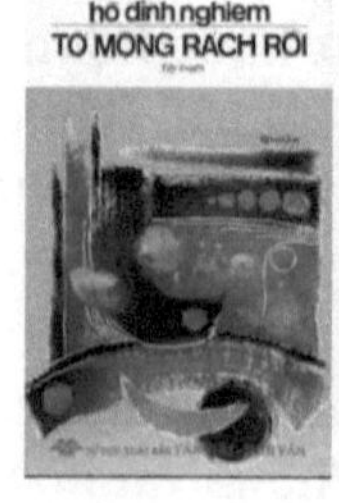

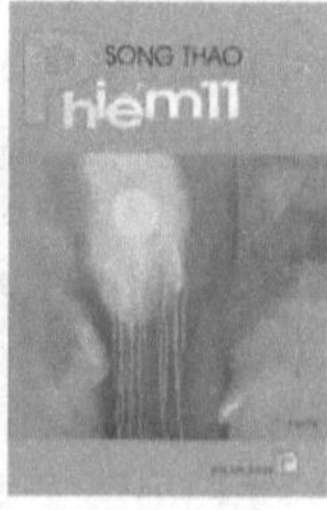

xem xong một bài văn
không ít người băn khoăn
gặp chút mình trong đó
tác giả mê ta chăng ?

lhoán

NGUYỄN CHÂU

Rừng U Minh

Sáng nay trời mù sương, cách hai ba thước thấy mặt mũi lờ mờ. Ông ba Thóc chống gậy đi ngang qua, bà năm Bung dừng chổi, chép miệng:

- Già cả dậy sớm làm chi hả trời, gió máy lăn đùng ra thì khổ.

Cô hai Hường - gái góa gần năm mươi, ốm nhách chạy theo ôm cánh tay cha dìu từng bước, miệng cằm ràm:

- Nhà ở cheo leo đầu dốc, đường đất bùn trơn như thoa mỡ, đã mấy lần bị trôi tuột như con nít trượt ba-te, gậy quăng một nơi người một nẻo mà đi đâu chớ!

- Tía xuống nhà thầy giáo Pháo.

- Trời đất! Ổng nói dóc giàng trời như tên của ổng, tía chơi được với ổng, thiệt là tài...

- Nếu nói văn hoa là hoài bão của thầy. Cấm đốt pháo, hết nổ rồi...

Trời hửng nắng, kéo sương về sâu trong rừng tràm. Thời kháng chiến, dấu chân ông ba Thóc dọc ngang rừng U Minh, thuộc địa hình ở đó như lòng bàn tay. Dòng sông Trẹm lững lờ giữa hai bờ thượng, hạ. Ông từng được mệnh danh "độc cước đại hiệp", một bàn chân đã để lại bên bờ sông Cái Tàu do bị dẫm phải mìn tự chế của chính ông.

Ông đã yêu thương cô giao liên ngày đêm chèo ghe xuôi ngược tiếp tế thuốc men cho ông. Nếu không có cô, có khi ông không còn trên cõi đời này. Nhưng ông sống, cô chết vì sốt rét ác tính, để lại đứa con gái bé bỏng cho ông chỉ mấy năm sau ngày hòa bình.

Hai Hường dựng xe đạp, mặt đỏ lựng không biết vì nắng hay gặp giáo Pháo, con cá lóc to đen bị xâu mang há mồm thở. Cô nhìn cha:

- Con nướng trui để tía nhậu với thầy giáo, có cả canh chua cá bông lau...

Cá lóc nướng trui là món ruột của những người đã từng đi khai phá đất phương Nam.

Cá lóc không đánh vảy, không mổ bụng, không tẩm ướp. Cá được xiên từ miệng đến đuôi, vùi cá vào đống rơm khô rồi châm lửa đốt cho đến khi tro tàn. Khi cá chín, cạo bỏ lớp than để trên lá chuối, chấm muối ớt nhậu với rượu đế, ngon bá cháy.

Giáo Pháo lẹ miệng:
- Em để cá đó cho tui làm, em nấu canh chua...

Không biết nước lớn hay ròng mà nghe giọng ca của hai Hường từ sau nhà vọng lại:

Bìm bịp kêu bờ sông nước lên cho đầy sông...
Bìm bịp kêu đầy sông, thấy em chưa chồng...
Bìm bịp kêu chớ bìm bịp kêu, nước lên ngập đồng...
Bìm bịp kêu ở bìm bịp kêu, hỏi em chớ lạnh không?
(Bìm bịp kêu của Quế Chi)

Chưa nghe tiếng bìm bịp kêu mà lòng giáo Pháo buồn não nuột. Ông ba Thóc lui cui đốt lửa xua muỗi, xứ này "muỗi kêu như sáo thổi" mà. Ngày trước giã cây bàng làm nóp, ngủ yên. Muỗi, bù mắt đừng hòng chui vô. Đêm động phòng vợ chồng cũng chui vô nóp.

Không lẽ nhậu trong mùng, qua ánh lửa bập bùng khuôn mặt hai Hường mờ ảo, giáo Pháo thấy lòng lâng lâng nỗi niềm thương cảm mơ hồ. Giọng hai Hường xa vắng:
- Ngày xưa tía chiến đấu giành từng tấc đất, bám giữ rừng U Minh ngút ngàn xanh tươi tràm, đước. Bây giờ sao tía không có miếng đất cắm dùi?

Ánh trăng non ló sau cành lá, những vì sao lấp lánh trên bầu trời xanh thẳm, ngọn gió từ dòng sông mang theo mùi hương tràm dìu dịu. Tiếng còi u u của tàu đò về muộn, pha ánh đèn trên sông gợn sóng. Ông ba Thóc trầm ngâm:
- Con khỉ miệng rộng đến mang tai, cả đời ăn chay, tưởng hiền lành nhưng phá làng phá xóm. Mặt con chó dài, nhìn cái mồm

tưởng nhỏ nhưng ăn tạp, thứ gì cũng đớp, được cái trung thành với chủ. Thời bây giờ...

Ông bỏ lửng.

Giáo Pháo ngẩn ra, không hiểu ông nói gì...

Hai Hường thầm yêu trộm nhớ thầy giáo Pháo từ hồi mười lăm mười bảy kia, nhưng thầy lên thành phố học hành, tham phú phụ bần quên tuốt luốt những kỷ niệm thời còn nhỏ dại ở cái xứ nước sông ruộng phèn. Cây bần cây đước cũng muốn nhô ra sông, nói chi đến người có học.

Mỗi lần giáo Pháo ghé thăm ông ba Thóc, hai Hường núp trong buồng nghe lén. Những chuyện lạ tai ở đâu đâu như trên trời, có khi thì thầm nghe không rõ như người tham gia hội kín làm cách mạng, không hấp dẫn như chuyện bác ba Phi, chuyện ba Giai - tú Xuất. Hai Hường chán ngắt.

Mà thời này là thời nào vậy kìa? Ruộng lúa ngập mặn, đâu còn cái thời "Dưới sông cá chốt, trên bờ Triều Châu" con sông Gành Hào nước cuồn cuộn chảy, không còn cá đặc nước như xưa. Ngày trước, cá thòi lòi ai thèm ăn, nó tanh tưởi chỉ làm phân làm mồi nhử cá, bây giờ thành đặc sản.

Giáo Pháo thở dài ngồi ngó mông lung, tiếng ghe máy đuôi tôm từ xa vọng lại theo con nước lớn nghe rõ dần rồi tấp vô sau chợ bên kia sông.

Thầy quay sang nhìn ba Thóc lạ lẫm như hồi nào đến giờ chưa thấy hình ảnh ông gầy ốm trong bộ bà ba trắng, tóc búi tó như ông đạo núi Tà Lơn:

- Tui nhớ vài ba tuổi, em Hường đã mồ côi mẹ, sao chú không đi thêm bước nữa?

Ông ba Thóc chậm rãi chiêu ngụm trà, thong thả hỏi ngược:

- Thầy đã đọc truyện Ấn Độ *Kama Sutra* của thiền sư Bà la môn Mallanaga Vatsyayana, nghe đâu khoảng thế kỷ thứ III, được coi là một trong những cuốn sách lâu đời nhất về tình dục học của nhân loại, những kiến thức về tình yêu, tình vợ chồng, thời gian về sự hòa hợp nam nữ theo ngày chẵn ngày lẻ, đã đưa tình dục thành nghệ thuật trong đời sống lứa đôi...

Giáo Pháo thầm nghĩ ông già gần tám mươi, vợ chết từ ngày còn trẻ, ở vậy nuôi con mà nghiên cứu về tình dục mới lạ đời. Không lẽ... Ý nghĩ hắc ám vụt qua, giáo Pháo kinh hoàng lắc đầu lia lịa xua tan ý nghĩ đã xúc phạm đến đạo hạnh của người anh quý kính.

Ông ba Thóc cười ha hả làm giáo Pháo giật mình:
- Thầy cũng đã bước qua mốc ngủ thập rồi, cái tuổi chớm xế nhưng còn sung mãn, nếu chưa đọc thầy nên tìm đọc. Riêng tui nghiệm từ đó một ý nghĩa khác về sự minh triết của tạo hóa. Xúc cảm chỉ là bề nổi của vật chất, tiềm ẩn trong đó là rung động của tâm hồn. Sự siêu nhiên kỳ bí của tạo hóa dẫn đường thoát tục, thầy sẽ thấy ý nghĩa cuộc đời thăng hoa theo cách khác...

Giáo Pháo ngẩn ngơ bỗng thấy mình hụt hẫng với tư duy của một thời mông muội. Tác động từ sự chuyển tiếp của xã hội và khép mình cam chịu bấy lâu nay đã khiến anh mất dần tính linh hoạt, chủ động trong cuộc sống. Anh không thể sống được an nhiên tự tại như ông già ba Thóc. Khác với tâm sự nhiều lần của ông: "Không được gì và chẳng mất gì". Cuộc đời của giáo Pháo chẳng có quyền cũng không có lợi nên không được gì nhưng lại mất quá nhiều...

Lý tưởng cuộc sống thời ông ba Thóc nó cụ thể quá, sự tự nguyện dấn thân, hành trang chỉ có "giáo với nóp, nhưng thân trai nào kém oai hùng". Thế hệ giáo Pháo trưởng thành tròn trịa thời bình, không còn nghe tiếng súng nhưng bù lại cảnh đói nghèo và ý nghĩa, mục tiêu cuộc sống xa vời.

Nồi canh chua cá bông lau bốc lên mùi thơm ngào ngạt, mái tóc hai Hường buông lơi lấp lánh tàn tro trắng bạc dưới ánh lửa. Hai Hường rót rượu mời, nói bâng quơ:
- Mấy kèo ong của tía, tụi phá rừng kéo đi rồi...

Nguyễn Châu

quốc nội hết chiến tranh
đời an bình ngon lành
người đói tiếp tục đói
người giàu giàu lên nhanh

lhoán

ELENA PUCILLO TRUONG

Cuộc săn mồi

(Nguyên tác: La caccia)

Một buổi sáng như thường ngày. Sau khi thức dậy, vài việc làm quen thuộc: tập thể dục, uống một ly nước chanh pha nóng, tắm và trong lúc vừa ngồi ăn sáng vừa liếc mắt vào màn hình vi tính để xem tin tức. Sau đó là đi săn mồi.

Đêm trước tôi đã chuẩn bị sẵn một bộ tailleur màu hồng để phối hợp với chiếc áo sơ mi màu sáng, đôi giày, chiếc xách tay phù hợp và một bộ đồ lót có thêu ren. Mọi thứ đều đắt tiền và sang trọng. Trong lúc mặc đồ tôi liếc nhìn bóng mình trong gương. Mảnh mai, tuy không cao lắm nhưng với đôi giày cao gót thì mọi thứ sẽ hoàn hảo. Tuy biết thế nhưng tôi chưa bao giờ chọn cho mình một đôi giày có gót quá cao: thông thường bọn đàn ông không thích đàn bà mang giày cao gót; nó thường tạo cảm giác hung hăng, đôi khi làm họ khó chịu.

Đây rồi, tôi vừa trang điểm xong sau khi đánh một lớp son môi màu đỏ cho giống một búp hồng. Một chút dầu thơm nữa và thế là sẵn sàng.

Tôi kiểm tra mọi thứ, chìa khóa nhà, điện thoại di động, ipad... tất cả đầy đủ.

Một chiếc taxi đúng hẹn đã sẵn sàng chờ tôi ở vệ đường. Tôi bước lên xe và bảo bác tài chở mình đến một con đường ở trung tâm thành phố và dừng trước một quán cà phê nằm sát bờ hồ. Tôi thích thưởng thức bóng mát của những tàn lá xanh toả bóng trên mặt nước.

Tuy không sinh trưởng ở đây nhưng tôi rất yêu thành phố này. Đó là sự chọn lựa năm năm về trước và may thay mọi việc đều thuận lợi. Tôi thích sống như thế dù khởi đầu cũng chẳng phải dễ dàng.

Mười năm trước, khi còn là một đứa bé gái, bị mẹ nắm tay dắt vào nhà một lão già chết tiệt. Tôi chả hiểu gì về những va chạm ban đầu, cho đến khi lão ta bắt đầu rờ rẫm... Tôi nhớ đến từng giây phút đầu đời ấy, sự sợ hãi, cảm giác tởm lợm và bất lực vì không có đường trốn chạy. Rồi sau đó, trọng lượng kinh khiếp của lão phủ lên, đâm thấu... vô cùng đau đớn và tủi nhục.

Bao nhiêu lần tôi vùng vẫy, cố giựt bàn tay mình thoát khỏi bàn tay mẹ! Lần nào bà cũng trang điểm tôi như một con búp bê, xịt dầu thơm lên mình và dùng những lời lẽ vừa răn đe vừa ngọt ngào để dụ dỗ. Cũng có khi những gã đàn ông xấu xí kia mò đến nhà, họ nói muốn chơi đùa cùng tôi. Lúc đó thì chưa nhưng bây giờ thì tôi đã hiểu đến thừa mứa những trò chơi ưa thích của họ.

Chỉ cần nghĩ đến những chuyện đó là tôi cảm thấy thật buồn. Dù tôi đã từng cố tìm quên.

Bây giờ thì tôi chẳng còn ai trong gia đình, đang ở thật xa nơi mình sinh ra và hoàn toàn làm chủ bản thân. Đúng rồi, tôi làm điều mình muốn và chỉ có tôi là người quyết định. Tôi đã chuẩn bị, tôi đã nghiền ngẫm và bây giờ đang thực hành một cách xuất sắc những gì mà cuộc đời chỉ dạy. Tôi giàu, có tài khoản ở ngân hàng, tôi chơi đùa vui thích theo cách của mình mà không là nô lệ của một ai. Tất cả những thứ này mang đến cho tôi sự tự do.

Sắp đến rồi. Tôi bảo taxi dừng lại nhưng vẫn ngồi yên để nhìn từ bên ngoài mấy quán cà phê. Rất quan trọng chọn cho mình một quán cà phê thuộc đẳng cấp cao, nơi chỉ có những kẻ nhiều tiền hay lui tới. Tôi trả tiền taxi và bước xuống với dáng đi đã được nghiên cứu và tập luyện kỹ càng. Mỗi cử động của tôi đều có chủ ý phô bày những đường cong, đôi chân thon dài, mông đong đưa dưới chiếc eo thon, bó sát. Còn chiếc áo choàng bên ngoài thì mở ra vừa đủ để ai quan tâm có thể nhìn thấy đôi vú trắng hồng, nửa kín nửa hở dưới lớp áo sơ mi bằng lụa mỏng.

Cùng với chiếc xách tay, tôi luôn mang theo bên mình một túi giấy khổ lớn của những cửa hàng sang trọng, cẩn thận chìa cái logo ra mặt ngoài. Dầu thơm, quần áo của những cửa hiệu thời trang cao cấp, đồ dùng có hàng hiệu quốc tế... tôi thường mang theo những túi giấy như vậy để mọi người hiểu rằng tôi là loại đàn bà chỉ dành cho một số rất ít người và chắc chắn không phù hợp với những kẻ chỉ biết sống bằng đồng lương.

Để có thể đến với tôi, dù chỉ là một đêm ngắn ngủi, người đó cần phải có một tài khoản đáng kể trong ngân hàng. Tôi có thể nói được nhiều ngôn ngữ và biết cách làm thoả mãn đàn ông, biết sâu sắc nghìn cách khiêu khích hay kích thích họ, nhưng quan trọng nhất vẫn là cách thuyết phục rằng họ là người duy nhất, may mắn được quen tôi. Thực ra bọn đàn ông đâu có đòi hỏi gì nhiều: vài phút hưởng thụ khoái cảm xác thịt, dĩ nhiên, nhưng thông thường là họ cần tìm một ai đó kiên nhẫn, mỉm cười, biết lắng nghe và cảm thông tâm tình của họ mà không phán xét hay chỉ trích.

Đôi khi tôi cũng có gặp phải loại đàn ông hung tợn, cư xử vô duyên hay sàm sỡ... nhưng những tình huống đó đã được tiên liệu trước để biết phản ứng kịp thời. Tôi đâu còn là đứa bé gái e lệ, nhút nhát và bị mẹ kéo tay xoành xoạch như ngày xưa!

Tôi điệu đà bước vào quán, lắc nhẹ mông vừa đủ để khiêu gợi nhưng không quá đáng rồi ra lệnh cho cậu phục vụ vừa tiến đến :

- Làm ơn cho tôi một bàn hai người.

- Bàn này được không cô?

Vừa nói anh ta vừa chỉ tay đến một bàn nằm giữa quán, dưới bóng mát của những tán cây liễu đang thả bóng trên mặt hồ.

- Được lắm, cảm ơn em!

Tôi thường chọn bàn hai người vì chắc chắn là có một kẻ nào đó sẽ đến làm quen và tôi sẽ đặt chiếc túi giấy hàng hiệu quay về phía họ. Rồi bằng một cử chỉ lơ đãng tôi gỡ chiếc kính mát để có thể sử dụng đôi mắt có hàng lông mi thật dài; hai vũ khí lợi hại còn hơn cả đôi môi.

Tôi đặt chiếc điện thoại đời mới nhất lên bàn trong lúc cậu phục vụ tiến đến hỏi tôi dùng gì mà mắt cứ liếc nhanh, nhìn vào ngực. Đó là sự xác nhận là tôi chẳng thiếu thứ gì để nhử bắt con mồi.

- Cho tôi một chiếc bánh ngọt và một sinh tố dâu.

Bọn đàn ông rất thích nhìn phụ nữ ăn uống, điều đó có nghĩa là họ biết tìm thú vui và hưởng thụ cuộc sống. Nhưng mọi thứ phải chừng mực và vừa phải. Trong khi chờ đợi được phục vụ, tôi kín đáo quan sát các khách ngồi trong quán. Hầu hết các bàn đều có những doanh nhân đang thảo luận công việc, vài cặp trẻ, có thể là du khách. Tất cả bình thường và tôi đang bắt đầu chọn cho mình một con mồi. Một trong những đàn ông ngồi ở bàn bên phải, dù đang nói chuyện với bạn nhưng thỉnh thoảng cứ liếc mắt nhìn về phía tôi. Chỉ có thế thôi, như chẳng có gì quan trọng, nhưng cũng đủ để tạo nên một không gian khác, đầy ắp sóng điện trường. Điều vui nhất trong cuộc săn này là, ông ta tưởng tôi là con mồi và không biết rằng mình đã sai lầm.

Cậu hầu bàn mang đến những thứ tôi gọi và tôi bắt đầu nếm ly sinh tố màu hồng. Trong khi mở túi xách để lấy khăn giấy lau miệng tôi liếc mắt nhìn người đàn ông, nhưng lần này ông ta không tránh mà còn dừng lại, nhìn vài giây.

Tôi biết chắc là mình sẽ không phải đợi lâu, vài cuộc điện thoại vớ vẩn và một ít thời gian để nhận biết là ông ta có đeo nhẫn cưới. Không hiểu tại sao mà những người đàn ông có gia đình thường rất mỏng manh, thực ra họ chỉ cần có một cơ hội, một cuộc phiêu lưu là thỏa mãn. Một lần tôi cũng bị một tên cà chớn tiến đến làm quen một cách sàm sỡ... nhưng chỉ cần mũi dao dưới gầm bàn đụng nhẹ vào đùi là hắn ta thay đổi ý định. Nhưng tôi đã không làm hắn ta bẽ mặt. Tôi còn yêu cầu hắn để lại một tấm carte de visit... ngõ hầu hắn có thể huênh hoang với các bạn là mình sắp có một chuyến phiêu lưu ngọt ngào với người đẹp.

Chỉ có tôi là luôn luôn cầm lấy cán dao... và không chỉ nói theo nghĩa bóng.

Nhưng hôm nay tôi biết sẽ không cần. Con mồi mà tôi chọn có thể là lãnh đạo của một công ty nước ngoài, tôi vừa nghe ông ta nói chuyện bằng tiếng Anh qua điện thoại. Có điều gì thoát khỏi mắt tôi đâu?

Đây rồi, các bạn ông ta đang đứng lên tạm biệt và sau khi sắp xếp lại giấy tờ, ông ta đang chăm chăm nhìn về phía tôi ngồi. Đây chính là phút quan trọng để biết cái bẫy giăng ra có hiệu nghiệm hay không.

Tôi liếc mắt và thấy ông ta nhìn đồng hồ. Yên tâm đi cưng! Sẽ có tất cả thời gian mà cưng muốn!

Đừng bận tâm nhiều!

Và cuộc săn mồi sắp sửa chấm dứt.

Elena Pucillo Truong

CÁI TRỌNG TY
CHIỀU QUA CHÙA CẦU

màu thuở ấy của một trời biêng biếc
trên cỏ cây là lạ nỗi mong manh
giữa sóng tình ngất ngây chiều se lạnh
viên sỏi lạc hồn rơi xuống dậy hồ thu

khi con dế mèn cất giọng tỉ tê
phố hội tôi về buồn vui thân thế
về chi thanh chờ cỏ úa phục sinh
hoang mang bến bãi nhàu tâm sự
qua chùa cầu thuở môi mắt hồn nhiên

nhan sắc phù vân một thời lưu luyến
đêm trăng non vàng nát cõi thiên đường
tình lận đận mây dật dờ mất hướng
chiều bên em ướt lạnh gió mưa ngâu

thấy bên kia cầu phố cũ ưu sầu
chiều hiu hắt mờ lên mái xám
bụi đường xa lốc xoáy áo thu bay

cuộc tình đa đoan tình say tha thiết
trong tro than khêu ngọn lửa bếp tàn
nơi quán lạ nhâm nhi mùi rượu nhạt
ngoài trời mưa mau cò ấm hơi cay
như con ngựa què loanh quanh máng cỏ
thấy trong tim tôi một chiều mưa gió
chiều mưa qua hồ lạnh rét căm căm ∎

NGUYỄN SAO MAI
Trang Thơ

Loài Người Kiếp Xưa

Một bầy chim cánh mỏng
Bay trời huyền thoại xưa
Chỉ còn trong trí nhớ
Của người đàn ông già.

Những trái tim bằng máy
Không nói nổi lời tình,
Cuộc đời đang sống vội
Ngân hàng trứng và tinh.

Bốn mùa không còn nữa,
Cỏ nhựa trải mùa xuân,
Những người tình bằng nhựa
Ngồi im không nói năng.

Người đàn ông khập khiễng,
Nhớ loài người kiếp xưa,
Hai tay ôm mặt khóc
Đi giữa trời bơ vơ.

Trong nghĩa trang cổ tích
Nhà xác người trống không.
Người đàn ông run rẩy
Thử vẽ nụ cười hồng
Trên tấm khăn vải liệm.

Thiền Sư

Lòng đà như núi
Múc ánh trăng non
Thiền sư chết đuối
Trong vũng nước ròng.

Có cô con gái
Như hoa nở hè.
Bàn tay ngón ấn,
Mắt hạt bồ đề,
Đi ngang đất Phật
Không thấy không nghe ∎

Dec 24, 2021

NGUYỄN THÁI DƯƠNG
GIẤU TRONG NHỚ MỘT NIỀM QUÊN

Với người một cuộc vui theo
Giọt trưa sóng sánh, giọt chiều thầm loang
Lẫn vào nghìn giọt chứa chan
Có dăm ba giọt bàng hoàng nào chưa?

Với người khói mộng sương mơ
Giá như chỉ một trưa vừa cuộc vui
Chiều chi cho ngọt ngào môi
Cho cay đắng nhớ, cho bùi ngùi quên

Với người như lạ như quen
Khi đằm thắm mắt, lúc huyên náo lòng
Trưa ơi, chiều có phai không
Chiều ơi, đêm có nằm mong ngóng thầm?

Với người nguyệt tháng trăng năm
Giấu trong khuyết một dáng rằm vẹn nguyên
Biết người có chịu điềm nhiên
Giấu trong nhớ một niềm quên giữa đời? ∎

NGUYỄN SÔNG TRẸM
Vẽ Hoàng Hôn

Đôi khi thấy mình cũng chiều như hoàng hôn
Vạt nắng xiên khoai cuối ngày không đủ ấm
Nghe tiếng thời gian trôi chầm chậm
Cùng em ngồi nhớ lại những buồn vui

Nhìn hoàng hôn để tự vẽ bóng tôi
Pha màu nắng rêu phong hồn phố cổ
Nghe đâu đây mùi của gió
Theo mùa đi sóng vỗ bến sông chiều

Tôi vẽ màu mây trắng hòa theo
Màu thời gian pha lên màu sợi tóc
Vẫn lưu lại trong miền ký ức
Những ngọt ngào thuở ta bước vào nhau...

Hoàng hôn... rồi bóng sẽ chìm đâu ?
Tôi vẽ bàn tay trong nhau để ta không thất lạc
Có biết bao điều đã đánh mất
Xin giữ lại cho nhau chút nắng cuối chiều ! ∎

NGUYỄN QUỐC HƯNG
Tay Em

Tay em mềm và ấm
Ngón nào em cắn môi
Ngón nào em rẽ tóc
Chảy xuống bờ vai xuôi

Tay nào em bối rối
Khi ta đòi hôn môi
Tay nào em xách vội
Đến giờ đi làm rồi

Tay nào em xỏ chỉ
Vá đời ta rách vai
Đời ngả nghiêng nhiều nhỉ
Nên buồn ta còn dài...

Tay nào em che mặt
Khi ta làm em đau
Ngón tay xoa quanh mắt
Vết chân chim hằn sâu!

Bàn tay hiền nhỏ nhẹ
Ngón nào dành cho cha
Ngón nào là cho mẹ
Áp út cho riêng mình ta! ∎

NGUYỄN ĐẠI BƯỜNG
Là Nước

Là nước thì cứ tìm chỗ thấp mà tràn mà chảy
Ánh trăng già giỡn bóng thiệt như chơi
Có dòng nước không thể tay sờ mắt thấy
Bay ngược lên trời làm mây trôi

Những dòng sông không bao giờ thẳng tắp
Uốn éo nhau cho hai phía lở bồi
Những dòng nước mạch ngầm trong đất
Thấm giọt sương gieo ánh ướt cánh hoa tươi

Có dòng sông là nước mắt trôi xuôi
Biển mênh mông trung hòa vị mặn
Lửa mặt trời nở trắng hoa đầu ngọn sóng
Vỗ triền miên an ủi phận người

Em cũng là giòng nước mát riêng tôi
Có nỗi buồn vui, khổ đau hạnh phúc
Tất cả đều chân thực
Như mỗi ngày đêm anh hít thở khí trời

Chiều cuối năm anh ra với sông thôi
Nhặt viên sỏi khô giữa mòn ngày tháng
Con nước về xuôi trong thinh lặng
Như em là mùa xuân đơn giản cứ xoay vòng

Anh xòe tay khỏa sóng tới trùng dương
Vốc ngụm nước long lanh ánh mắt ấy
Có một giòng sông tình yêu chung thủy
Nước vô tâm rốc cạn lại đầy! ∎

NGỮ AN
Viễn Xứ Ừ Viễn Xứ

viễn xứ ừ viễn xứ
đời như rứa buồn không
đi cho tàn giấc mộng
về ngồi nhớ rưng rưng

chiều khói mờ mây tỏa
ngó ra thấy nhòa nhòa
bao năm lòng thấm mệt
nỗi buồn buốt thịt da

viễn xứ ừ viễn xứ
biển người buồn mênh mông
cuối năm ngồi bên quán
nhìn nắng tắt ven sông

chợt nhớ ai ngày nọ
thướt tha áo lụa tà
đầu năm ngang qua ngõ
dịu dàng như lá hoa

chợt nhớ ai ngày đó
tóc xanh và hồn trong
chiều cuối năm qua phố
viết câu thơ xuân hồng

đời người giờ quán lại
trăm năm bỗng giật mình
thoáng qua trong nháy mắt
hiểu rồi một câu kinh ∎

San Jose 1/2022

NGỌC GIAO
TIỄN ĐƯA

tưởng niệm Nhà thơ BT Áo Tím

Một buổi sớm bàng hoàng qua tin nhắn
Nhận dòng buồn chị đột ngột ra đi
Tôi nghẹn ngào đau xót cuộc phân ly
Bao kỷ niệm từ khi mình gặp gỡ

BT Áo Tím bút danh từng một thuở
Trên văn đàn rạng rỡ đất Phù Sa
Những vần thơ mang hương vị mặn mà
Từng câu chữ đậm đà trang Đất Mũi

Viết cho chị nhuộm đau dòng lệ tủi
Ngỡ âm dương chia cắt buổi đăng trình
Kể từ nay biền biệt bóng lẫn hình
Trang thơ vắng dòng trữ tình chết lịm

Con phố nhỏ trổ đầy bông hoa tím
Như ngậm ngùi đưa tiễn dáng chị tôi
Nỗi buồn nào rớt mặn vị trên môi
Phút mặc niệm nói thay lời tiễn biệt... ∎

Cà Mau ngày 18.01.2022

LƯU LĂNG KHÁCH
TẦM XUÂN

Ngày xuân du dương cung đàn
Trà thơm vương vương hương lan
Chim non du xuân ca vang
Hoa ngời sương e mi ngoan

Trời cao trăng đâu không về
Truy hoan cho sang câu thề
Chiều quê hàng cây lim dim
Thương ai lang thang anh tìm

Trong hương xuân trong im lìm
Mùi hương thơ trinh xuân xưa
Lời thương mênh mang êm đưa
Trong chiều nao ai yêu trao...

Giờ còn đây nguyên đôi tay
Đà sần chai bao chông gai
Đà cằn khô câu thương ai
Đà hằn sâu bao hư hao

Giờ còn đây đôi hoa lau
Hồn bờ xe xưa yêu nhau
Dòng Trà Giang chưa thương đau
Nàng về đâu cho muôn sau

Còn xuân vui nâng cung đàn
Còn ai thơ trinh mơ màng
Người hân hoan câu nghinh xuân
Người tìm nhau vui Tương-Quân ■

Mùng 9 Tết 2021

LÊ VĂN HIẾU
Dọn Mình

Loay hoay cả đêm / dọn dẹp ánh sáng và bóng tối
Mùi ẩm mốc của ai đó đông cứng và dễ vỡ
Em đập tan

Mùi ẩm mốc / dư vị của người ở trước
Hay người ở trước nữa
Có thể đó là nỗi buồn
Một nỗi thất vọng - vón bụi

Em dọn phòng như dọn mình
Tẩy uế cả khúc sáng
*
Dẫu long lanh lấp lánh
Không phải của mình em cũng dọn

Dẫu thủy chung / hạnh phúc / đẹp
Không phải của mình em cũng đổ bỏ

Như em từng đổ bỏ những cái không phải của mình trong phận đời
Không ôm gánh nặng trên lưng / không thèm làm Lạc Đà
Dẫu đường đời nhọc hơn là sa mạc
*
Em tung tẩy / em như thiếu nữ
Em nhẹ nhàng rải nhịp guốc của mình
Em cười giòn
Chí ít anh đã thấy
Nhịp guốc em đang tìm buồng tim anh ở trọ ... ∎

LUÂN LÊ
Bài Thơ Để Dành
(Những Vết Thương Hằn, Còn Lại Với Thời Gian)

Bài thơ này tôi viết gửi cho những tháng năm sau
Khi bao năm đã qua khổ đau còn chưa dứt
Tôi băn khoăn, dằn vặt trước cuộc đời đau nhức
Viết sao cho đầy những khuyết tròn của thời gian?

Có bao cuộc đời vừa trượt khỏi trần gian
Biết bao mái nhà tan hoang không còn trên đất
Những ruộng vườn, hồ, ao, con sông quặn thắt
Nơi lũ quét càn, nơi hạn hán đồng khô

Ngoài biển khơi sóng vẫn còn nhấp nhô
Nhưng cá chết, xếp thành từng lớp dưới đáy
Ngư dân đìu hiu, đành gác thuyền lên mái
Mong ngóng từng ngày biển lại bình yên

Ở đầu nguồn những cánh rừng bị tàn phá chẳng còn nguyên
Nên thiên nhiên đau đớn oằn mình nổi giận
Trút tai ương muôn trùng lên đầu những thân phận
Vẫn hiền hòa, từng ngày cần mẫn mưu sinh

Bài thơ này tôi viết gửi những người còn chút lương tâm
Những người còn lặng im trong tự mình sợ hãi
Cho những tâm can vẫn kiệt cùng nhẫn nại
Trước nghịch cảnh cuộc đời, chất chồng những bất công

Bài thơ này có thể rồi sẽ thành thinh không
Trong tâm hồn muôn người ngồi chờ mong, vẫn đợi
Mọi thứ sẽ tốt đẹp lên mà chẳng cần hành động
Tôi vẫn lặng thầm, miệt mài, viết lên

Tôi viết cho những cuộc đời đã không được gọi tên
Tôi viết cho tất thảy những mảnh đời nghèo khó
Tôi viết cả cho những điều người ta cố chối bỏ
Để mai này, có gì đó, nói chuyện cùng nhau

Tôi viết lại để dành cho thế hệ mai sau
Cho những người rồi mai đây có cơ may làm chủ
Tổ quốc này, giờ đây vẫn từng ngày đau khổ
Trước những vết thương hằn, còn lại với thời gian ∎

HÙNG NGUYỄN
THƠ 4 CÂU

Bóng

Mắc mồi câu lấy bóng mình
Lòng trùng trùng sóng dập dềnh trăng khua
Dường như đêm đã mút mùa
Bóng cằn cỗi lặn chào thua... gầm cầu.

Đôi

Bướm vàng đậu phải hoa vàng
Cả đôi nhập nhoạng thành hoàng hôn say
Môi kia ghé phải môi này
Cả đôi rừng rực hóa mây chở chiều. ∎

THƯƠNG TỬ TÂM
Hương Cố Nhân

Ta là người lữ hành già nua
Chống gậy tìm em hết đường đời
Mai với mốt biết còn gặp lại
Chắc em không về kịp tiễn đưa

Vẫn biết đời ta như bụi bặm
Rêu phong trơn trợt lối đi xưa
Em ngựa xe quen đời trên trước
Bọt bèo ta sông cạn về đâu

Xuân thì ngóng trông mai nở sớm
Thuở có em đi đứng bên đời
Tuổi già Tết đến tay run rẩy
Nhạt hoa rơi rụng nhớ một người

Năm xưa chia sớt mai cốt cách
Tưởng như tình đó tuyết tinh thần
Rượu nồng rót lại chung dĩ vãng
Ta như tĩnh vật một góc bàn

Xuân đã lại về cho ai đó
Chợ đời vẫn bày bán mai vàng
Hiên xưa tuyết ghé rơi nhè nhẹ
Nhớ quá ấm nồng hương cố nhân. ◼

NP PHAN

BÊN BỜ TÂM THỨC

níu một giọt sương trong
bước tới bờ tâm thức
lắng một tiếng vô cùng
xôn xao miền ký ức

chạm vào cõi an nhiên
lửng lơ vầng nguyệt bạch
cây trút lá ưu phiền
trên đường về xa lắc

điểm một nét bi hài
vở kịch đời vay mượn
mơ hồ chút tỉnh say
tạ ơn tâm vô lượng ■

TRẦN THOẠI NGUYÊN
Xuân Sài Gòn Thức Gọi Tình Yêu

Mùa Xuân chim én vẫn tung bay
Nắng rất đẹp trên những hàng cây
Sao thành phố im lìm lặng lẽ
Nỗi sợ nào ẩn náu đâu đây!

Em ơi em! Thành phố tình nhân
Ngàn hoa tươi sao em ngại ngần
Mùa dịch đã qua rồi Covid
Hãy cầm tay nhau dạo phố xuân!

Nắng Sài Gòn không chết đâu em
Ta yêu nhau khoảnh khắc vô biên
Mùa Xuân Mới thì thầm gõ cửa
Trái Tim mình trời đất bình yên.

Đừng bỏ anh một mình phố vắng
Công viên buồn đêm tối cô liêu
Đèn vẫn sáng cây xanh ghế đá
Đây chỗ ngồi lồng lộng Tình Yêu!

Anh đã về Sài Gòn đón Xuân
Em yêu ơi! Tim gọi bao lần
Trong mầu nhiệm Tình Yêu Vĩnh Cửu
Đôi Tình nhân đẹp những Thiên Thần! ∎

NGUYỄN VŨ SINH
MỖI ĐỘ XUÂN VỀ

Cuộc chiến nào chẳng hy sinh, mất mát
Thương những người nằm xuống tuổi đôi mươi
Thời lửa khói tải thương không về kịp
Gởi tấm thân nằm lại giữa núi đồi.

Giấc mơ nhỏ chẳng bao giờ đến nữa
Cánh chim ngàn đã biệt dấu mù khơi
Người nằm xuống hiện thân loài cỏ úa
Trên đồi hoang không về lại bao giờ.

Anh chỉ có gia tài buồn để lại
Mảnh hình hài nằm dưới vạt cỏ tranh

Giọt lệ sầu đọng trong ngăn mắt mẹ
Vành khăn tang trắng như giấy học trò ∎

VŨ TRỌNG QUANG
LÂU LẮM QUÊ NHÀ

"Sao anh không về chơi thôn Vỹ", câu thơ trong bài *Đây thôn Vỹ Dạ* của Hàn Mạc Tử khiến liên tưởng "lâu lắm" rồi không ghé về thôn Vỹ mộng mơ. Chiều dài thời gian ở đây ý nghĩa tượng trưng thời gian không thời gian; nhưng đối với tôi thì cự ly xa cách "lâu lắm" là hiện thực, mỗi năm quá lắm là hai năm tôi đều thăm quê hương Quảng Nam Đà Nẵng, năm nay đã hai niên tôi lần lữa không về thăm được, không ai khác hơn do Cô Vy cản bước chân. Sài Gòn đang oằn mình chống dịch. Hai chữ "lâu lắm" có thể là lâu lắm lâu rồi lâu quá, đến hồi chọc thủng sự lãng quên tái sinh sự nhớ về.

Tôi nhớ mộ phần của cha tôi và tộc họ ở địa danh Chân Mây thuộc thị trấn Lăng Cô bên kia đèo Hải Vân. Năm nay tôi không có điều kiện cúng cơm cha. Vợ tôi nói sao anh không đem tro cốt vào Sài Gòn để nhang khói cho tiện, nhưng tôi vẫn để ngoài nớ cho cái cớ đi đi về về nơi chôn nhau cắt rốn; và tôi không có dịp thăm người chú duy nhất thuộc hàng thúc bá còn lại của dòng tộc, nay chú đã lẫn nhớ nhớ quên quên mà quên nhiều hơn nhớ. Tôi còn đó lời hứa thăm cặp đôi Minh Tự - Nguyễn Thị Tịnh Thy ở Huế, chị là người bình bài thơ Ngôi Nhà của tôi rất hay; ở đất thần kinh tôi còn bạn bè để gặp gỡ: Nguyên Quân, Phạm Nguyên Tường, Hồ Đăng Thanh Ngọc, v.v...

Tôi nhớ gia đình các em tôi ở Đà Nẵng, trong đó có em Hoàng Quý Phước, huy chương vàng tại SEA Games 28, phá hai kỷ lục về bơi lội, 100m bơi tự do và 200m. Nhớ cà phê Cổ Quận của Nguyễn Nhã Tiên mà mỗi lần ra Đà Nẵng đều đến nhâm nhi cà phê gặp một số anh em văn nghệ như: Trương Điện Thắng, Trần Tuấn (báo Tiền Phong), Huỳnh Lê Nhật Tấn, v.v... Thù tạc lai rai với tay chơi Trần Thiên Thị (bào huynh của cô giáo Trần Thị Trúc Hạ), tháng trước tôi có gặp Thị tại quán cóc Sài Gòn, hắn vào để chữa răng, khi về mình nói với TTT "tau sẽ về Đà Nẵng chơi với mi", bây giờ chỉ còn lại lời hứa. Còn Nhà xuất bản Đà Nẵng đối với tôi có một kỷ niệm không quên, tôi đã xin giấy phép tập thơ Hôm qua Hôm nay Hôm sau, thời của anh Đà Linh, mà không xin ở những nhà xuất bản ở phía Nam. Nhà văn Phan Trang Hy vừa gửi tặng tác phẩm mới nhất của anh để đọc trong mùa bất trắc: Phạm Duy và Lời Ca Lắng Đọng, Hồ Sĩ Bình gửi lời thăm hỏi và chúc bình an trong tình hình bất an của dịch bệnh Sài Gòn tăng cao; chỉ bấy nhiêu thôi cũng thấy ấm lòng, bạn còn gửi tặng tôi tập thơ mới nhất Ngày Sinh Của Gió.

À, còn đến Hội An gặp vợ chồng Phùng Tấn Đông – Khiếu Thị Hoài nữa chứ, Đông và Trần Tuấn là hai người cùng cộng tác trong những tập thơ do tôi thực hiện. Tại Hội An tôi sắp hàng mua bánh mì Sài Gòn (lấy thương hiệu của Sài Gòn), nhưng không giống bánh mì Sài Gòn, hai đầu ổ bánh nhọn, hà tiện bột để phần mồi bên trong ít đi, còn bánh mì trong này lớn hơn, hai đầu bánh tương đối bằng, số lượng chất lượng "phụ bản" phong phú, như câu "Bánh mì Tân Định ngon ghê. Dăm bông thịt nguội pa-tê hành ngò" (trong tiểu thuyết của Duyên Anh). Hội An còn có cơm gà nữa nha, phải nói là rất ngon, gà chính gốc gà ta... Còn phải tìm gặp Đynh Trầm Ca, tác giả của Ru Con Tình Cũ, đòi món hến xào xúc bánh tráng chạm ly bia Larue lốp cốp. Và đâu hết đâu, anh chàng Liêu Thái mười năm rồi không gặp (mười năm không gặp đợi mười năm nữa), lần nào tôi đến Đà Nẵng, Liêu Thái đều biết "anh nhớ ghé nhà em ghé vườn rau bầy gà nhà em", nhưng loanh quanh chốn đô hội trung đô nên thất hứa với "chàng tuổi trẻ gan dạ trên chiếc đu bay" (William Saroyan), lần này tính rồi, nhưng vẫn hãy đợi đấy.

Nhớ huyện Hòa Vang, giáp với tỉnh Quảng Nam, năm 2000 tôi đi tìm mộ cha tôi, cuộc hành trình có sự tham gia của Ngụy

Ngữ và Chinh Văn, qua sự hướng dẫn bằng điện thoại di động từ nhà ngoại cảm, chuyện dài dòng và ly kỳ; sau đó tôi có làm bài thơ về sự việc đó, xin trích hai đoạn:

Chính sự chia biệt nuôi dưỡng trí nhớ
thi thể không còn xương tàn biến dạng
làm sao hội ngộ cùng xác chết đám đông
Người hiện hữu giữa trần ai bằng sự vắng bóng
mưa rơi dịu dàng lặng lẽ vào bình minh

Nguyện trăng về hướng bóng tối tôi về hướng ấy
Người bí mật khuya khoắt vào huyệt bên hàng dương gió hú
như bí mật sống bí mật yêu bí mật cầm súng bí mật ngã xuống
nghe lịch sử sóng vỗ êm đềm

Dĩ nhiên đến Đà Nẵng phải lao vào Quảng Nam; thị xã Tam Kỳ gọi tôi về, thị xã là trung tâm trung bình điểm cây số giữa Sài Gòn và Hà Nội, nơi tôi sinh ra; cha tôi có làm bài thơ khi tôi vừa lọt lòng:

Con tôi khóc chào đời
Khi lửa đạn đầy trời
Cả nước Việt Nam khói lửa
Khi cha mẹ đôi nơi

"Tôi muốn về Trung Phước những mùa ngô", câu thơ mộc mạc, đơn giản của Tường Linh lại in vào sâu cân não; Trung Phước là tên làng của huyện Nông Sơn, tôi đã đến cầu Nông Sơn sau khi xây xong, thắp nhang cho 18 em nhỏ mất trong vụ lật đò thảm khốc ở bến Cà Tang.

Mấy người em tôi ở Thăng Bình, thị trấn Hà Lam, luôn nhắn gọi, thường thì tôi ở lại hai ba ngày, ở nhà đứa này thì bày biện bữa cơm, những phần cơm có cá nục kho mẳn (có thể dùng riêng với bún kích thích vị giác thì tuyệt cú mèo, ở Sài Gòn có một danh hài mở tiệm cơm Quảng Nam, nhưng món cá nục nhạt nhẽo do cá không tươi), có chuối non luộc xắt từng lát mỏng vẫn giữ hình dáng quả chuối rất thẩm mỹ; ở nhà đứa kia thì bày điểm tâm món mì Quảng với rau húng cây lá nhỏ tập trung tinh dầu mùi thơm nồng nàn hơn húng cây lá to ở miền Nam, cộng thêm trái ớt xanh cay thanh không cay hỗn (có phải dân miền Trung dùng nhiều ớt quá, nên không chờ chín đỏ, lâu thành thương hiệu của miền?). Thực phẩm mang yếu tố hoài niệm về nơi chốn, vì vậy có danh từ riêng chả bò Đà Nẵng, một đặc sản chính chủ.

Ăn uống xong chạy trở về quá khứ tuổi thơ phía cầu Tam Kỳ:

Ngồi Lại Bên Cầu

Tôi cởi áo ngồi lại trên cầu
thức giấc mơ người xa lạ
quê hương tôi nước dâng lên từ thế kỷ
chiếc xe bò đâu rồi cho cái vẫy tay
con đường mòn mất hút cho lần trở lại
nụ cười trẻ nhỏ tắm ở chân cầu ngày ấy của tôi
nụ cười mẹ nhòe thiếu nữ
ánh mắt mẹ thời chiến tranh xa bố

Tôi tìm tôi nơi gương sông mù mờ khuôn mặt
quả bóng ném từ sân phơi lúa tới chỗ tôi ngồi
va đôi chân trần lem lấm

Có kẻ ném đá lên những toa tàu
vang tới tiếng chuông từ giáo đường loang lổ
mất dấu ngôi nhà để nói lời ra đi
chuyển động giao mùa băng rất nhanh
ánh chớp lóa mắt nhìn ga lẻ

Tôi đang bước xuống chạm tuổi trẻ mình bước lên

Thế giới mang bệnh nặng, Việt Nam mang bệnh nặng, mọi chuyển dịch nơi này đến nơi kia khó khăn, nhưng hy vọng bất trắc sẽ lùi xa, ngày ấy "lâu lắm" sẽ không lâu lắm. Cuộc sống vẫn tiếp tục. Vẫy tay chào quê hương, xuân này tôi không về...

Hẹn gặp, xuân sau?

Vũ Trọng Quang

NGUYỄN KIẾN THIẾT
SỰ PHẢN KHÁNG CHẾ ĐỘ
QUA MỘT MẨU CHUYỆN DÂN GIAN LỤC TỈNH

Trong những chuyến đi "điền dã" sưu tầm văn chương bình dân ở các tỉnh Đồng bằng sông Cửu Long, ngoài vô số ca dao, tục ngữ, hò vè, chuyện kể, chúng tôi còn sưu tầm được chuyện dân gian khá thú vị sau đây - tạm đặt tựa đề là "**Miếng Thịt Làng**".

Tóm tắt cốt chuyện "Miếng thịt làng"

Tại một làng quê miền sông Hậu, có anh nông dân đã mua một chức hàm *cai tuần* để tránh phu phen tạp dịch. Theo lệ làng, anh ta phải *nộp* một số tiền cho làng và một con *heo đồ* (tức heo đã cạo sạch lông và móc hết bộ đồ lòng) ra đình tế lễ. Cúng xong, heo được đem đi quay. Trước cúng sau ăn. Đã cúng rồi phải "kiến" đầy đủ cho mười hai *Hương chức Hội tề* trong làng. Anh ta chặt 12 miếng thịt quay để vô một cái mâm rồi lấy miếng giấy điều phủ lên cẩn thận. Đoạn sai thằng nhỏ mang mâm thịt đi ra *nhà việc*. Anh dặn con phải học thuộc lòng: *Hương cả:* miếng đầu; *hương chủ:* miếng nọng; *hương sư:* miếng vai; các viên chức khác theo thứ bậc từ lớn tới nhỏ: lẳn mẳn mỗi người một miếng. Tội nghiệp thằng nhỏ mới 9-10 tuổi có tánh hay quên, đầu đội mâm thịt, chân ráo bước, miệng không ngớt lặp lại lời cha dặn như niệm thần chú: *"Cả đầu, chủ nọng, sư vai, lẳn mẳn mỗi người một miếng".*

Tới ao nuôi cá tra cá vồ, thằng nhỏ chột bụng bèn đặt mâm thịt cạnh cầu ao rồi hối hả bước vô *cầu tiêu* làm cái việc "đệ tứ khoái". Cái cầu tiêu này được cất toàn bằng *cây nhà lá vườn*: cột bằng cây mù-u lão, *đà* ngang lót bằng những thanh tre Mạnh Tông già, chắc chắn, mái được lợp bằng lá dừa nước *chằm* lại phơi khô để che mưa nắng. Không may cái cầu tiêu này có một tấm *đà* bắt đầu bị mục, phải ngồi ở tư thế thật cẩn thận, nếu không dễ bị *đứt dây thiều lọt cầu tiêu* như chơi! Trở lại chuyện thằng nhỏ. Sau khi trật quần xà lỏn, rón rén ngồi xuống cầu, nó vừa *rặn* vừa lặp lại "điệp khúc-thần chú". Thừa cơ hỗn loạn, cục thứ nhứt chui ra, rơi tòm xuống ao: *Cả đầu*; rồi cục thứ hai rơi tiếp: *Chủ nọng*; và cục thứ ba: *Sư vai*... Rồi cứ thế cả tràng phân lỏng thi nhau rơi xuống nước: *lẳn-mẳn mỗi người một miếng*. Lũ cá đói mồi tranh nhau "vồ", "đớp" hết sản phẩm của thằng nhỏ, tạo thành một thứ âm thanh hỗn độn, nước phân lỏng bắn lên tung tóe. Mấy con cá vồ lớn ỷ mạnh giành *ăn hết* mấy miếng lớn và "ngon". Còn mấy chú cá nhỏ yếu thế chỉ *rỉa* được mấy miếng nhỏ, lầy nhầy, lẳn-mẳn thật đúng "quy luật", đúng tôn ti trật tự!

Sự phản kháng chế độ

Trong các bài khảo cứu trước kia, chúng tôi thường nhấn mạnh: **Bất cứ chế độ cai trị nào trước lúc cáo chung thường là một tấn bi kịch, đồng thời là một tấn hài kịch lớn.** Xã hội phong kiến ở nước ta thời kỳ suy tàn cũng không ngoại lệ, tức vừa bi kịch vừa hài kịch.

Cái bi-hài kịch thời kỳ này thể hiện ở hai giai cấp đối kháng: thống trị và bị trị. Thật ra dưới thời phong kiến đã có những minh quân, những lương tướng hết lòng trị nước chăn dân. Ngược lại cũng có những hôn quân vô đạo, quan lại thối nát "ngồi mát ăn bát vàng", cậy quyền ỷ thế mà ra sức vơ vét của công, hà hiếp dân lành. Còn kẻ bị trị *dân ngu khu đen* đầu tắt mặt tối, suốt ngày "bán mặt cho đất, bán lưng cho trời", làm ra của cải vật chất, nhưng bị bóc lột tận xương tủy nên suốt đời vẫn lầm than cơ cực (*Gánh cực mà đổ lên non; Còng lưng mà chạy cực còn theo sau*)... "Con giun xéo lắm cũng quằn", ở đâu có áp bức, ở đó có mầm mống phản kháng. Người dân lúc đầu chỉ biết than thân trách phận: "*Trách trời sao ở không cân; Kẻ ăn không hết người lần không ra*". Dần dà họ biết phản kháng qua tiếng cười vừa có tánh chất hài hước, vừa bao hàm nỗi chua chát xót xa! Hệ thống chuyện cười từ đó mà phát sanh.

Giai thoại về hai cha con ông đồ thời Lê mạt (tức thời cuối Lê, không phải Lê-Mạc) sưu tầm chuyện tiếu lâm "**Uống rượu thịt chó**" đã phản ảnh phần nào thực trạng ấy. Hệ thống chuyện "Trạng Lợn", chuyện "Vua Heo" và chuyện "Trạng Quỳnh" đả kích thẳng tay bộ máy thống trị phong kiến mục ruỗng. Nói chung, tác giả dân gian và Trạng Lợn, Trạng Quỳnh đã đem vua chúa, quan lại các cấp từ trung ương tới địa phương và nho sĩ *vô sĩ* ra làm trò đùa. Ngay cả thành phần xuất thân của Trạng Lợn, của Vua Heo là cả một sự phản kháng. Trạng Lợn vốn con nhà bần nông, dốt nát lại vô hạnh làm nghề lái heo nhưng "nhờ chó dắt" nên suốt đời gặp toàn những chuyện may mắn, tận hưởng vinh hoa phú quý. Còn Vua Heo vốn là cậu bé mồ côi rày đây mai đó, đi ở đợ hết nhà này tới nhà khác, quần áo rách rưới lem luốc bị người đời gọi là "Thằng Heo". Vì sau lưng thằng heo có chín nốt ruồi son nên nhờ gặp vận may lên làm vua, quyền uy tột đỉnh!

Trở lại đề tài, chuyện "Miếng thịt làng" mặc dầu tương đối ngắn, nhưng với nụ cười hóm hỉnh, tác giả dân gian đã thành công trong việc vẽ lại bức tranh xấu xa ở nông thôn nước ta; đồng thời nói lên sự phản kháng của người dân đối với Ban Hương chức Hội tề Nam kỳ thời bấy giờ. Thật ra tại các làng xã miền Nam trước kia, sự phân hạng dân chúng rất giản dị, chỉ có hai giai cấp: địa chủ và tá điền. *"Nhưng mối quan hệ địa chủ-nông dân thời bấy giờ không đậm nét - có thể nói họ "sống chung hòa bình", kẻ có của người có công, bởi họ đã từng "đồng cam cộng khổ" trong việc khai hoang vỡ đất và cũng biết "thương người xa xứ lạc loài tới đây"* (Trích Nguyễn Kiến Thiết: *Những Trang Văn Đời Tôi*. Văn Học Mới Hoa Kỳ xuất bản 2021). Tưởng cũng nên biết, các chúa Nguyễn và những vua đầu triều Nguyễn đã thực thi *chánh sách rất thoáng và cởi mở* bằng cách khuyến khích, tạo điều kiện thuận lợi cho lưu dân và quan binh trong việc khai khẩn đất: khai thác đất bao nhiêu tùy ý, khai phá xong thì báo với chánh quyền sở tại và nộp thuế (biệt nạp) để giữ quyền sở hữu. Ngày 6/6/1884, triều đình Nguyễn ký hòa ước Patenôtre với thực dân Pháp, mở đầu thời kỳ Việt Nam mất độc lập, tự do và trở thành một quốc gia lệ thuộc vào nước Pháp. Từ đó, Việt Nam trở thành một nước *thuộc địa, nửa phong kiến*, nhân dân ta phải sống cảnh "một cổ hai tròng" - nghĩa là chịu sự áp bức bóc lột dưới ách thống trị của cả thực dân và phong kiến. Đến khi Toàn quyền Đông Dương ra Nghị định ngày 27/8/1904 thành lập *Ban Hội tề* tại các xã ở Nam kỳ - gọi là *Hội đồng làng*, đánh dấu sự can thiệp, cải tổ hành chánh của thực dân Pháp - *bắt đầu tại miền Nam* để đi dần tới miền Bắc và miền Trung. Theo Nghị định này *Ban Hội tề* phải có tối thiểu 8 viên chức và có thể tăng thêm tới 12 người tùy theo từng xã với tục lệ riêng của mình. Về sau với Nghị định ngày 30/12/1927 của Toàn quyền Đông Dương, Ban Hội tề được gọi là *Hội đồng hương chánh* gồm 12 viên chức. Nhà văn Toan Ánh gọi là *Hội đồng kỳ hào*, dễ lẫn lộn với *Hội đồng kỳ mục* ở miền Trung và miền Bắc. Trong chuyện "Miếng thịt làng", chúng tôi gọi *Ban Hương chức Hội tề* nhằm nói đến *Ban Hội tề - Hội đồng hương chánh* gồm 12 viên chức trong bối cảnh lịch sử thời bấy giờ ở Nam kỳ.

1. Nội dung chánh của chuyện nhằm đả phá "**óc ngôi thứ chốn đình trung**". Đình làng vừa là trung tâm hành chánh, trung tâm văn hóa, vừa là trung tâm về mặt tình cảm. Do vậy mới sanh ra lắm tệ nạn, như hủ tục coi trọng "miếng thịt giữa làng/đình" hơn "sàng xó bếp". Luật vua thua lệ làng. Do vậy mà 12 Hương chức Hội tề lần lượt được "thưởng thức" những cục thịt-phân do thằng nhỏ con anh cai tuần "sản xuất". Sự "cho" và "nhận" được diễn ra nhanh gọn, các bên đều có lợi. Bên cho sảng khoái bởi cái "đệ tứ khoái", bên nhận thống khoái với món ăn "truyền thống" nên giành nhau vồ, đớp. Thật ra cũng có nhiều hương chức giàu lòng nhân đức biết thương dân; nhưng vì tác giả dân gian muốn gián tiếp lên án chế độ cai trị hà khắc của thực dân nên mới mượn họ làm vật tế thần!

2. Nội dung kế tiếp nhằm đả kích là "**Túi tham không đáy**", nói nôm na là lòng tham vô cùng vô tận, giống như cái túi rộng không có đáy, bỏ tiền của vô bao nhiêu cũng không đầy. Đã là tham quan thì phải ăn của "đút lót", và ăn bao nhiêu cũng không vừa túi tham của mình. Có loại "hối lộ" trơ trên, lộ liễu, có loại tinh vi, khéo léo. Chẳng hạn như "Quan huyện thanh liêm" lại "bất liêm" đã mắng huyện bà sao không nói mình tuổi Sửu thay vì tuổi Tý để dân làng đúc tượng bạc lớn bằng con trâu để đút lót. Cái quy luật "Cá lớn ăn nhiều, cá nhỏ ăn ít", hoặc "Cá lớn nuốt cá bé" y chang tệ trạng quan lớn tham nhũng nhiều, quan nhỏ tham nhũng ít; cái gì ăn được thì ăn, đồ dơ thúi cũng ăn; ăn không được thì quậy phá cho hôi. Đôi khi chúng tìm mọi cách thanh toán lẫn nhau để giành hết lợi lộc về phần mình. Rõ ràng là cảnh "cá đớp cá", "người trói người" bất cứ xã hội nào cũng có. Hèn chi cụ Đồ Chiểu đã răn đe: *Thà đui mà khỏi danh nhơ; Còn hơn sáng mắt **ăn dơ** tanh rình*"!

3. Sau hết là tệ nạn "**mua quan bán tước**". Vào cuối thế kỷ XIX, dưới chế độ thực dân - nửa phong kiến, nho học lụi tàn, việc thi cử chỉ là cảnh chợ chiều để các giám quan tha hồ thao túng. Nguyễn Khuyến đã sáng tác bài thơ *Tiến sĩ giấy* với giọng điệu trào phúng để thể hiện tâm trạng và thái độ của mình trước hiện thực: *"Cũng cờ, cũng biển, cũng cân đai / Cũng gọi ông nghè có kém ai..."*. Trần Tế Xương đã đả kích gay gắt tệ nạn "mua quan bán tước" qua tiếng cười châm biếm chua cay bằng bài thơ nổi tiếng *Năm mới chúc nhau: "Lẳng lặng mà nghe nó chúc sang / Đứa thì **mua tước***

*đứa **mua quan...***". Trong chuyện "**Miếng thịt làng**", tệ nạn này được nhắc đến nhưng với mức độ vừa phải. Cụ thể là anh nông dân phải "nộp tiền" cho làng để "mua" chức hàm cai tuần. Trước khi nhận việc, anh ta còn phải mang một con heo ra đình cho làng tế lễ. Gọi là tế lễ, nhưng thật ra là để ăn khao, tạo cơ hội cho Ban Hội tề chia nhau miếng thịt làng và say sưa chè chén. Cái lệ ăn khao bất thành văn này giống y chang các làng xóm miền Bắc, nhưng với cái tên hoa mỹ hơn - tức khao chức việc hoặc khao nhiêu, khao xã. Nếu không đủ tiền để "nộp" và sắm lễ vật (mua heo), anh ta phải cầm cố nhà cửa, ruộng đất, đôi khi phải mang công mắc nợ. Điều đáng nói là nạn mua quan bán tước đã phổ biến khắp mọi ngõ ngách, mọi lãnh vực trong đời sống từ xưa tới nay, nên đã nghiễm nhiên trở thành "văn hóa" - như "văn hóa chạy chức", "văn hóa phong bì", v.v...

Thay Lời kết

Bàn về cái tật "Gì cũng cười", cụ Nguyễn Văn Vĩnh cho rằng: Dân ta có thói lạ là gì cũng cười. Người ta khen cũng cười, chê cũng cười. Hay cũng hì, mà dở cũng hì; quấy cũng hì, phải cũng hì (theo *Đông Dương tạp chí* số 22 – 1913). Thật ra, nguyên nhân của tiếng cười trong xã hội có giai cấp thường nói lên sự mâu thuẫn, sự tương phản. Đó là sự mâu thuẫn/tương phản giữa cái xấu xa và cái đẹp đẽ (Aristote); giữa cái tầm thường và cái cao quý (Kant); giữa cái có lý và cái phi lý (Richter)... Từ cái tương phản, mâu thuẫn dẫn đến sự đối kháng. Trong chuyện "Miếng thịt làng", tác giả dân gian dùng tiếng cười để chuyên chở nội dung đối kháng của kẻ bị trị chống lại giai cấp thống trị ở nông thôn. Tiếng cười ở đây chính là khí giới của kẻ yếu thế cô chống lại kẻ mạnh quyền thế. Mặc dầu sự đối kháng chưa mạnh mẽ quyết liệt, chỉ là một đốm lửa yếu ớt; nhưng biết đâu khi gặp thời cơ thuận lợi, toàn dân nổi dậy dấy can qua, đốm lửa kia sẽ bùng phát mạnh mẽ, rộng khắp để thiêu rụi cả thành trì bất công, áp bức!

Trước kia, thi sĩ Tản Đà từng chê trách *"Cũng bởi thằng dân ngu quá lợn"* nên dân ta đã sống trong những đêm dài nô lệ. Và lịch sử đã chứng minh, sau những đêm dài nô lệ, dân ta đã không chấp nhận các "đấng vua heo", các "ngài trạng lợn" ủn ỉn lèo lái dân tộc đi theo "con đường heo", nên đã vùng dậy dấy can qua hầu thoát khỏi cái ao bèo tanh tưởi! Các bạn nghĩ sao?

Nguyễn Kiến Thiết

Montréal, sau Tết Nhâm Dần 2022

LUÂN HOÁN

CÁM ƠN ĐẤT ĐÁ TRỔ THƠ
LÒNG TA HẠT BỤI VU VƠ BÁM HOÀI,
MỘT TẤM LÒNG VỚI ĐẤT HAI PHƯƠNG

Tập thơ được định sẵn chủ đề. Nhưng khởi đầu không theo kiểu ra đề trước viết sau. Trong một hôm ngồi không, lục lại cả đống giấy rời nhiều cỡ, nhiều màu, tôi nhận ra thơ mình ăn theo tình quê hương khá nhiều. Điều dễ hiểu, ở quê người, nhớ nhà viết về những kỷ cũ niệm là đương nhiên. Môi trường nuôi xanh kỷ niệm ngoài tình yêu, chính là những miền đất cũ.

Sao không có một thi phẩm đặc biệt cho quê hương?
Tôi đang có đến hai quê hương lận mà!

Thật ra tình yêu trai gái một phần lớn sánh đôi với tình sông núi thiên nhiên. Cái khác biệt ở đây là có chút gì đó rạch ròi được dán bởi những danh xưng. Để tô đậm tính cách nhất quán cho chủ để đã ưng ý, tôi đọc lại những bản nháp cũ, viết thêm một số bài mới. Tên bài không những mang theo địa danh, nội dung của chúng cũng phải có nét riêng địa phương được nói đến. Muốn thực hiện được cái hồn của bài thơ cần phải có vốn sống ít nhiều với nơi đó. Những râu ria mỹ nhân, hảo tửu... đi kèm đều dễ dàng hư cấu, tưởng tượng. Tôi vốn là người hay ước mơ truyện trên trời, nên công việc này không có nhiều vất vả trí óc.

Tập thơ sau khi lượng chừng đã đủ tập, tôi chọn tên. Không rõ có bao nhiêu tên gọi được viết lên mặt giấy. Cuối cùng sáu chữ "Cảm ơn Đất Đá Trổ Thơ" được chọn. Đọc đi đọc lại lầm thầm, cảm nhận thiếu thiếu tình cảm của riêng mình. Thế là câu tám chữ có mặt.
"Cảm ơn đất đá trổ thơ
Lòng ta hạt bụi vu vơ bám hoài"

Thơ hay vè? Nhẩm tới nhẩm lui, thấy cặp sáu tám này lưng chừng giữa quê mùa và thi vị. Tạm được, quyết định dùng.

Tên sách đã là thơ hay như thơ. Sao không chơi luôn tên từng bài cho đồng nhất ? Nghĩ là làm. Suy ra cho đến lúc bấy giờ chưa có ai chơi cải lương như mình. Nói theo kiểu mấy bạn dị ứng với vần vè: triệt để cùn mòn từ ngoài đến trong!

Mời các bạn đọc tên bài từ trang đầu đến trang cuối:

1- Quê hương nhắm mắt như sờ được
Đà Nẵng muôn đời trong trái tim

2- Hội An Hội An Hội An
Rún ta trong thớ đất vàng trổ thơ

3- Ngồi bên mé nước sông Hàn
Hồn đang lội ngược thời gian vô tình

4- Mây trắng bay nhiều quá
Ta phải về Hải Vân
Để tìm trong hương đá
Còn lòng ta đó không ?

5- Tượng kia lạnh Cổ Viện Chàm
Hồn trong nghĩa địa chợt choàng ngang vai

6- Đưa em trình diện ao vườn
Hòa Đa Liêm Lạc con đường trái tim

7- Ngoại ngủ trong lòng thành Vĩnh Điện
Triệu người xưa chắc đã thành tiên?

8- Rúc lên rừng rậm Bà Nà
Cụng ly với núi Chúa tà tà chơi

9- Quê em lộng lẫy quá
Bởi vì đã có em

10- Phú Thượng Hòa Sơn giờ ra sao
Nắm xương mẹ vẫn còn trông sao

11- Tay bưng kính cẩn tô mì
Khói bay hương nói điều chi với mình

12- Gọi thầm mươi cái phương danh
Phỉnh mình đang lội loanh quanh quê nhà

13- Xin gởi cho em vài hạt mưa
Để nghe thánh thót suốt ngày xưa

14-Lên chùa Tỉnh Hội lễ xuân
Cho ta gởi cái nhớ nhung dâng đời

15- Cây si ở chợ Cây Me
bây giờ bật rễ lè nhè mua vui

16- Khi không nhớ về Phong Lệ
Cúi đầu đụng tiếng thở ra

17- Có buồn có nhớ gì đâu
Tại vì có cái hương cau bay lừng

18- Em nhớ Sicovina
Hay nhớ một thời xót xa qua?

19- Ngồi vò kỷ niệm thành thơ
Nuốt cho hạt nhớ vu vơ đâm chồi

20- Năm suông và ước mơ suông
Khoái chưa giảm được cái buồn mấy phân

21- Vẫy tay chào huyện Quế Sơn
Hồn theo xe chạy chập chờn dưới trăng

22- Ngũ Hành Sơn, Ngũ Hành Sơn
Năm hòn núi mọc ở trong hồn

23- Bất ngờ qua cầu Champlain
Nhớ cầu Bà Rằn lềnh bềnh những thơ

24- Dừng quân, phơi nắng Chu Lai
Mưa ta đôi sợi buồn hai bên đường

25- Cho ta giữ một chút gì thưa Huế
Một đôi ngày sống vội cũng không sao
Vài kỷ niệm đủ thắp lên tất cả
Những ngọn đèn thương nhớ trong thơ

26- Ngồi thi nhìn cái mặt bàn
Thu Sương, Bích Thảo... nhẹ nhàng hóa thơ

27- Ngàn năm người đẹp Hương Giang
Vẫn còn đi đứng đàng hoàng trong tôi

28- Cây của đất hẳn đời đời tồn tại
Tôi của người không lẽ mất về đâu

29- Đò em vẫn chở nguyệt hoa?
Cho ta hồn mộng la cà theo sông

30- Theo Hương hôn những phương danh
Còn trên trái đất mà đành đoạn xa

31- 23 tháng 5 cúng cô hồn
Cho tôi hưởng ké hương thơm nhang trầm

32- Cùng em lên núi Bằng Sơn
Vịn thân tùng thiết tha hôn đất trời

33- Đâu phải khi không ta thắc mắc
Vì lòng đã vậy biết làm sao

34- Tiểu thư áo trắng quá
Hớp hồn tôi mất rồi

35- Bởi cô em Vỹ Dạ
Tôi hại tôi một đời

36- Một lần độc nhất đưa nhau
Một lần lên tột đỉnh sầu chia tay

37- Ra Huế dự thi tú tài
Hương giang quyến rũ rớt dài mấy keo

38- Nắng vàng ủ nón bài thơ
Em đi em đứng vẫn vơ tôi buồn

39- Trong lòng ta điệu chầu văn
Vẫn thao thức với bóng trăng hoa nhài

40- Vàng son còn đượm trong hương đất
Gió thoảng mơ hồ gót quân vương

41- Mặt trận Quảng Ngãi ngày xưa
Bóng ta phơ phất hạt mưa nhạt nhòa

42- Đệ nhất thiêng liêng
Là giờ nhớ em

43- Hiên ngang một đóa hoa vạn thọ
Nở giữa điêu tàn đón chúa xuân

44- Trên đường lững thững hành quân
Đạn thù có lẽ ngập ngừng tránh ta

45- Bàn giao cho bạn địa bàn
Bàn giao cho bạn nghĩa trang vô tình

46- Chợt nhớ về nơi ngấm máu ta
Bùi ngùi lòng nhú chồi xót xa

47- Hờn trách hay là khuyến khích em
Phải chăng thật sự muốn nguôi quên?

48- Đã tàn chưa những cánh hoa
Ta từng tưới nước qua loa bên đường

49- Mới xa nhau một bữa
Dài như mấy năm trời

50- Sài Gòn thủ thỉ gọi ta
Nhiều khi ta nhớ xót xa Sài Gòn

51- Những góc cạnh thủ đô
Vẫn còn trong tâm mạch

52- Ta may mắn được làm thi sĩ
Nhờ đã phải lòng gái Bến Tre

53- Nhạt nhòa bóng gánh ve chai
Nắng Bình Dương úa hai vai đổi đời

Sự đánh giá của bạn đọc về cách đặt đề bài như trên như thế nào? Tôi hy vọng bên cạnh người chê có đôi người khen. Mỗi đề bài, tự nó một phần nào cũng bộc lộ ít nhiều nội dung.

Thơ viết về quê hương, hình như tôi có khuyết điểm đã không tạo được cho người đọc một hình ảnh quê nhà chung chung. Thói quen ngợi ca những nét riêng từ các địa phương mình từng gắn bó hoặc được biết qua, không rõ là khuyết hay ưu điểm. Có thể khai thác quá chi tiết, cộng thêm đậm đà kỷ niệm riêng tư, đôi khi cũng là điều không nên làm trong thi ca?

Dù sao, tôi vẫn trung thành với lối làm thơ của mình. Trong tả cảnh có tả tình. Hình ảnh âm thanh và cách chọn chữ vô cùng cần thiết. Tôi thường viết nhanh, dễ dàng nhưng chưa hẳn đã là dễ dãi như tôi một vài lần nhạo mình trong thơ. Một khuyết điểm không phải nhỏ: tôi bị gò bó bởi sự gieo vần. Hầu như đa phần tôi buộc mình chính xác trong mọi thể loại, điều này đôi khi đành chấp nhận những từ không ưng ý.

Dù tự tán tụng bao nhiêu cũng không bằng trưng minh chứng sản phẩm, vậy nên xin trích và có thể chú thích nếu thấy cần:

"... tôi thấy con đường qua Non Nước - giữa lòng cát trắng dương liễu xanh – bùi ngùi thoảng tiếng Tường Linh thở - lúc thúc quanh chân cụm Ngũ Hành... "

(Non Nước dùng ở đây là danh từ riêng, đã được viết hoa, bởi dân địa phương Quảng Nam những năm về trước vẫn gọi Ngũ Hành Sơn là núi Non Nước | Sao có tiếng thở của nhà thơ Tường Linh ở đây? Lý do tôi dựng hai chữ Tường Linh như một điển tích. Tường Linh tên một nhà thơ nổi tiếng của Quảng Nam, ông có bài thơ có thể gọi là hay nhất viết về Ngũ Hành Sơn. Bài thơ có tên Năm Cụm Ngũ Hành).

Làm thơ, tôi nghĩ, không nhất thiết câu nào cũng là câu thơ. Trong ba bốn câu có một câu có chất thơ là được. Và chính một câu này nhiều khi chỉ có chất thơ theo quan niệm của riêng mình. Căn bản là câu đó mình đã rất thích khi viết ra. Ví như tôi vẫn còn khoái hai câu cuối trong bốn câu này:

"phi cơ dừng bánh trong phi cảng – run run tôi đứng vẫy tay chào - bốn mươi tám tuổi còn được khóc – như đứa trẻ con, thú biết bao!".

Một-trăm-lẻ-tám câu trong bài "Quê hương nhắm mắt như sờ được"... tôi đã nhắc đến nhiều điểm kỷ niệm của riêng tôi bằng những tên gọi ngày nay không sử dụng như : cầu Đỏ (cây cầu thứ hai bắc qua sông Cẩm Lệ ở gần Phong Lệ), Cống Mê Linh (ở Chợ Mới) chắc không còn. Giếng Bộng, năm bồn xăng, bến Mía... đều đã mất. Xóm Chuối mấy ai biết đây? Nhà thơ Nguyễn Văn Gia hiện ở

Đà Nẵng, tôi đồ chừng cũng không biết đây là căn cứ địa của các nàng kiều ở ngoài Đoạn Trường Tân Thanh.

Còn nữa những đào thải nhưng chưa mất trong tôi. Hóa ra làm thơ trước nhất là thỏa mãn cho chính mình là điều có thật:

"thong thả mà đà qua Xóm Chuối - ổ gà đường đọng nước mưa dông - nhớ thời lả lướt dông solex - đụng phải một người yêu mấy năm!".

Thương nhớ, ngậm ngùi là điều thường thấy ở những cuộc hội ngộ sau một thời gian dài chia cách.

"tưởng khóc là xong là quên hết - một hồn ray rứt bóng ngày qua - ngờ đâu lệ chỉ là vết đạn - lỗ chỗ lòng tôi những xót xa = trốn bao thương nhớ tôi ra phố - trăm ngả đường vào một trái tim – trái tim tôi vẫn tên Đà Nẵng – không hiểu vì sao vẫn kiếm tìm =
.... trông ra cửa kính trời mưa tuyết – ngó lại mình đang ngồi bó tay – quê hương nhắm mắt như sờ được – sao vẫn buồn xo đến thế này?... "

Bài thứ hai viết về Hội An là một bài lục bát, thật giàu kỷ niệm. Với những cặp đọc lại vẫn vô cùng thú vị:

"... chỉ giùm ta vạt đất nào – đã chôn cuống rún trổ thơ thành chùm || mắt theo lòng tột nóc nhà – ngói âm dương nở cỏ hoa ngóng trời || gập ghềnh tưởng vấp bước em – đinh long ván mục lênh đênh bóng đời || hồn nương tiếng mõ nhịp nhàng – lên bao la cõi niết bàn ngao du || người ta 'chín nhớ mười thương' – tôi mang cả triệu nhớ thương lận nè || lâu năm trở lại Cẩm Sa – tìm em cẩm chế áo bà ba đen – hình như tôi đã thưa rằng: - mê thơ Luân Hoán chi bằng mê tôi || giận con sáo sậu lìa cành – tha luôn hồn vía tôi đành đoạn bay || lâu năm ghé lại thăm mình – cái hồn sắp vữa cái hình chực cong - bao nhiêu bèo bọt trong lòng - thở vào chữ nghĩa mặn nồng chua ngoa - gởi hoang vu lại quê nhà – xin cho thương nhớ lột da sống đời!"

Đèo Hải Vân, năm lên 11 tuổi tôi đã bằng cùng một đoàn xe chở quân đội có Việt có Pháp và rồi sau đó khó nhớ được còn bao nhiêu lần nữa. Đi trên sườn núi, đi trong lòng hầm mang tên chữ số. Hữu tình thi vị biết bao, tôi gói lại trong 8 cụm nhớ ngọt ngào lục bát, mỗi cụm 6 câu :

"Treo lòng lên mũi Chân Mây - lim dim nghe tiếng lá cây trở mình – thương em, khép nép ngồi rình – mây vào lá, lót ổ tình để thơ – trên tuyệt mù đỉnh hư vô – ta chìm nổi giữa phất phơ bụi trần"
(trong câu thứ nhất trong sách in sai chữ mũi Chân Mây thành mãi Chân Mây, Chân Mây là danh từ riêng, cần lưu ý giá trị của những dấu phẩy)

"Treo lòng lên đỉnh Hải Vân – nghe sa diệp thạch bần thần thở ra - ... – " (sa diệp thạch là chất đá ở núi này).

"Treo lòng lên mỗi đọt cây – nghe từng lóng rễ sầu vây ngoằn ngoèo... || qua đèo vượt ải Hải Vân – là đi trên thịt trên hồn Trường Sơn – tim thao thức đập bồn chồn - nhịp chân nam tiến dập dồn thân quen – ơi con rắn ở Hầm Sen – cho ta viên ngọc nhọc nhằn năm xưa – cho ta lột vỏ sống hoài - để nhìn đá núi bốn mùa đơm hoa".

Cổ Viện Chàm, Ngũ Hành Sơn đều có ghế ngồi đặc biệt trong tim tôi. Bỏ sót mà được à?

"Ai giam Chiêm quốc vào trong đá – cho đá ngàn năm ngậm máu người - tủi hận theo thời gian hóa thạch – còn không tinh huyết giống dân Hời ?... || nào đâu Châu Lý Châu Ô cũ – ai đổi danh thành đất Hóa Châu – tình nghĩa em đâu Huyền Trân hỡi - hồn Chế Mân ta khắc khoải đau || ... Chiêm vương ơi, đá còn mưng lệ - hận đến bao giờ vỡ đắng cay – ta nghe nức nở hồn ai oán - sầu sống muôn thu nghĩa địa này. "

 (Vâng, tôi nhìn thấy và luôn cảm giác Cổ Viện Chàm là một nghĩa địa. Năm 2002 về thăm nhà, ghé lại nơi đây rất lâu, chụp nhiều ảnh, đáng tiếc những cuốn phim rơi mất trên đường trở qua Canada; mừng Cổ Viện Chàm vẫn còn đó. Con rồng của cây cầu chưa nuốt mất).

"tay ai lót đá thành thang bước - càng bước lên cao càng bâng khuâng - chân run ngỡ dẫm đau tay cũ - ngờ ngợ như vừa gặp cố

nhân = Thủy, Kim Mộc, Thổ, Hỏa sơn ơi - - hít thở bao nhiêu thế kỷ rồi - những gì trong đá vôi già ấy - sinh dưỡng cỏ cây thanh tú vui... này đây vòi vọi Vân Thông Động - em muốn lên trời một chuyến không? - ngửa mặt, mây vờn ngang sống mũi - trời xanh nằm gọn ở trong lòng! = này đây huyền ảo Thiên Linh Động - ai nhốt gió vào hang đá vôi? - hay gió đi tìm hương sắc lạ - thở nhầm hơi thở của em tôi? = Ôi những Huyền Không, Nham Linh Động - mái đời, mưa nhễo vệt rêu xanh - đứng bên bờ miệng hang Âm Phủ - rùng mình tưởng hụt phận mong manh...
ta đi ngắm kỹ từng gân đá - từng lá bồ đề , từng rễ cây - mỗi hạt bụi đời như có máu - giai nhân, hào kiệt từng đến đây = hỡi ơi du khách, hề du khách - danh khắc, thơ đề, loạn vết dao - đến đi đi đến luân lưu mãi - có thấy lòng ta động chỗ nào?"

(Quá buồn, tôi đã không thực hiện được giấc mơ thời tuổi 10+. Tôi chưa lưu được chữ nào trên đá Ngũ Hành *có thấy lòng ta động chỗ nào? "* chỉ là tiếng thở an ủi).

Thú thật trong tập thơ này có thật nhiều bài tôi đã viết cùng nước mắt. Phú Thượng, địa danh có ngọn đồi thấp bên đường lê Bà Nà Núi Chúa. Phần mộ thân mẫu chúng tôi được cải táng trong nghĩa địa của người Công Giáo. Được vậy là nhờ một người bạn lớn tuổi hơn tôi lo giùm. Anh Tường, nay anh cũng đã ra đi.

Năm 1958, mẹ chúng tôi mất an táng tại quê chồng Liêm Lạc Hòa Đa Quảng Nam; sau 1975 phải bốc lên, tôi là người cho hỏa thiêu xương cốt, mang hũ tro về thờ ở nhà đường Đông Kinh Nghĩa Thục đã đổi ra Ngô Gia Tự. Khi bắt đầu lập hồ sơ xuất cảnh, tôi cải táng mẹ tôi trên ngọn đồi này, thay vì phải gởi ở Gò Cà hay một nơi nào khác. Ngôi mộ ngày nay vẫn còn đó, một người ngoại đạo được nằm chung với những hồn ma ngoan đạo giàu lòng. Tôi an tâm vô cùng. Tạ tình ơn trên.

"... em có nhìn lên chòm mả cao – hàng bia mưa nắng giờ ra sao - mẹ ta nằm vọng trời mây rộng – đã hỏi thăm ta những câu nào ? = em quyết rằng 'không', có phải không ? – ta nghi em nói chẳng thật lòng – hình như mẹ nói : 'ta vô phước – sinh một thằng con thích lưu vong' = không lẽ khóc nhờ nước mắt em - buồn ta, ta lại nuốt vô tim – Hòa Sơn, Phú Thượng hồn ta vẫn - trôi nổi bay hoài trong cánh chim... "

...

Lê Thị Kim Anh (Kiều Liên) là chị ruột sát cạnh tôi, lớn hơn tôi hai tuổi. Rất tài hoa với ca hát, nhưng rừng núi Tiên Phước giữ chân. Thương hai em trai khó ngợi ca cho cùng. Nhưng thật xấu hổ, chúng tôi thiếu bổn phận với chị nhiều quá. Bài trích đoạn dưới đây cũng như bài Khiêng Nước chị đã được nghe qua giọng ngâm Thúy Vinh (Việt Nam) và giọng ca của Phan Ni Tấn. Giờ chị đã đi quá xa...

"mưa suốt ngày đêm, suốt mùa đông - chị đang đúc bánh xèo phải không? - chảo đen bột trắng bàn tay nhỏ - đổ hết lòng lên ngọn lửa hồng = ... em vẫn đang nhai lại tuổi thơ – bút cùn hành hạ ngón tay thơ - ngại rằng nước mắt chao hình ảnh – em vẫn van em đừng bao giờ... = ... nghe thoảng qua hồn tiếng thở ra - mỗi lần chị nói bị em la – đã quen ăn hiếp chị từ bé – có hiểu em thương chị nhất nhà? = ... chị buồn còn hơn những giọt mưa - sầu hơn cổ nhạc tự ngàn xưa - nhớ thương em trốn vào thi khúc – sao chút lòng em vẫn cứ thừa..."

Vùng đất Quảng Nam tôi được qua nhiều nơi từ khi ngồi một đầu của gióng thúng, rồi lúp xúp chạy bộ theo cha trốn hồi hương, rồi theo tình lang thang, rồi theo bè bạn (Những Vĩnh Kha, Nguyễn Thanh Ngân) đi thầu đào ao cá. Chẳng nhớ bao nhiêu lần, đến bao nhiêu làng thôn chân núi để mồi chim chào mào, khướu... Anh Tường đã ra đi, cậu em Bình đã ra đi, còn thấy và mừng một Nguyễn Phú Dũng, người em cùng tổ dân phố phát tướng phương phi đang có nhiều công việc từ thiện. Phong Lệ, nơi quê ngoại lớn, Quế Sơn, Đại Lộc, Ái Nghĩa... lòng tôi trải thơ tôi lót... nghĩ cho cùng rồi cũng phù du... Thôi không trích thêm những gì cho "anh năm eo" này nữa, để bước qua...

Tôi tin chắc mình hơi khác với nhiều bạn văn ở việc lười đọc sách, kể cả thơ. Rất may thời chưa ngã ngựa tôi ham đi, thay vì đọc chữ, tôi đọc cỏ hoa, suối sông. Qua mục lục tên bài ghi trên hẳn các bạn biết tôi viết về nhiều vùng ở Quảng Nam, Huế, Quảng Ngãi, Sài Gòn, Bến Tre, Bình Dương... kỷ niệm thường thoáng qua nhưng dấu ấn đậm đà:

"gói cả bộ cờ mang ra Huế - đi thi mà như thể đi chơi - sáu giờ chiều nhảy lên tàu hỏa - sĩ tử đầy toa chật tiếng cười = tàu đi lịch xịch trong đêm tối - rúc hầm số một, vượt Lăng Cô - biển xanh núi biếc đều đen cả - héo hắt đèn soi bóng nhấp nhô = khuya lắc khuya lơ ra tới Huế - theo về nhà ngoại của Châu Văn... (Tùng) - lạ nơi khép nép nằm nghe muỗi - năn nỉ như đòi chung gối chăn = tảng sáng hôm sau nghe bạn rủ - thuê phòng ngủ trọ mé sông Hương - suốt đêm trằn trọc đò ai gọi - sáng trễ giờ thi dựa cổng trường."

(chuyện kể như đùa nhưng thật cả đấy, cả bộ cờ tướng, cả mé sông, cả chuyện lần đầu làm tú tài hỏng).

"vào giờ G ta ra mặt trận - ngồi trước ca-bin ngủ gật ngủ gà - một chút nhớ em, một chút nhớ - cái thằng nào đó giống y ta = xe bỏ mắt mèo qua Châu Ổ - chờn vờn trước mặt bóng ma trơi - nhìn lâu lại hóa ra đom đóm - buồn bã bay khan ở cuối trời = ếch nhái ve nhau loạn thiên hát - lạnh lùng hơi đất cuốn hơi sương - che tay ngồi kéo dài hơi thuốc - nhớ cái... lưng em thật dễ thương = nhét cái bản đồ trong áo giáp - khẩu colt ngủ mỏi một bên đùi - câu thơ chợt đến chợt đi mất – mặt trận từ ta nối tới người"
+
"gặp em ở xóm Bàn Cờ - ba mươi sáu tuổi bất ngờ tương tư - tưởng đang mang bệnh ung thư - một đêm phá nát chân tu nửa đời - thất tình, tuyệt, quá tuyệt vời - đêm đêm Vườn Chuối ta ngồi gõ chai - nhớ em, thuốc đốt đêm dài - khật khừ thưởng thức cái tài hoa ta
+
gặp em ở hẻm Hòa Hưng - đang 'đi' ta bỗng lừng khừng muốn thôi - sợ lây em cái bụi đời ? - đang lên cao độ tuyệt vời bỗng ngưng - thì ra, thơ viết dở chừng - trở về phá trận tưng bừng pháo xuân"

Ta may mắn được làm thi sĩ - nhờ đã phải lòng gái Bến Tre đã được bạn văn Phan Ni Tấn phổ nhạc với tên Phải Lòng Con Gái Bến Tre các bạn chắc đã nghe nên không cần trích, bài này khá dài. Nhà thơ Hoàng Lộc từng ưu ái khen đại khái thơ anh viết tặng chị thường là những bài thơ hay. Trong thi phẩm này tôi cũng có một bài tặng người tình suốt đời ngủ chung giường xin trích trọn để chấm dứt việc trích dẫn:

Quê Em Lộng Lẫy Quá Bởi Vì Đã Có Em

cho Trần Thị Lý

*"năm đó theo em về Mân Quang - hí hửng cầm tay dạo quanh làng -
mấp mô đường xóm tre nghiêng gió - rót nhẹ vào lòng hương khói
lam = em chỉ cho ta xem bụi chuối - bốn mùa thủ thỉ tiếng chim sâu
- có con rắn mối bò ra ngắm - gục gặc khen thầm: thật xứng đôi =
em chỉ ta xem giòng thủy lợi - thập thò bò dọc mép đường đi - cỏ gà
ngấp nghé hai bờ nước - thấp thỏm như đang muốn nói gì = em chỉ
ta xem đìa cá nhỏ - đục câm nằm núp bóng hàng keo - chà tre,
thanh chõng, vạt giường cũ - chìm nổi xanh xao giữa đám bèo = em
chỉ ta xem đôi chòm mả - mấy đời nội ngoại đã nằm đây - xương
tàn cốt rụi xanh chân mạ - quấn quít hồn ôm bụi đất này = em chỉ ta
xem giòng sông cái - đã buồn từ thuở mới luân lưu - bao nhiêu đò
đã thay trên bến - bao kẻ qua sông biết ngậm ngùi? = quê em có vẻ
không giàu lắm - ruộng thấp ruộng cao úng nước phèn - lỏng leo
vài tiếng gà cục tác - đời lún dần vào nỗi băn khoăn = yêu em ta
nguyện yêu màu lúa - màu mái rạ thâm sì nắng mưa - tay ta tuy đã
quen cầm bút - luống chữ hẹn thơm những đường bừa =
yêu em ta đã yêu cây lá - cục đất Mân Quang cũng hữu tình - cảm
ơn thổ địa thơm tay quá - tặng ngọc thơm lừng bút văn sinh"*

Cảm Ơn Đất Đá Trổ Thơ... cũng được một số bạn văn cảm
nhận:

- Nhà văn Hồ Trường An

*".... Đề tài thơ của Luân Hoán đâu cần xa vời. Những cái gần gũi với
người đọc như: vườn cây chùa Bà Quảng, ngôi trường cũ, cột cờ,
tượng đá, con đường đầy ổ gà, cành me, cây phượng vĩ, mái ngói
âm dương, vườn chanh, mé nước, khóm lục bình, chiếc bình vôi, gốc
đa, đìa cá nhỏ, chà tre, thanh chõng và trăm nghìn hình ảnh đầy ắp
trên quê hương từ Huế tới Sài Gòn và đi xuống Rạch Miễu Bến Tre...
Cái vặt vãnh, xoàng xĩnh đối với rẻ rúng quê hương thì chẳng là cái
gì hết. Nhưng khi chúng đi vào thi ca anh rồi thì chúng tràn ngập
linh hồn. Chúng khua động tận các góc kín đáo nhất của nội giới
chúng ta, biến thành hình ảnh mầu nhiệm tuyệt vời. Chính nhờ cái
tầm thường đó, Luân Hoán đã mở tấm lòng ăm ắp tình yêu ra để
độc giả cùng tham dự với tâm tình anh, chia sẻ tâm sự với anh*

Những cái vặt vãnh xoàng xĩnh đó, đã làm cho anh trở thành một nhà thơ lớn, khả ái và đầy chân tình biết bao:

'hỡi con sáo sang sông từ dạo ấy - có lần nào về Ái Nghĩa thăm hoa - dốc cây số 15 người có thấy - một cái gì? không lẽ trái tim ta?'

Ai đó làm thơ về quê hương rất dễ khoác màu sắc của thơ Nguyễn Bính, Anh Thơ, Hằng Phương, Kiên Giang Hà Huy Hà... Luân Hoán thì không thế. Ngôn ngữ thơ anh cực kỳ đơn giản mà tinh khôi tân kỳ. Tài sử dụng ngôn ngữ của anh lạ lắm: anh làm thơ khơi khơi như nói chuyện, đôi lúc như hí lộng. Chúng ta không bắt gặp sự gọt giũa, trau chuốt trong thơ anh, ấy vậy mà ngôn ngữ anh đẹp lạ lùng, nó chứa cả nguồn sinh lực vô biên, hồn nhiên tuyệt vời. Qua ngôn ngữ thơ đó, chúng ta bắt gặp một sự nhạy cảm rất thơ, một tâm hồn phóng khoáng kỳ diệu. Hồn thơ của anh qua ngôn ngữ đó khác nào một kẻ từ chối áo gấm xênh xang để mặc áo vải gai mà vẫn phong lưu, vẫn hào hoa lịch lãm:
'... Phong Lệ ầu ơi, Phong Lệ ơi - ngủ ngon, đừng lẫy đạp lòng tôi - ví dầu kỷ niệm thành hơi thở - cũng thổi không tan nỗi ngậm ngùi'

- Nhà văn Lê Nhật Thăng:

"... Cảm Ơn Đất Đá Trổ Thơ" được quảng cáo trên nhiều báo và gây được chú ý qua cái tên dài thoòng kỳ lạ. Tôi thầm nghĩ anh chàng Luân Hoán này làm điệu, làm dáng khiến hụt hơi người đọc. Song khi đọc xong tác phẩm mới thấy thấp thoáng tâm ý của tác giả: Chúng ta nên hiểu đất đá ở đây là vùng đất Quảng, quê hương nghèo khó của tác giả. Nghèo nàn nhưng là địa linh nhân kiệt. Chính vì lòng thương yêu dằn vặt về quê hương nghèo khó nên tấm lòng tác giả chưa thể nguôi quên được...
Luân Hoán khiêm tốn ví mình như hạt bụi trần gian thường bâng khuâng thương nhớ. Nếu hiểu rộng hơn, hạt bụi lại còn mang một ý nghĩa triết lý nào đó cũng nên. Tác giả cảm ơn miền đất sinh thành vẫn tồn tại lẫm liệt trong tâm hồn một trời thơ tưởng nhớ cũng như miền cỏ dại hoang vu vẫn bừng nở những cánh hoa vàng mong manh đẹp. Hạt bụi của Luân Hoán hẳn giống hạt bụi của Thanh Tâm trong Tống Biệt Hành...
...
Tác phẩm lên ngôi do 53 bông hoa kết thành vương miện. Mỗi bài phần nhiều được đặt tên bằng hai câu thơ lục bát. Qua đó, độc giả

nắm bắt được tâm sự ngổn ngang của anh muốn gởi trao bằng thể thơ mềm mại và ngọt ngào này".
Lê Nhật Thăng

- Nhà thơ /văn Nguyễn Mạnh Trinh:

"... Thơ "Cảm Ơn Đất Đá Trổ Thơ..." của Luân Hoán, gồm 53 bài thơ mà tác giả đã gửi lòng mình đi theo từng địa danh đất nước. Với cảnh với người, thơ sinh động một đời sống riêng, ướp nồng nàn bằng những ngôn ngữ của kỷ niệm, của những tháng ngày rất xa, nhưng bao giờ cũng thân gần, như đời sống của hiển hiện da thịt trong tiềm thức.

Đà Nẵng, nơi chôn nhau cắt rún của thi sĩ, với những địa danh đáng yêu biết bao và cũng chân chất mộc mạc biết bao: Cầu Đỏ, Chùa Bà Quảng, Giếng Bộng, Chợ Mới, Ga Lớn, Xóm Chuối... và những nhân vật lãng mạn văn chương của nhan sắc một thời nổi danh đất Quảng: Quí Phẩm, Như Thoa, Phước Khánh, Bích Quân... hay những khuôn mặt bạn bè: Tường Linh, Phạm Thế Mỹ, Lê Vĩnh Thọ... Thơ Luân Hoán tha thiết tâm sự gửi về, của người đang lầm lũi trong mưa tuyết, mà nhớ đến ray rứt ánh nắng quê hương. Những nỗi buồn ấy, hình như không phải nỗi niềm tuyệt vọng, mà còn le lói hy vọng như thông điệp, trao gởi đàn con, để chờ mong một ngày về giữa đất trời tươi sáng của quê hương, những ngày không còn chế độ bạo ngược "hà chánh như mãnh hổ".

...

Âm nhạc Việt Nam đã có "Con Đường Cái Quan", trong đó nhạc sĩ Phạm Duy đã là người lữ hành đi từ Bắc xuống Nam, với tấm lòng yêu nước nồng nàn, và từng địa danh đã được đánh dấu bằng những nốt nhạc, lời ca âm hưởng ngũ cung độc đáo. Bây giờ với tập thơ này, Luân Hoán đã làm nổi bật lên lòng yêu quê hương đất nước của mình. Cảm Ơn Đất Đá Trổ Thơ để có lục bát, bảy chữ, ngũ ngôn... Luân Hoán.

Và chúng ta, những độc giả, cũng cảm ơn thi sĩ với những rung động phổ vào vần điệu, vào ngôn ngữ để những câu thơ mộc mạc âm hưởng ca dao này, đi vào lòng người Việt Nam, nhất là những người đang lưu vong, lúc nào cũng như người khó tính:

*- "Uống nước mưa ở Mỹ đắng cả mồm" *[1] (1): Nguyễn Bá Trạc*

...

- Nhà thơ văn Trần Hoài Thư:

"... Thi ca Luân Hoán và Thi ca. Thi ca và Luân Hoán. Hạt bụi là Thi ca. Thi ca là Hạt bụi. Đất đá là Thi ca. Thi ca là đất đá. Cứ hạt bụi, cứ đất đá. Thử hỏi trong vũ trụ này ai đếm bao nhiêu hạt bụi, và ai đếm bao nhiêu Luân Hoán thi ca.

Hình như có một sự chuyển biến quá kỳ diệu trong tập thơ mới nhất của anh. Đọc những tựa đề lê thê, trải rộng, dịu dàng. Thơ 6, 8. Ngay cả tượng cũng là thơ rồi. Chưa bao giờ tôi thấy một người thơ nào lại âu yếm cùng thi ca đến như thế. Tôi không nói đến chữ nghĩa như một số người đã bảo. Bởi Luân Hoán không phải là một phù thủy chữ nghĩa. Phù thủy chữ nghĩa chỉ là cái thùng rỗng, hay người kỹ nữ về già. Đọc kêu to nhưng không thấm thía, không bùi ngùi, tha thiết. Với anh, tưởng như mọi thứ, mọi điều, mọi vật, nhỏ vô cùng như hạt bụi, to lớn vô cùng như trời đất vô lượng, tất cả đều có linh hồn và tất cả đều được thi ca gìn giữ.

như :
nhốt trăm tên gọi vào trong cặp
tưởng những tên kia đã của mình

như:
ngờ đâu lệ chỉ là vết đạn
lỗ chỗ lòng ta những xót xa

như :
quê hương nhắm mắt như sờ được...

như :
hỡi con kiến lửa lạc bâng quơ

Ơi chú kiến lửa có lạc loài không nhỉ? Hay vơ vẩn rong chơi? Luân Hoán đã làm tôi xôn xao khi nhớ lại tuổi ấu thơ. Bây giờ tôi mới hiểu rằng tôi đã có bao nhiêu điều quí báu nhất mà tôi đã bỏ quên từ lúc nào không hay.

Tôi đã kể một phần nhỏ những gì đã gắn bó trong thơ Luân Hoán. Thơ anh dạt dào đầy ắp những Việt Nam, những Đà Nẵng, Huế, Sài gòn. Những ngã ba Huế, Hải Vân, huyện Quế Sơn, Câu Lâu, Hương An, Yến Nê, Hội An, Ngã Năm, Đầm Dạ Trạch... Thơ anh cuốn làn mây mù đỉnh núi, *"bờ tre chịu gió", thẳng đường chim bay","nước xôn xao dưới cầu"*. Thơ anh quê hương tăng thêm vẻ đẹp, tình yêu cũng âu yếm hạnh phúc bội phần. Thơ anh *"mỗi hạt bụi đời như có máu"* và gió thì *"thở nhằm hơi thở của em tôi"* và *"nước xô nhau như chạy trốn nhọc nhằn"*. Thơ anh đất cũng được âu yếm: *"hốt giùm nắm đất đưa ngang mũi, thử có hương giày sư đoàn 2"* và mưa cũng tuyệt vời mộng mị *"ước chi triệu hạt mưa rào, dắt dìu hồn sít rịt vào với nhau"*

(Trần Hoài Thư)

Về hình thức một vài bạn cầm cọ thành danh của tôi không vừa lòng. Cổ điển quá. Có thể vậy nhưng là những nét xưa thích hợp. Dùng một ảnh chụp cô con gái đầu lòng ngồi trước một tấm lòng của chung cư, tôi nhờ anh bạn họa sĩ ViVi vẽ lại. Thật khó cho anh ấy vào những trường hợp như thế này. Nhưng tay họa tài hoa dễ thương này đã khéo léo biến nền ảnh thành cảnh sắc nông thôn được đề cập đến nhiều trong thơ. Có sông, có vườn tược nhất là những cây cau y chang như hồ cau nơi nhà cha tôi ở Liêm Lạc, vậy là quá tuyệt. Khung cảnh trong tranh của những thập niên 30 gợi nhớ đến Lê Trung... một thuở nào. Cái chưa đẹp có thể là những dòng chữ tên sách. Nhưng nhìn chung vẫn hài hòa bắt mắt. Trang trong bát chữ được xếp thẳng lề ở số chẵn, rồi chuyển qua thẳng lề ở số lẻ làm trang thơ đẹp và ấm áp hơn. Thơ đa phần dài, chữ hơi nhỏ, xếp dòng tần tiện cho lợi trang, nếu cho rộng rãi chừng 50 trang nữa chắc sẽ còn trang trọng hơn là chỉ 126 trang.

Trang đầu in bản vẽ khuôn mặt tác giả cũng ViVi Võ Hùng Kiệt thực hiện. Tập CƠĐĐTT... chào đời năm 1991 do Sông Thu và Kinh Đô đứng tên xuất bản.

Luân Hoán

NGUYỄN LÊ HỒNG HƯNG
HẢI HÀNH MÙA ĐẠI DỊCH 10:
THỦY THỦ VỀ NHÀ

(kỳ 10)

Nơi quầy gởi hành lý chuyến bay từ Amsterdam ra Las Palmas de Gran Canaria của phi trường Schiphol hôm ấy khách du lịch đông như kiến cỏ, người kéo, người đẩy đồ đạc lỉnh kỉnh, có một nhóm người đem theo cả ván buồm trượt nước, tất cả trật tự đứng chờ tới lượt gởi hành lý. Vai tôi mang ba lô, tay đẩy va li nhích lên từng chút trong hàng rào nheo nhóc người, tới khi gởi được cái va li thì mất hết ba giờ đồng hồ. Lấy vé máy bay xong rời khỏi quầy ra đứng chỗ trống xem lại vé, coi lại giờ bay và thấy còn mười lăm phút phải lên máy bay, bèn xốc lại ba lô trên vai rồi đi nhanh ra cổng. Khi lên được máy bay thì mệt muốn ná thở luôn.

Hết hè rồi và trong thời đại dịch Cô-vít mà du khách vẫn còn đông nghẹt. Sau bốn giờ đồng hồ trên trời, máy bay cũng đáp xuống hải đảo. Lúc máy bay đáp đã nghe anh phi công thông báo ngoài trời mưa và khí trời mười sáu độ C. Khi bước ra ngoài đi tới nơi chờ lấy hành lý thì đã cảm nhận không khí lành lạnh, dù sao tôi cũng vẫn thích cái ánh nắng hanh hanh, một cái lành lạnh nhẹ nhàng và một bầu trời đẹp đẽ của mùa thu trên hải đảo Gran Canaria này hơn. Đương suy nghĩ vu vơ thì đã thấy va li chạy ra trên đường băng, tôi cúi xuống nhấc va li lên, để xuống rồi kéo tay cầm lên và lôi nó đi. Vừa ra cửa cách ly thì đã thấy cô tài xế tắc xi cầm tấm bảng trước ngực có viết tên tôi đứng chờ bên ngoài đám người nheo nhóc, tôi đi tới chào cô ta, giới thiệu tên mình và theo cô ra xe. Trên đường về khách sạn mưa lâm râm làm đường sá ướt mem, mới hơn tám giờ mà bầu trời tối thui nên trông ánh đèn đường nhòe nhoẹt. Tới khách sạn, sau khi làm thủ tục nhận phòng, cô nhân viên đưa tôi thẻ khoá và nói:

- Vì dịch bịnh mà nhà hàng tạm đóng cửa, phần ăn tối của ông đã dọn được sẵn trên phòng.

Cảm ơn cô tiếp viên xong, tôi day qua cô tài xế tắc xi, cô hẹn tám giờ sáng ngày mai tới rước và đưa tôi xuống tàu. Tôi chào cô tài xế xong day lưng, kéo va li tới bấm thang máy lên phòng. Vô phòng tôi thấy hai dĩa thức ăn để trên bàn, thường thì những món búp-phê trong khách sạn, tuy đồ ăn không được ngon lắm, nhưng kẹt phải ăn thì cũng chọn tạm vài thứ ăn được. Nhưng hôm nay khách sạn dọn cho, mặc dù dĩa thức ăn cũng trang trí xanh xanh, đỏ đỏ và dao, dĩa gói giấy gọn gàng trông cũng bắt mắt nhưng hổng biết là cái món gì mà nguội ngắt và hổng nghe mùi vị gì hết, chỉ nhìn thôi là thấy không thể nào nuốt vô được. Tôi để va li vô góc phòng và để ba lô xuống bên cạnh, mở ba lô ra lấy kem, bàn chải đánh răng và chiếc khăn, thường thì khăn trong khách sạn tôi không xài, mặt dù nó rất sạch, thơm và trắng nhưng thấy ghê ghê sao đó. Đánh răng rửa mặt xong tôi nhìn vô gương coi lại mặt mình một cái rồi đi ra ngoài.

Tôi ra khỏi khách sạn, ngoài trời vẫn còn mưa và cảm thấy lành lạnh. Đường phố ướt mem và vắng bóng người. Tôi loay hoay tìm đường nhưng chưa biết đi hướng nào. Chợt thấy trong một quán bar còn người, nhưng tôi thì không thích vô bar, bèn đi thẳng ra bãi cát và ngồi xuống chiếc ghế trống trong mái hiên của một quán ăn day mặt ra bãi và kêu một dĩa mực, cá và khoai tây chiên giòn ngồi lai rai với bia lạnh. Nhìn ra bãi biển vắng tanh, tôi nghĩ tới đám người trên máy bay, trong phi trường mới hồi sớm còn thấy lao xao nhưng khi đổ xuống hải đảo thì tản mác mất hết trơn dấu vết. Nhìn những con sóng trắng lùa nhẹ lên bãi cát mà cảm thấy trống vắng làm sao. Cô-vít 19 làm cho cả thế giới thay đổi hết, thế sự đổi thay, con người thay đổi cách cư xử từ thái độ tới cách sống.

Sáng sớm hôm sau xuống tàu và tàu khởi hành vô đất liền ngay chiều hôm đó, trên đường đi hứng một trận bão và rồi vòng qua Ma Rốc, hôm nay trở lại cảng Las Palmas mất hết bốn tuần lễ.

Sau khi dọn dẹp xong buổi ăn chiều. Thuyền trưởng đưa đơn đặt hàng cho tôi và dặn:

- Bếp nhớ đặt thêm thực phẩm cho Giáng Sinh và tết Tây luôn nhé.

Tôi thốt lên không phải vì ngạc nhiên mà là vì chợt nhớ:

- Ồ, hết một năm nữa rồi!

Thuyền trưởng cười, nói:

- Thời gian.

Ừ, mới đó mà Thu qua, Đông lại và mùa Giáng Sinh tới nữa rồi. Năm nào cũng vậy, đầu tháng mười hai thì tôi đã nhận tín hiệu Giáng Sinh qua đơn đặt hàng. Thời gian qua mau thật, nhìn lại thì cũng đã hết một đời lênh đênh trên sóng nước. Cả đời tôi làm tiệc Giáng Sinh trên tàu nhiều hơn ở nhà, nghĩ lại hết một đời mà như là một giấc mơ. Tôi cầm xấp đơn đặt hàng đi lên phòng lát nữa tôi sẽ đưa cho Zada. Lên phòng tôi để xấp đơn đặt hàng lên bàn và vô phòng tắm, tắm một cái. Trong lúc dội nước có nghe điện thoại reo, tôi đoán Zada một thủy thủ người In Đô gọi tôi. Tắm xong tôi gọi lại Zada, đúng như tôi đoán, vừa bắt máy chưa kịp a-lô thì liền nghe nó hỏi:

- Chú có lên bờ không?

- Có.

- Con đi với chú được không?

- Dĩ nhiên là được.

- Vậy con chờ chú ngoài cầu thang nhé.

- Ok.

Tôi biết Zada hơn ba năm về trước, thằng nhỏ mập thù lù và ăn, uống gấp đôi người bình thường. Tôi sống chung với thủy thủ người In Đô từ đời ông cho tới đời cháu. Cho nên tôi biết ít nhiều về cách sống của họ. Người In Đô khác hơn Hòa Lan cái là: người Hòa Lan họ cũng bất đồng với nhau nhưng không biểu lộ khó chịu, họ hóa giải êm thắm, sau đó họ đoàn kết nhau hơn. Nhưng với người nước ngoài họ lộ mặt làm dữ có khi cũng làm khó dễ người ta. Thường thì một thủy thủ In Đô mới xuống hay bị thủy thủ cũ "đì" hoặc người này trội hơn người kia thì tỏ thái độ khinh khi người kém cỏi. Zada cũng học xong đại học, nhưng vì nó mập quá mới bị đồng hương ăn hiếp, hay chọc ghẹo về cái thân thể ục ịch cả trăm ký và chuyện ăn uống của nó, cho nên giờ ăn nó bẽn lẽn bưng cơm ra ngoài boong ăn và ngồi mình ên trong giờ nghỉ giải lao. Lúc đầu tôi không biết, trong một bữa ăn sáng tôi cho thủy thủ ăn mì gói, nó lấy mì của nó mua từ In Đô qua đưa tôi một gói, tôi tưởng nó thích ăn mì mùi vị của In Đô, nên tôi chỉ nấu gói của nó xong đưa cho nó, nó không nói gì, chỉ hỏi xin cơm nguội để bỏ vô mì ăn. Lần sau mỗi khi ăn mì nó đưa tôi hai gói. Thấy cử chỉ nó cứ rụt rè, không dám hỏi chuyện, tôi tò mò hỏi nó:

- Bộ con ăn mì trên tàu hổng được sao mà con mua mì đem theo vậy?

Nó cúi mặt không nhìn tôi và nói:

- Con ăn nhiều quá.

- Nhiều là bao nhiêu?

- Sáng con ăn hai gói mới no, nên đầu bếp trước nói phần ăn của mỗi người một gói, ai muốn ăn thêm thì tự mua mà ăn.

- Chú biết rồi, với chú thì con muốn ăn bao nhiêu cũng được, miễn sao no bụng là ô kê.

- Không sao hả chú?

- Không không, hổng có sao gì hết.

Từ đó trở đi sáng nào cho ăn cơm chiên thì tôi làm thêm cơm cho nó, còn mì ăn liền thì nấu cho nó hai gói và hai cái trứng, khi chiên khi luộc tùy thích. Cũng từ đó gương mặt nó dạn dĩ và thân thiện với tôi hơn. Tôi có lên bờ chơi nó cũng xin đi theo. Có lần ngồi uống bia nó nói:

- Hôm mới xuống con nghe nói Sesung lấy đồ ăn mà không hỏi chú, chú đánh nó chảy máu miệng vì vậy mà con không dám hỏi.

Chuyện này tôi cũng nghe thủy thủ trong công ty đồn đãi lâu rồi. Có một dòng họ làm cho công ty từ đời ông tới đời cháu, ỷ mình là ma cũ nên rất hống hách hay bắt nạt đồng hương và ăn hiếp những người mới xuống. Tôi cười:

- Chú có nghe rồi, không hiểu sao Richard đánh Sesung mà bây giờ thành ra chú đánh.

- Ồ. Chú cũng biết hả?

- Chú sống với dân In Đô từ đời ông cho tới đời cháu nên chú biết về cái văn hóa lộn xộn của In Đô cũng khá nhiều.

- Nhưng con nghe nói bên Tây phương trong lúc làm việc không được đánh nhau mà chú.

- Có, đánh nhau là bị đuổi việc đó, nhưng chỉ dùng cho người của họ thôi, người khác tới làm mà đánh nhau thì họ làm lơ. Chuyện trong đám đồng hương thủy thủ của con cũng hao hao giống chuyện người Việt ở hải ngoại của chú thôi. Con quên đi đừng để ý làm gì, lo học hỏi và làm việc cho tốt thì không ai ăn hiếp con được hết.

Zada đưa ngón tay cái ra gặt gặt, nói:

- Chú tốt, rất tốt.

- Người vầy người khác, con sống lâu như chú thì con sẽ thấy có nhiều người tốt hơn chú nhiều.

Tôi không muốn nghe chuyện nó nói về mình nữa nên đổi qua chuyện khác:

- Nhưng mà nè, con cẩn thận chuyện ăn uống. Trước đây không lâu, chú biết có một cô gái người Hòa Lan hồi còn là thực tập sinh cũng mập như con vậy, sau thời gian thực tập cô ta ra trường và làm việc cho công ty lên tới chức thuyền phó thì cô ta bị mập quá, nhứt là những ngày gió to, sóng lớn cô ta lê tấm thân trên một trăm ký, đi ngoài boong hổng muốn nổi. Mới năm trước vì mập quá cô ta đi tàu không được nữa, ở nhà luôn rồi.

- À, con có nghe nói về bà ta.

- Ừa, bình thường cô ta ăn rất nhiều, nhưng ngoài giờ ăn, làm việc một lát trở vô bếp thấy cái gì ăn được là bốc ăn. Bánh mì dăm bông, phó mát chú để trong tủ lạnh, cho thủy thủ đoàn trực ca đêm, sau phiên trực đêm mình ên cô ta xuống trước đớp sạch hết, mấy người xuống sau không có ăn, phàn nàn với chú hoài. Nhưng bỏ ra bao nhiêu cô ta ăn hết bấy nhiêu chú biết làm sao.

Zada cười ha hả. Tôi cũng cười nhưng đổi giọng nghiêm túc, chỉ tay vô cái thân hình đồ sộ của nó mà cảnh cáo:

- Con lo cho cái thân cả trăm ký lô của con đi, ở đó mà cười người ta.

Những năm sau này, nhứt là từ khi đại dịch Vũ Hán xuất hiện, tháng mười hai là khoảng thời gian thủy thủ hay chú trọng tới chuyện ăn uống tiệc tùng, nhiều hơn là chuyện Thánh Kinh. Nhưng thức ăn càng ngày hãng tàu càng cắt giảm, đã vậy mà còn mua đồ rẻ tiền, chất lượng kém cỏi nên tôi không còn hứng thú lo chọn thức ăn ngon nấu trong những ngày cuối năm. Vì vậy chuyện đặt hàng hay lập menu cho bữa tiệc Giáng Sinh tôi làm cho xong chớ cũng không quan tâm cho lắm.

Thành phố Las Palmas, có nhiều di tích lịch sử, kiến trúc thời thuộc địa với những toà nhà và một nhà thờ kiên cố từ hồi thế kỷ mười lăm, mười sáu. Cảnh đẹp của hải đảo lúc nào cũng mới mẻ và thu hút tôi. Tôi thay áo quần xong đi xuống tới gần đầu cầu thang thấy Zada đứng nói chuyện với Sesung. Thấy tôi không mang khẩu trang Sesung nhắc:

- Chú không mang khẩu trang.

Ồ! Tôi chợt nhớ ra, chẳng những tôi quên đeo khẩu trang mà còn quên chiếc ba lô nữa. Trong ba lô lúc nào cũng có nguyên hộp khẩu trang và những đồ dùng đi chơi cần thiết như giấy lau miệng, dao nhỏ, đồ khui, pin dự phòng và cây selfie mà Việt Nam gọi là gậy tự sướng. Tôi trở vô phòng lấy ba lô mở ra kiểm tra lại đồ đạc, thấy thiếu hộp khẩu trang. Tôi mở tủ lấy hộp khẩu trang và rút ra một cái đeo lên bít miệng nhưng chừa hai lỗ mũi ra cho dễ thở, rồi nhét hộp khẩu trang vô ba lô, quảy ba lô lên vai và bước ra ngoài.

Tôi với Zada đi trên con đường dành cho khách bộ hành bên một con lộ dẫn về trung tâm. Khí trời hải đảo luôn hiền hoà và mát mẻ. Zada hỏi tôi:

- Có khi con nghe người thì gọi đảo này là Las Palmas, người thì gọi là Gran Canaria và trên bản đồ ghi Las Palmas de Gran Canaria, có gì khác nhau hả chú?

- Las Palmas là tên hành chính của tỉnh Las Palmas và thành phố chính của Las Palmas là Las Palmas de Gran Canaria.

- Con cũng nghe nói khách du lịch tới đây nhiều lắm.

- Đúng rồi, nhờ sự đa dạng và cảnh quan hấp dẫn du khách, nhứt là có những eo vịnh nhỏ và ở phía nam của hòn đảo có một bãi biển bốn mùa yên bình tương phản với các khu thương mại sầm uất và con đường dọc theo bờ biển dài trên hai trăm cây số.

- Ờ, con có đọc qua báo du lịch, Las Palmas là một trong những thành phố lớn và trẻ trung nhứt ở Tây Ban Nha và cảnh quan rất sống động về đêm.

Tôi chỉ tay ra bến cảng:

- Phải rồi, cảng Puerto de la Luz, chỗ tàu mình đậu kia.

Rồi tôi chỉ tay lên dãy phố và chỉ tay xuống bãi cát trước mặt nói tiếp:

- Với một số nhà hàng sang nhất và bãi biển Alcaravaneras là hai nơi hấp dẫn cho du khách. Nhưng đó là thời gian trước đại dịch, du khách khắp thế giới thường đến thăm Gran Canaria vào những kỳ nghỉ, đây là nơi du lịch quốc tế mà, cuộc sống về đêm rất sôi động, ồn ào. Quán bar, hộp đêm mở cửa đến hai giờ khuya và các vũ trường câu lạc bộ thường mở tới sáu giờ sáng.

Tôi và Zada đi vô trung tâm, trên đường phố, khách du lịch cũng nhiều nhưng không đông đúc xôn xao như trước thời đại dịch. Zada nhìn quanh và hỏi:

- Bây giờ thay đổi hết rồi chú hả?

- Cảnh vật không thay đổi, chỉ con người thay đổi, cả thế giới đâu đâu cũng thay đổi làm cảnh quan trống vắng buồn buồn.

Thấy cảnh đẹp chúng tôi đứng lại chụp hình. Chụp xong mấy bôi. Zada hỏi:

- Mình đi đâu chú?

- Con muốn đi đâu?

- Con không biết mới hỏi chú, chú biết chỗ nào vui thì mình đi. - Theo quảng cáo du lịch thì đảo Gran Canaria là một nơi rất thích hợp cho các môn thể thao dưới nước như lặn biển, lướt sóng, chèo thuyền và lướt ván. Chú thấy họ quảng cáo còn thiếu.

- Thiếu gì nữa chú?

- Theo chú đi bộ nhìn cảnh đẹp cũng thích hợp lắm.

- Vâng, con thấy cảnh đây rất đẹp. Đẹp và lạ hơn Âu Châu vì có hàng phượng, cây thốt nốt với những bụi xương rồng cao ngang mái nhà, bự tổ bố.

- Và còn có một lịch sử lừng danh.

- Là gì chú?

- Cung điện thống đốc của hòn đảo xa xưa đã được Christopher Columbus sử dụng làm nhà trong thời gian ông ở đây.

Chúng tôi đi vào con đường trong trung tâm. Dạo này tôi cảm thấy như cuộc sống trì trệ, con người rời rạc, sự sợ sệt, lo âu hằn trên nét mặt mỗi người. Nhưng có điều là nhiều người đi đường đeo khẩu trang, gặp người đi gần thì né, nhưng vô quán, nhà hàng ngồi chung nhau họ không đeo khẩu trang và nói chuyện lớn tiếng rất ồn ào. Chúng tôi đi qua con đường có hàng phượng, mùa này phượng đã già rồi nên không còn đỏ nữa. Tôi day ngang nói với Zada:

- Cảnh hải đảo thì đẹp, mình không có thời gian đi hết đâu, con muốn vô quán ngồi hay mua bia ra bãi biển uống.

- Chú thấy sao?

- Vô quán thì sợ mắc dịch, ra bãi thì thoải mái hơn.

- Vậy thì ra bãi cho thoải mái.

- Nếu ra bãi thì ghé vô siêu thị một chút.

- Chú mua gì hả?

- Thì mua mới vô chớ.

Tôi kéo khẩu trang lên cho kín hai lỗ mũi. Zada thấy vậy cũng làm theo. Chúng tôi quay trở lại con đường và vô một siêu thị gần đó. Sau khi mua một xâu tám lon bia lạnh, mấy lọn xúc xích của Tây Ban Nha và một hộp ô-liu. Tôi với Zada ra quầy tính tiền xong rồi đi thẳng ra bãi biển, phố biển đã lên đèn.

Chúng tôi chọn ngồi trên cao của những bậc thang trong một cái vịnh vòng cung, có hàng cây thốt nốt, ngồi đây thấy được những chiếc tàu đậu trên bến cảng và thấy được đèn những con tàu từ ngoài khơi. Tôi mở bọc lấy bia, xúc xích và mở ba lô lấy ra con dao, lật ba lô lại làm bàn kê cắt xúc xích. Zada khui hộp ô-liu và lấy bia ra khui, đưa bia cho tôi rồi nói:

- Thủy thủ mà giống như du khách.

- Thì coi như mình là du khách đi.

Chúng tôi đưa bia lên cụng, uống một ngụm bia, ăn xúc xích và trái ô-liu. Uống chưa hết lon bia, chợt có một gã đàn ông ốm nhom, cao nhòng, da đen từ dưới con đường bước lên mấy bậc thang rồi dừng lại giữ khoảng cách trước mặt chúng tôi hỏi:

- Các ông cho xin tiền mua đồ ăn, tôi đói lắm.

Zada xua tay định đuổi gã đi. Tôi liền ngăn lại và lấy lon bia chìa ra đưa cho gã, cười và nói:

- Ông bạn uống bia cho đỡ đói.

Gã xua tay:

- Không không, tui đạo Hồi, không được uống bia, cho tui tiền mua đồ ăn thôi.

Tôi móc bóp mở ra lấy mười euro đưa cho gã. Gã không dám lại gần, cúi người chồm tới, tay cầm chiếc nón chìa ra trước mặt tôi. Thấy vậy tôi mới đứng lên bước xuống tới gần gã, chợt thấy khẩu trang của gã đeo đã cũ và bị thâm kim rồi, tôi day lại lấy mớ đồ trên ba lô để một bên và kéo mở ba lô lấy hộp khẩu trang rút ra mấy chiếc và kẹp chung với mười euro bước xuống bỏ vô nón cho gã và cười nói:

- Hai năm qua trên đường đi chưa ai dám tới gần hỏi chuyện tôi hết. Bạn là người đầu tiên dám tới hỏi tôi, cảm ơn bạn nhé.

Gã cúi rạp người nói một hơi:

- Cám ơn, cám ơn...

Khi gã thanh niên đi rồi. Tôi nhét đồ đạc vô ba lô và bỏ bia và đồ ăn vô bọc, xốc ba lô lên vai. Zada ngạc nhiên hỏi:

- Mình đi hả chú.

Theo kinh nghiệm giang hồ, tới những nơi có nhiều ăn xin, sau khi cho tiền một người thì một lát sẽ có nhiều người khác kéo nhau tới xin nữa, mà cái bóp tiền của tôi thì nhỏ quá nên tôi phải di chuyển đi chỗ khác. Tôi không muốn nói ý nghĩ của mình cho Zada nghe, nên nói khác đi:

- Ừa. Mình đi dọc theo bãi biển vừa uống bia vừa ngắm trăng cũng thú vị.

Thiệt vậy, trăng sáng quá làm cho tôi suy nghĩ vu vơ. Mặt trăng có tự bao giờ, nhưng lúc cao, lúc thấp, nó không gây chiến tranh, hận thù. Nó không chinh phục và tấn công ai và cũng không cố gắng để đè bẹp người khác. Trăng không lo lắng như con người, nó vẫn ở nguyên một chỗ, luôn tuân theo quy trình của nó. Về tư cách thì nó ảnh hưởng rất lớn, mặt trăng trung thành với quy luật tự nhiên nên sức mạnh của nó có thể soi sáng cả một đại dương từ bờ này sang bờ khác một cách mát mẻ và nhẹ nhàng.

Tôi im lặng suy nghĩ về ánh trăng, Zada nghĩ gì không biết mà cũng nín thinh. Chúng tôi cứ im lặng mà đi tới bìa nước, sóng nhẹ trườn lên bãi cát thoáng tiếng rì rào nho nhỏ. Đứng dưới ánh trăng nhìn lên phố xá sáng ngời. Tưởng nơi đây vắng vẻ, không bóng người, thiếu ánh sáng và yên bình, bỗng chợt thêm một người da đen lại xuất hiện xin tiền. Không do dự, tôi liền mở ba lô lấy mấy khẩu trang và moi bóp lấy mười euro đưa cho gã. Gã nhận xong rồi cám ơn và quay lưng bước đi. Có lẽ Zada thấy trong bóp tôi toàn là tiền giấy mười euro, nên nó nói:

- Hình như con thấy chú đã chuẩn bị tiền trước để cho mấy người ăn xin.

- Chuẩn bị tiền nhỏ xài cho tiện.

Zada ra chiều suy nghĩ, thấy vậy tôi đưa bia lên cụng một cái ngước cổ nốc hết phần bia trong lon rồi nói:

- Thiệt ra thì những người da đen này, họ đi chui từ đất liền Phi Châu, ra đây họ sống ngoài xã hội nên họ mới đi xin ăn.

Zada chợt hiểu ra:

- Ờ đúng rồi, là Stowaway.

- Ừa, biết đâu tàu của mình cũng chở họ ra đây.

- Vậy chút nữa có người tới xin chú nữa, không lẽ chú cho hoài.

- Vậy mình tìm một quán nào đó ngồi thì không có người ăn xin nào tới xin nữa.

Thật ra nếu đi mình ên, tôi có thể cho hết bóp tiền cũng không sao. Với tôi thì có sự chia sẻ mới thấy được lòng mình còn có yêu thương. Ai cũng vậy thôi, làm cái gì cũng phản ảnh cho bản thân, không có gì khác hơn là vì cái tôi của chính mình chớ chẳng cho ai và cũng chẳng hay ho gì ráo. Cũng có lợi cho bản thân là khi mình không còn bị ảnh hưởng những sự chê, khen của người khác, thì mình sẽ không còn là nạn nhân của những sự phiền hà không cần thiết. Nhưng đối với Zada, làm sao nó hiểu được cái nguyên lý này, cái gì nó cũng thắc mắc, tôi thì không muốn giải thích lôi thôi, việc mình làm có tốt cách mấy nói ra thì cũng thấy kỳ cục. Định lang thang ngoài đường, nhưng tình trạng này thì đành phải chui vô quán thôi. Tôi chỉ tay lên cái quán vắng người, nói:

- Mình lên đó ngồi thì hết ai quấy rầy.

Chúng tôi lên quán ngồi bên chiếc bàn trống, gọi một dĩa tôm xào tỏi và hai ly bia. Trong lúc nhậu, Zada nhìn tôi một hồi nó nói:

- Đi với chú thú vị thiệt đó.

- Gì nữa vậy?

Nó nhìn thẳng tôi, ngẫm nghĩ hồi sau nó nói:

- Nói sao đây? Con thấy chú tốt bụng và sống rất tự nhiên, vô tư với người lạ chú cũng tỏ ra thân thiện.

- Ồ! Vậy sao? Chú nghĩ trong xã hội thiếu gì người còn tốt hơn chú nữa, nếu không thì mấy người ăn xin họ bị chết đói hết rồi.

Thấy thằng nhỏ cứ nhìn tôi và thắc mắc, tôi muốn xoay qua chuyện khác nhưng chưa biết chuyện gì thì chợt nhớ ra, tôi nói:

- Một lát về tàu chú đưa đơn đặt hàng cho con, con tự đặt nhé.

- Nhưng chú phải coi lại.

- Ô kê, ngày mai làm xong con đưa lại cho chú được không?

- Dạ được.

Ngẫm nghĩ một chút nó hỏi:

- Có đặt cho Giáng Sinh không chú?

- Ừa con đặt đi, tháng mười hai rồi.

Những ngày này thủy thủ trên tàu ai cũng háo hức tiệc Giáng Sinh nên nghe tôi đặt hàng thì hay nhắc nhở kêu tôi đặt những món ngon đặc biệt. Là một đầu bếp lâu năm, bây giờ tôi mới nhận ra. Giáng Sinh ngày xa xưa hay ngày nay, thấy bên ngoài có vẻ xôn xao nhưng lòng người ảm đạm hay bình an thì tự người biết. Mấy năm về trước, giữa tháng mười hai dương lịch, tôi dành một khoảng thời gian ngồi trước laptop, lướt mạng tìm chọn thiệp và moi óc nghĩ ra những câu chữ văn vẻ, hoàn hảo để viết chúc mừng lên facebook hay gởi thiệp chúc bạn bè qua tin nhắn, cứ lăn xăn lộn xộn làm mất rất nhiều thời gian, những thứ đó bây giờ đối với tôi không còn giá trị tinh thần nữa. Mãi cho tới hôm nay, đầu bạc trắng và sói sọi rồi, tôi mới phát hiện ra Giáng Sinh không phải là một thời điểm cũng không phải là một mùa, mà là một trạng thái về mặt tinh thần và không bao giờ thấy quá sớm hay quá trễ để hòa vào tinh thần của Giáng Sinh. Tình yêu nhân loại, quí trọng thiên nhiên, yêu chuộng hòa bình, nhân đức trong lòng đó mới thiệt là tinh thần của Giáng Sinh. Vậy tại sao chúng ta phải đợi đến ngày Giáng Sinh mới tặng quà và chúc cho nhau những lời yêu thương tốt lành nhứt.

(còn tiếp)

Nguyễn Lê Hồng Hưng

Dronten 15 1 2022

NGUYỄN VĂN GIA
LÊ HÂN
Tin Sách

Sách đã có mặt trong tháng 1, 2 năm 2022:

A. TẠI VIỆT NAM

1. Về Dưới Ánh Trăng Xưa

Tác giả: Tiểu Nguyệt
Thể loại: truyện dài
Sách dày 141 trang
Bìa: Văn Hiếu
NXB Hội Nhà Văn - tháng 1/2022
Giá bìa 120.000 đồng

2. Trái Tim Còn Lại

Tác giả: Hoàng Lộc
Thể loại: thơ
Sách dày 120 trang
Bìa: Nguyễn Thiên Chương
NXB Hội Nhà Văn - 1/2022
Giá bìa: 100.000 đồng

3. Chu Thị Thư Tập

Tác giả: Chu Giang Phong
Thể loại: thơ
Sách dày 150 trang
Bìa: Phùng Chí Kiên
NXB Hội Nhà Văn - 1/2022
Giá bìa: 90.000 đồng

4. Tâm Thành Lễ Bạc

Tác giả: Nguyễn Phúc Vĩnh Ba
Thể loại: Hịch văn tế văn bia
Sách dày 152 trang
Bìa: Tác giả trình bày
NXB La Thanh Đường Tàng Bản - 1/2022
Giá bìa: Sách tặng không bán

5. Chu Thị Tạp Ký

Tác giả: Chu Giang Phong
Thể loại: tạp ký
Sách dày 192 trang
Bìa: Phùng Chí Kiên - Phi Bảo
NXB Hội Nhà Văn - 1/2022
Giá bìa: 120.000 đồng

6. Tác Phẩm Trong Năm 2021

Tác giả: Nhiều tác giả
Tuyển tập văn thơ
Sách dày 232 trang
Bìa: Hải Trung
NXB Thuận Hóa - 1/2022
Giá bìa: 100.000 đồng

7. Thơm Xứ Thần Kinh

Tác giả: Trang Thùy
Thể loại: Tản văn
Sách dày 272 trang
Bìa: Thy Mai
NXB Thuận Hóa - 1/2022
Giá bìa: 99.000 đồng

8. Quê Hương Tôi

Tác giả: Nhiều tác giả
Tuyển tập thơ
Sách dày 496 trang
Tranh bìa: Nghiêu Đề
NXB Hội Nhà Văn - 1/2022
Giá bìa: 200.000 đồng

9. Một Đời Rong Ruổi

Tác giả: Hoàng Bình
Thể loại: thơ
Sách dày 94 trang
Bìa: HS Linh Giang
NXB Thuận Hóa - 1/2022
Giá bìa: 75.000 đồng

10. Ở Xứ Mưa Không Buồn

Tác giả: Nguyễn Khoa Diệu Hà
Thể loại: tản văn
Sách dày 154 trang
Bìa: Tranh Tôn Nữ Liên Châu
NXB Thuận Hóa - 1/2022
Giá bìa: 86.000đ.

11. Hương Sắc Bánh, Mứt, Xôi, Chè Huế

Tác giả: Trần Nguyễn Khánh - Vũ Thị Mỹ
Ngọc
Thể loại: bút ký
Sách dày 346 trang
Bìa: KTS Nguyễn Xuân Lực
NXB Thuận Hóa - 1/2022
Giá bìa: 140.000 đồng

12. **Tết Hoàng Cung**

Tác giả: Nguyễn Phước Hải Trung
Thể loại: biên khảo
Sách dày 182 trang
Bìa: Tác giả tự trình bày
NXB Văn Học 2022
Giá bìa: 269.000đ.

13. **Từ Khúc Ca Huế**

Tác giả: Nguyễn Phước Hải Trung
Thể loại: lời Ca Huế
Sách dày 80 trang
Bìa: Tác giả tự trình bày.
NXB Thuận Hóa, 12/2021.
Giá bìa: Sách không bán.

B. SÁCH DO NHÂN ẢNH XUẤT BẢN TRONG THÁNG 1, 2 NĂM 2022:

1. **Đất Nhớ Người Thương**

Tác giả: Nguyễn Minh Nữu
Thể loại: bút ký
Bìa: Uyên Nguyên Trần Triết
Tranh bìa: Trương Vũ
Dàn trang: Nguyễn Thành
Nxb Nhân Ảnh - 2/2022
Sách dày: 306 trang, in màu bên trong
Sách có thể mua qua amazon
hay liên lạc: nuuminhnguyen@gmail.com
Giá bìa: $25

2. Bến Đầm Buôn

Tác giả: Việt Dương
Thể loại: truyện dài
Bìa: Uyên Nguyên Trần Triết
Dàn trang: Nguyễn Thành
Nxb Nhân Ảnh - 1/2022
Sách dày: 236 trang
Sách có thể mua qua amazon
hay liên lạc: vietduong1941@gmail.com
Giá bìa: $20 US

3. Hồn Phở

Tác giả: Diệp Bảo Khương
Thể loại: tập truyện
Bìa: Uyên Nguyên Trần Triết
Tranh bìa: Brazzlebird
Dàn trang: Nguyễn Thành
Nxb Nhân Ảnh - 2/2021
Sách dày: 272 trang
Sách có thể mua qua amazon
hay liên lạc: khuongtunha@yahoo.com
Giá bìa: $20

4. Dự Đoán Nhân Dạng Trong Tarot

Tác giả: Philippe Ngo – Phung Lam
Thể loại: biên khảo
Bìa: Uyên Nguyên Trần Triết
Dàn trang: Nguyễn Thành
Nxb Nhân Ảnh - 1/2021
Sách dày: 322 trang, in màu
Sách có thể mua qua amazon
Giá bìa: $25

5. Ôm Đàn Đứng Giữa Thế Gian

Tác giả: Trương Xuân Mẫn
Thể loại: âm nhạc
Bìa: Trương Đỗ Như Ý
Tranh bìa: Nguyễn Thị Dư Dư
Dàn trang: Nguyễn Thành, Lê Hân,
Trương Xuân Mẫn
Nxb Nhân Ảnh - 2/2022
Sách dày: 72 trang, in màu
Sách có thể mua qua amazon
Giá bìa: $20 (bìa mềm), $25 (bìa cứng)

6. Chuyện Dài Chữ Nghĩa

Tác giả: Đỗ Văn Phúc
Thể loại: biên khảo
Bìa: Uyên Nguyên Trần Triết
Dàn trang: Đỗ Văn Phúc
Nxb Nhân Ảnh - 2/2022
Sách dày: 130 trang
Sách có thể mua qua amazon
hay liên lạc: md46usa@gmail.com
Giá bìa: $15 US

www.ingramcontent.com/pod-product-compliance
Lightning Source LLC
Chambersburg PA
CBHW031940110726
47902CB00001B/251